അക്കരക്കഥകൾ

Akkarakadhakal
Stories

Editor
Vaishakan

CHINTHA PUBLISHERS
Thiruvananthapuram

First Edition
April 2023

Published
Chintha Publishers, Thiruvananthapuram

Typesetting
Star Communications, Thiruvananthapuram

Printed at
Time Offset Printers, Thiruvananthapuram

Cover Design
Vinod Mangoes

ISBN : 978-93-93468-46-8

CO - 3252 / 6420

₹ 240

Email: chinthapublishers@gmail. com
Website: www. chinthapublishers. com

A version is available at National Libraries
Kolkata, Mumbai, Chennai and Delhi

Distribution
DESHABHIMANI BOOKHOUSE
H O Thiruvananthapuram 695035

Branch
Head Office Kunnukuzhi • Statue Thiruvananthapuram
KSRTC Bus Terminal Thampanoor • Saphalyam Complex Thiruvananthapuram
KSRTC Bus Station Alappuzha • KSRTC Bus Station Ernakulam
Machingal Lane Thrissur • IG Road Kozhikode
Mavoor Road Kozhikode • NGO Union Building Kannur
Central Bus Terminal Complex Thavakkara Kannur

അക്കരക്കഥകൾ

എഡിറ്റർ
വൈശാഖൻ

ചിന്ത പബ്ലിഷേഴ്സ്
തിരുവനന്തപുരം-695 035
വില : ₹ 240

ഉള്ളടക്കം

പ്രസാധകക്കുറിപ്പ്

കടൽ കടന്നുപോയ ഒരു കൂട്ടം മനുഷ്യരുടെ കഥകളുടെ സമാഹാരമാണ് *അക്കരക്കഥകൾ*. സ്വദേശത്തിന്റെ ഹാർദ്ദമായ അനുഭൂതിലോകങ്ങളെ സ്വജീവിതത്തിൽനിന്നും അടർത്തിമാറ്റാതെ, മാതൃഭാഷാസ്നേഹം നഷ്ടപ്പെടാതെ കാത്തുസൂക്ഷിച്ചു പോരുന്ന ഒരു കൂട്ടം എഴുത്തുകാരുടെ തെരഞ്ഞെടുത്ത കഥകളുടെ സമാഹാരമാണിത്. മലയാളിയുടെ പൊതുബോധങ്ങളിൽ പതിഞ്ഞുപോയ പ്രവാസത്തിന്റെ നേരനുഭവങ്ങളല്ല, മറിച്ച് അതിസാധാരണക്കാരായ മനുഷ്യരുടെ അനുഭവലോകങ്ങളിലേക്കാണ് ഈ കഥകൾ സഞ്ചരിക്കുന്നത്. ചെറുകഥയുടെ സാമ്പ്രദായിക ബോധങ്ങളെ തൃപ്തിപ്പെടുത്തുക എന്നതിനപ്പുറത്ത് കഥയെ അനുഭവമാക്കിത്തീർക്കുക എന്ന ലക്ഷ്യബോധത്തിലൂന്നിയാണ് ഇതിലെ കഥകളോരോന്നും എഴുതപ്പെട്ടിരിക്കുന്നത്. മനുഷ്യജീവിതത്തിന്റെ വിഭിന്ന ഭാവങ്ങളെ അതിലളിതമായ ഭാഷയിൽ ഹൃദ്യമായ രീതിയിൽ അവതരിപ്പിക്കുന്ന ഇതിലെ കഥകൾ സ്ത്രീപുരുഷസമത്വത്തെക്കുറിച്ചുള്ള ആലോചനകൾ ഗോത്ര ജീവിതത്തിന്റെ ഉള്ളറകളിലേക്കുള്ള സഞ്ചാരങ്ങൾ, തിരസ്കൃതരാക്കപ്പെടുന്ന ജീവിതങ്ങളുടെ അന്തഃസംഘർഷങ്ങൾ എന്നിങ്ങനെ വൈവിദ്ധ്യങ്ങളായ പ്രമേയങ്ങളെ അവതരിപ്പിക്കുന്നു. അക്കരക്കഥകളിൽ പങ്കാളികളായവർക്കും ഇത്തരമൊരു പദ്ധതിക്ക് മേൽനോട്ടം വഹിച്ച നവോദയ സാംസ്കാരികവേദിക്കും ചിന്ത പബ്ലിഷേഴ്സിന്റെ നന്ദി രേഖപ്പെടുത്തുന്നു.

ചിന്ത പബ്ലിഷേഴ്സ്

ആമുഖം

കഴിഞ്ഞ രണ്ട് പതിറ്റാണ്ടിലേറെയായി സൗദിഅറേബ്യയുടെ കിഴക്കൻ പ്രവിശ്യയായ ദമാം ആസ്ഥാനമായി പ്രവർത്തിക്കുന്ന നവോദയ സാംസ്കാരികവേദി, എണ്ണമറ്റ സാമൂഹിക-സാംസ്കാരികക്ഷേമ പരിപാടികൾക്ക് നേതൃത്വം നല്കി വരുന്നു. ഇതും മികവുറ്റ രാഷ്ട്രീയ പ്രവർത്തനമാണെന്ന തിരിച്ചറിവിന്റെ ഭാഗമാണ്. നവോദയ നടത്തിവരുന്ന എല്ലാവിധ സാഹിത്യപ്രവർത്തനങ്ങളും പൊതുസമൂഹത്തിന്റെ ശ്രദ്ധയാകർഷിച്ചിട്ടുണ്ട്.

2023-ൽ വ്യതിരിക്തമായ ഒരു സാഹിത്യപ്രവർത്തനമാണ് നവോദയ ഏറ്റെടുത്തത്. ഇന്ത്യക്കു പുറത്തുള്ള മലയാളികളിൽനിന്നും ചെറുകഥാരചനകൾ സ്വീകരിച്ചുകൊണ്ട് നടത്തിയ 'ദമാം നവോദയ ചെറുകഥ അവാർഡ് 2023.'

ലഭ്യമായ നൂറിൽപ്പരം സൃഷ്ടികളിൽനിന്നും തെരഞ്ഞെടുത്ത ഇരുപത് കഥകൾ ചിന്ത പബ്ലിഷേഴ്സ് പുസ്തകമായി പ്രസിദ്ധീകരിക്കുകയാണ്.

ഇതിലെ കഥകളെല്ലാം മികവുറ്റവയാണെന്ന അവകാശവാദം ഞങ്ങൾക്കില്ല. മലയാള ചെറുകഥാലോകത്ത് തനതായ ഒരിടം സൃഷ്ടിക്കാൻ പാകമായ ഒരുകൂട്ടം എഴുത്തുകാരെ ഇതിലൂടെ പരിചയപ്പെടുത്താൻകഴിയുന്നു എന്ന ചാരിതാർത്ഥ്യമാണുള്ളത്.

ജീവസന്ധാരണാർത്ഥം കടൽ കടന്ന മലയാളി, അവന്റെ ഭാഷയേയും സാഹിത്യത്തേയും എങ്ങനെ നോക്കിക്കാണുന്നുവെന്നും, പ്രവാസത്തിന്റെ സങ്കീർണ്ണതകളിലും, ആധുനികകാല സാഹിത്യവും, എഴുത്തിലെ നവീന ശൈലിയും, കഥാകൃത്തുക്കളെ എങ്ങനെ സ്വാധീനിക്കുന്നുവെന്നും സാഹിത്യത്തെ കരുതലോടെ സമീപിക്കുന്ന വായന

ക്കാർക്ക് കണ്ടെത്താൻ കഴിയുമെന്നുറപ്പാണ്.

ഈ പുസ്തകത്തിന് പ്രൗഢമായ ഒരു അവതാരിക എഴുതുകയും, ചെറുകഥാ മത്സരത്തിന്റെ ജൂറി അദ്ധ്യക്ഷസ്ഥാനം വഹിക്കുകയും ചെയ്ത ശ്രീ. വൈശാഖൻ, ജൂറി അംഗങ്ങളായ ശ്രീ. ശിഹാബുദ്ദീൻ പൊയ്ത്തുംകടവ്, ശ്രീ. പി ജെ ജെ ആന്റണി, ചെറുകഥാ മത്സരത്തിന് നിസ്സീമമായ പിന്തുണയും സഹകരണവും നല്കിയ നവോദയയുടെ മുൻകാല സാഹിത്യവിഭാഗം കൺവീനർമാരായ ശ്രീ. സി വി ജോസ്, ശ്രീ. രഘുനാഥ് ഷൊർണൂർ എന്നിവർക്ക് നവോദയയുടെ സ്നേഹാദരവ്.

നവോദയ സാഹിത്യ വിഭാഗത്തിന്റെ പ്രവർത്തനങ്ങൾക്ക് എല്ലാവിധ ഉപദേശനിർദ്ദേശങ്ങളും സഹകരണവും നല്കിവരുന്ന നവോദയ അംഗങ്ങൾക്കും, കിഴക്കൻ പ്രവിശ്യയിലെ മലയാളിസമൂഹത്തിനും ഈ കഥകൾ പ്രസിദ്ധീകരിച്ച ചിന്ത പബ്ലിഷേഴ്സിനും കഥാകൃത്തുക്കൾക്കും അകൈതവമായ നന്ദി.

കടൽ കടന്നെത്തിയ ഈ *അക്കരക്കഥകൾ* വായനക്കാർ ഏറ്റെടുക്കുമെന്ന പ്രതീക്ഷയോടെ.

നവോദയ,
സാംസ്കാരിക വേദി,
കിഴക്കൻ പ്രവിശ്യ,
ദമാം, സൗദി അറേബ്യ

അക്കരെ നിന്ന് എത്തിയ കുളിർ കാറ്റ്

വൈശാഖൻ

വളരെ സവിശേഷതകളുള്ള ഒരു കഥാസമാഹാരമാണ് ഇവിടെ അവതരിപ്പിക്കുന്നത്. സൗദി അറേബ്യയുടെ കിഴക്കൻ പ്രവിശ്യയിലെ നവോദയ സാംസ്കാരിക വേദി സംഘടിപ്പിച്ച കഥാ മത്സരത്തിന് അയച്ചു കിട്ടിയ കഥകളിൽനിന്നും തെരഞ്ഞെടുത്ത കഥകളുടെ സമാഹാരമാണ് ഈ പുസ്തകം. മറ്റൊരു സവിശേഷത ഇന്ത്യക്ക് പുറത്ത് പ്രവാസ ജീവിതം നയിക്കുന്നവരാണ് ഈ കഥാകൃത്തുക്കൾ എല്ലാവരും!

നമ്മുടെ അമ്മമലയാളത്തിന്റെ ഏറ്റവും സമ്പന്നവും ജനകീയ വുമായ സാഹിത്യ ശാഖയാണ് ചെറുകഥാ സാഹിത്യം. ഒന്നേകാൽ നൂറ്റാണ്ടോളമായി മലയാളിയുടെ ഭാവുകത്വത്തിൽ കാലത്തിന്റെ ഹൃദയ സ്പന്ദനങ്ങൾ തെളിമയോടെ രേഖപ്പെടുത്തിക്കൊണ്ടിരിക്കുകയാണ് കഥാ സാഹിത്യം. ആയിരക്കണക്കിന് കഥാകൃത്തുക്കൾ അവരവർ ജീവിച്ച കാലഘട്ടത്തോടും ജീവിതത്തോടുമുള്ള പ്രതികരണങ്ങൾ സൗന്ദര്യാത്മ കമായും ദാർശനികമായും സാമൂഹ്യമായും രാഷ്ട്രീയമായും സത്യാന്വേ ഷണത്തിന്റെ വാങ്മയങ്ങളായി ആലേഖനം ചെയ്തിരിക്കുന്നു.

നിരന്തരം പരിണമിച്ചുകൊണ്ടിരിക്കുന്ന കഥാസാഹിത്യം ഓരോ കാലഘട്ടത്തിലെയും മനുഷ്യജീവിതത്തെ ഒളിഞ്ഞും തെളിഞ്ഞും സ്വാധീനിക്കുകയും നിയന്ത്രിക്കുകയും ചെയ്യുന്ന ശക്തികളെ വ്യക്തമായി തിരിച്ചറിയുന്നുണ്ട്. ജീവിതത്തിലെ അയുക്തികതകളും ആധികളും ഉൽക്കണ്ഠകളും ആഹ്ലാദങ്ങളും വിഹ്വലതകളും തീരാദുഃഖങ്ങളും ഉൾപ്പെടെ സമസ്ത ഭാവങ്ങളെയും ഉൾക്കൊള്ളുന്ന സർഗ്ഗാത്മക വിസ്മയങ്ങളാണ് ഇക്കാലമത്രയും എഴുതപ്പെട്ട കഥകളിൽ നാം അനുഭവിച്ചറിയുന്നത്. ജീവിതത്തിന്റെ സഞ്ചാര ചരിത്രം അറിയാൻ കഥകൾ വായിച്ചാൽ മതി.

ഇന്ത്യയ്ക്ക് പുറത്ത് ജീവിതം നയിക്കുന്ന ഈ കഥാകൃത്തുക്കൾ മലയാളഭാഷയെ അഗാധമായി സ്നേഹിക്കുന്നവരാണ് എന്നതിനുള്ള സാക്ഷ്യപത്രങ്ങൾ കൂടിയാണ് ഈ കഥകൾ. മറ്റ് രാഷ്ട്രങ്ങളിൽ ജീവിച്ചുകൊണ്ട് അവിടങ്ങളിലെ ജീവിതത്തെ മാത്രമല്ല, കേരളത്തിലെ ജീവിതത്തെയും സൂക്ഷ്മനിരീക്ഷണത്തിന് വിധേയമാക്കാൻ ഈ എഴുത്തുകാർക്ക് കഴിയുന്നുണ്ട്. ചെറുകഥ വെറും ചെറിയ കഥയല്ല. ഓരോ വരിയും വലിയ ജീവിതങ്ങളിലേക്ക് തുറന്നിട്ട ജാലകങ്ങളാണ്. വലിയ ജീവിതത്തെ പിടിച്ചെടുക്കുന്ന ചെറിയ ആന്റീനകൾ! ഈ സമാഹാരത്തിലെ കഥാരചയിതാക്കളിൽ മിക്കവരുംതന്നെ ചെറുകഥ എന്ന ഭാഷാ ശിൽപ്പത്തോട് നീതി പുലർത്തുന്നുണ്ട്. അഗാധവും ത്യാഗനിർഭരവുമായ സ്നേഹ ബന്ധങ്ങളും ചിലരുടെ കപടനാട്യങ്ങളും കൊടിയ വഞ്ചനകളും വൈകാരിക സംഘർഷങ്ങളും ധർമ്മസങ്കടങ്ങളും എല്ലാം കഥാഖ്യാനത്തിന് വിഷയമാകുന്നുണ്ട്.

ലോകമെമ്പാടും വനിതാദിനം കെങ്കേമമായി ആഘോഷിക്കുമ്പോഴും ഇനിയും പല മേഖലകളിലും സാക്ഷാൽകൃതമാകാത്ത സ്ത്രീ പുരുഷ സമത്വം ആവിഷ്കരിക്കുന്ന കഥകളും ഈ സമാഹാരത്തിലുണ്ട്. പരിസ്ഥിതിനാശത്തെക്കുറിച്ചുള്ള മുന്നറിയിപ്പുകൾ, വനവാസികളുടെ ജീവിതം, മറുനാട്ടിൽ ജീവിതം ഹോമിച്ച് ഉറ്റവരെ പോറ്റി ഒടുവിൽ അനാഥരാകുന്ന മനുഷ്യർ, ക്രൂരമായി പീഡിപ്പിക്കപ്പെട്ട പെൺകുട്ടികളുടെ കണ്ണീർക്കടലിൽ ആണ്ടുപോകുന്ന ജീവിതങ്ങൾ എന്നിങ്ങനെ വൈവിദ്ധ്യമാർന്ന പ്രമേയങ്ങൾ സഫലമായി ആവിഷ്കരിച്ചുകൊണ്ട് നല്ല വായനാനുഭവം പകരാൻ ഈ കഥകൾക്ക് കഴിയുന്നുണ്ട്.

ചില കഥകളിൽ കുറേക്കൂടി കൈയൊതുക്കം പാലിച്ചിരുന്നെങ്കിൽ ശിൽപ്പഭംഗി മെച്ചപ്പെടുമായിരുന്നല്ലോ എന്ന ചിന്തയും വായനയ്ക്കിടയിൽ ഉണ്ടാവാതിരുന്നില്ല. എങ്കിലും പ്രവാസ ജീവിതത്തിരക്കിൽ നീങ്ങുമ്പോഴും മലയാളത്തെ നെഞ്ചോട് ചേർത്തുപിടിക്കുന്ന ഈ എഴുത്തുകാരുടെ സർഗ്ഗാത്മക വൈഭവത്തെ അഭിനന്ദിക്കട്ടെ. വായനക്കാരാണല്ലോ അന്തിമ വിധികർത്താക്കൾ. അവർ തുറന്ന മനസ്സോടെ ഈ കഥകൾ വായിക്കും എന്ന ശുഭപ്രതീക്ഷയോടെ ഈ കഥകളുടെ പൂച്ചെണ്ട് അവർക്കായി സമർപ്പിക്കുന്നു.

തുണ്ട് പച്ച

ബെൻസി മോഹൻ

"നമ്മുടെ 'തുണ്ട്പച്ച' ഇന്ന് വളരെ സന്തോഷത്തിലാണല്ലോ. പുതിയ സി ഡി വല്ലതും കിട്ടിയോ?"

സിവിൽ ഫോർമാൻ ഭാസി ചെറുതായി കണ്ണു ചിമ്മി പറഞ്ഞു. "ഇങ്ങള് അറിഞ്ഞില്ലേ... ഇന്ന് ഓന്റെ നിക്കാഹാണ്."

അതൊരു ഞെട്ടിക്കുന്ന വാർത്തയായിരുന്നു.

ഇവിടെ ഈ സൗദി അറേബ്യയിൽ വെച്ച് കല്യാണമോ? ഇനി ആ പച്ചയ്ക്ക് വല്ല സൗദി പെണ്ണിനെയും തടഞ്ഞോ?

എന്റെ സംശയം മനസ്സിലാക്കിയ ഭാവത്തോടെ ഭാസി പറഞ്ഞു. "ഫോണിലൂടെയാണ് നിക്കാഹ്. 'കുബൂലാണ്' എന്ന് പറഞ്ഞാ മതിയല്ലോ!"

'ഓ... അപ്പോൾ അങ്ങനെയും കല്യാണം നടക്കുമല്ലേ. നാട്ടിൽ പോകേണ്ട ആവശ്യമില്ലല്ലോ.' കാര്യം മനസ്സിലായെങ്കിലും ഒരു സംശയം മനസ്സിൽ തോന്നാതിരുന്നില്ല.

'ഫസ്റ്റ് നൈറ്റ് ഫോണിൽ കൂടെ നടത്താൻ പറ്റുമോ?'

ഞാൻ ജോലി ചെയ്യുന്ന കമ്പനിയിലെ ലേബറാണ് പാകിസ്ഥാനിയായ മുഹമ്മദ് ബിലാൽ. ലേബറാണ് എങ്കിലും കാർപെന്റർ, സ്റ്റീൽഫിറ്റർ, പെയിന്റർ, മേസൺ, പ്ലംബർ തുടങ്ങി ഒരുമാതിരിപ്പെട്ട എല്ലാ പണിയും അയാൾ ചെയ്യും. ഓവർടൈം കൊടുത്താൽ ചത്തുകിടന്നു പണി ചെയ്യുന്നവനായതിനാൽ, ഫോർമാൻമാർക്കും എഞ്ചിനീയർമാർക്കുമൊക്കെ അയാളെ വലിയ കാര്യമാണ്. യാതൊരു ലഹരിപദാർത്ഥങ്ങൾ ഉപയോഗിക്കാത്ത, ശരീരവൃത്തിയും, വഴക്കിനോ പ്രശ്നങ്ങൾക്കോ പോകാത്ത ശാന്തസ്വഭാവവും ഏത് രാജ്യക്കാരായ പണിക്കാരുമായും നല്ല ചങ്ങാത്തവുമുള്ള മുഹമ്മദ്, സാധാരണ പച്ചകൾക്ക് ഒരു അപവാദമായിരുന്നു.

(അറിയാത്തവർക്ക് വേണ്ടി: പാകിസ്ഥാനികളെ മലയാളികൾ വിളിക്കുന്ന ഓമനപ്പേരാണ് 'പച്ച')

പക്ഷേ, മുഹമ്മദിന് ഒരു ചീത്ത സ്വഭാവമുണ്ട്. അതിനെ ചീത്ത സ്വഭാവം എന്ന് പറയാൻ പറ്റുമോ എന്നത് വേറെ തർക്കവിഷയം. അയാൾക്ക് 'തുണ്ടുപടങ്ങൾ' എന്ന് ഓമനപ്പേരിൽ അറിയപ്പെടുന്ന അശ്ലീല സിനിമകൾ വളരെ ഇഷ്ടമാണ്. ലഹരി പോലെ ഒരുതരം അടിമത്വം! ഒരെണ്ണംപോലും കാണാതെ ദിവസംഉറക്കം കിട്ടില്ല എന്നാണ് ക്യാമ്പിലെ സംസാരം. ആ സ്വഭാവം കമ്പനിയിലെ മലയാളി പണിക്കാർക്കിടയിൽ അയാൾക്ക് 'തുണ്ട്പച്ച' എന്ന ഇരട്ടപ്പേര് നേടിക്കൊടുത്തു.

കമ്പനിയിലെ കൂടുതൽപേരും മിശിരിമാരോ, ഫിലിപ്പൈനികളോ, പാകിസ്ഥാനികളോ, ബംഗ്ലാദേശികളോ ആണ്. മലയാളികളായി ഞാനും, ഭാസിയും ഇലക്ട്രിക്കൽ ഫോർമാൻ സലീമും അക്കൗണ്ടന്റ് പിള്ളയും പിന്നെ ഒരു മൂന്നു കാർപെന്റർമാരും മാത്രമേ ഉള്ളൂ. നന്നായി ഹിന്ദി സംസാരിക്കുന്നതുകൊണ്ടും, പണിക്കാരുമായി അല്പമെങ്കിലും സ്നേഹത്തോട് പെരുമാറുന്നതും കൊണ്ടാകാം മുഹമ്മദിന് എന്നെ വലിയ കാര്യമാണ്. "ജോൺഭായ്" എന്ന വിളിയുമായി എപ്പോഴും എന്ത് പ്രശ്നങ്ങൾ ഉണ്ടെങ്കിലും സഹായമോ ഉപദേശമോ ചോദിച്ചുവരും.

എന്നിട്ടും അവന്റെ കല്യാണ വിവരം എന്നോട് മറച്ചുവെച്ചതിൽ എനിക്കു ചെറുതായി നീരസം തോന്നാതിരുന്നില്ല.

ഉച്ചയ്ക്ക് ആഹാരം കഴിഞ്ഞ്, ഒരല്പം മയക്കത്തോടെ ഓഫീസിലെ ഡെസ്കിൽ ജോലി ചെയ്ത് കൊണ്ടിരുന്നപ്പോൾ മുഹമ്മദ് കയറി വന്നു. ഡെസ്കിന്റെ അടുത്തുവന്ന് മിണ്ടാതെ നിന്നു. കൈയിൽ ഒരു പൊതിയിൽ കുറച്ച് മധുരപലഹാരങ്ങളുമുണ്ട്.

കണ്ടെങ്കിലും മുഖം ഉയർത്താതെ മേശപ്പുറത്തുള്ള ഡ്രോയിങ്ങിൽത്തന്നെ നോക്കിക്കൊണ്ട് ചോദിച്ചു. "ക്യാ ബാത്ത് ഹേ (എന്താ കാര്യം?)" ചുരുങ്ങിയ വാക്കുകളിൽ മുഹമ്മദിന്റെ ആവശ്യം ഇതായിരുന്നു. നാട്ടിൽ പോകണം. ഭാര്യയെ നേരിട്ട് കാണണം. ജോലിക്കരാർ അനുസരിച്ചാണെങ്കിൽ രണ്ടുവർഷം പൂർത്തിയായാലേ വെക്കേഷൻ കിട്ടൂ. അതിന് ഇനിയും പതിനൊന്ന് മാസങ്ങൾ ബാക്കിയുണ്ട്. ഞാൻ മുദീറോട് (മേലധികാരിയോട്) ശുപാർശ ചെയ്ത് ഒരു മാസത്തെ അവധി വാങ്ങി കൊടുക്കണം.

നടന്നത് തന്നെ!

കമ്പനിയുടെ ഉടമസ്ഥൻ ഒരു കാട്ടറബിയാണ്. വിവരമോ, വിദ്യാഭ്യാസമോ, മനുഷ്യത്വമോ തൊട്ടുതീണ്ടാത്ത ഒരു ജന്മം! വന്നിട്ട് കഷ്ടിച്ച് ഒരു വർഷംകഴിഞ്ഞ പണിക്കാരനെ അവധിക്ക് വിടണമെന്ന് പറഞ്ഞാൽ അയാൾ തെറി വിളിക്കും.

ഞാൻ "ശ്രമിച്ചു നോക്കാം" എന്നൊരു ഉറപ്പില്ലാത്ത ഉറപ്പും കൊടുത്ത് അവനെ യാത്രയാക്കി. പ്രമേഹത്തിന്റെ സഹായമുള്ളത് കൊണ്ട്, അവൻ തന്ന മധുരപലഹാരം, തൊട്ടുപോലും നോക്കാതെ,

നേപ്പാളി പ്യൂണിന് കൊടുത്തു.

എന്തായാലും കല്യാണത്തോടെ മുഹമ്മദിന്റെ സ്വഭാവം ആകെ മാറിപ്പോയി. ആകെ ഒരു ഉന്മേഷക്കുറവ്! ജോലിയിലോ മറ്റെന്തെങ്കിലും കാര്യങ്ങളിലോ വലിയ ശ്രദ്ധ ഇല്ലതായി. എപ്പോഴും മനോരാജ്യത്തിന്റെ ലോകത്ത് ജീവിക്കുന്നപോലെ.

കല്യാണം കഴിഞ്ഞു രണ്ടു വർഷങ്ങൾ മാത്രം പിന്നിട്ട എനിക്ക് അവന്റെ ഇപ്പോഴത്തെ മാനസികാവസ്ഥ മനസ്സിലാക്കാൻ പ്രയാസമുണ്ടായിരുന്നില്ല.

അവനെ സഹായിക്കണമെന്ന് ആഗ്രഹമുണ്ട്. പക്ഷേ, എങ്ങനെ...

പിന്നീട് നിരന്തരം മുഹമ്മദ് ഇതേ ആവശ്യവുമായി എന്റെ അടുത്തു വന്നുകൊണ്ടിരുന്നു. ഒരിക്കൽ സൈറ്റിലെ പ്രശ്നങ്ങൾ കാരണം മൂഡ് ഓഫായിരുന്ന സമയത്ത്, ഇതും പറഞ്ഞോണ്ട് വന്ന അവനോടു രണ്ടു ചാട്ടം ചാടിയതിനു ശേഷമാണ് അതിന് കുറവുണ്ടായത്.

“അല്ലെങ്കിലും കഴപ്പ് കൂടിയ ഇനമാ അവൻ.. കൈയിൽ ഒരു പെണ്ണിനെ കിട്ടി എന്നറിഞ്ഞാൽ പിടിച്ചുനില്ക്കാൻ വലിയ ബുദ്ധിമുട്ട് ആയിരിക്കും. വേണമെങ്കിൽ അതിർത്തിയിൽ വേലി ചാടി നടന്നായാലും അവൻ നാട്ടിൽ പോകും.”

സലീമിന്റെ ആ വളിച്ച കോമഡി ഡയലോഗുകൾ കേട്ടപ്പോൾ എനിക്കെന്തോ ചിരി വന്നില്ല. അവനെ സഹായിക്കണമെന്ന് അതിയായ ആഗ്രഹം എനിക്ക് തോന്നിയിരുന്നു. എന്നാൽ അതിനു പറ്റിയ സാഹചര്യങ്ങൾ ഉണ്ടായിരുന്നില്ല.

ആ കാട്ടറബിയോട് ഒഴിവാക്കാനാകാത്ത കാര്യങ്ങൾക്കല്ലാതെ ഒന്നും സംസാരിക്കാൻ പോകാത്ത ഒരാളാണ് ഞാൻ. എന്നിട്ടും ഒരു ദിവസം കമ്പനി മുതലാളി ഓഫീസിൽ വന്ന സമയത്ത്, ധൈര്യം സംഭരിച്ചു ഞാൻ ഈ വിഷയം അയാളുടെ മുന്നിൽ അവതരിപ്പിച്ചു.

അയാൾ എന്നെ തുറിച്ചൊരു നോട്ടം!

അയാളുടെ പാതി സ്വത്ത് ഞാൻ ചോദിച്ച പോലെയുള്ള ആ നോട്ടം കണ്ടതിനുശേഷം ഞാൻ പിന്നെ ആ വിഷയം മിണ്ടിയില്ല.

ഒരു ദിവസം രാത്രി, ഞാൻ റൂമിൽ ഭാര്യയുമായുള്ള വീഡിയോ ചാറ്റിൽ മുഴുകി ഇരിക്കുമ്പോൾ, വാതിലിൽ ഒരു മുട്ട് കേട്ടു. സംഭാഷണം പാതിവഴിയിൽ അവസാനിപ്പിക്കേണ്ടി വന്നതിന്റെ ഈർഷ്യയോടെ വാതിൽ തുറന്നപ്പോൾ, തുണ്ടുപച്ച ഒരു വളിച്ച ചിരിയുമായി നില്ക്കുന്നു. കൈയിൽ ഒരു അടപ്പുപാത്രവും ഉണ്ട്.

“എന്താടാ ഈ രാത്രിയിൽ?” എന്റെ ചോദ്യത്തിന് മയമൊട്ടും ഇല്ലായിരുന്നു.

അവൻ പാത്രം തുറന്നു കാണിച്ചു. അതിൽ എന്തോ പലഹാരം ഉണ്ടായിരുന്നു. “കുറച്ചു പാലക്ക് പക്കോഡ... ഞാനുണ്ടാക്കിയതാണ് സാബ്!” അവൻ എന്റെ നേർക്ക് പാത്രം നീട്ടി.

അവന്റെ ഉദ്ദേശ്യം എന്തെന്ന് മനസ്സിലായതിനാൽ ആ പാത്രം

വാങ്ങാൻ ഞാൻ ആദ്യം മടിച്ചു.

എന്റെ അനുമതിക്കൊന്നും കാക്കാതെ അവൻ റൂമിനുള്ളിൽ കടന്നു മേശപ്പുറത്തു പാത്രം കൊണ്ടുവെച്ചു. ഒരു ചെറിയ പ്ലേറ്റ് എടുത്തു മൂന്നാലു പക്കോഡ അതിൽ എടുത്തുവെച്ച് എനിക്ക് നേരെ നീട്ടി പറഞ്ഞു.

"തിന്നു നോക്കൂ സാബ്. താങ്കൾക്ക് ഇഷ്ടപ്പെടും."

അവന്റെ മുഖത്തെ ആത്മാർത്ഥത കണ്ടപ്പോൾ എനിക്ക് സഹതാപം തോന്നി. പ്ലേറ്റ് കൈയിൽ വാങ്ങി ഒരു പക്കോഡ എടുത്ത് കടിച്ചു തിന്നു നോക്കി.

പറഞ്ഞത് ശരി തന്നെയാണ്. നല്ല രുചിയുണ്ട്. കസേരയിൽ ഇരുന്നുകൊണ്ട്, വീണ്ടും ഒരെണ്ണം കൂടി എടുത്തു തിന്നു. വീണ്ടും ഒരെണ്ണം... വീണ്ടും..

തന്റെ പാചകം എനിക്ക് ഇഷ്ടമായെന്ന് മനസ്സിലായതോടെ അവന് സന്തോഷമായി. എന്റെ കസേരയുടെ കീഴെ കുത്തിയിരുന്ന് അവൻ ഞാൻ പക്കോഡ രസിച്ചു തിന്നുന്നത് നോക്കിയിരുന്നു.

"നന്ദിയുണ്ട് ബിലാൽ... നിന്റെ പക്കോഡകൾ വളരെ നന്നായിട്ടുണ്ട്." ഞാൻ പറഞ്ഞു.

അവന്റെ മുഖം കൂടുതൽ തെളിഞ്ഞു.

"ജോൺഭായ്, ഞാൻ പറഞ്ഞ കാര്യം മുദീറിനോട് (മുതലാളിയോട്) പറഞ്ഞോ?" അവൻ നേരിട്ട് വിഷയത്തിലേക്ക് കടന്നു.

"ഞാൻ പറഞ്ഞെടാ... അയാൾ മറുപടി ഒന്നും പറഞ്ഞില്ല. സമ്മതിക്കുമെന്നു തോന്നുന്നില്ല." ഞാൻ പറഞ്ഞു.

അവന്റെ മുഖം വാടി. ആ കണ്ണുകൾ നിറഞ്ഞു.

ഞാൻ ആശ്വസിപ്പിക്കാൻ പറഞ്ഞു. "നീ അല്പം ക്ഷമിക്ക്... ഇനി കുറച്ചു മാസം കഴിഞ്ഞാൽ വെക്കേഷൻ ആകില്ലേ. അപ്പോൾ എന്തായാലും പോകാലോ."

അവൻ നിഷേധാർത്ഥത്തിൽ തലയാട്ടി. "എനിക്ക് പോണം ജോൺഭായ്... ഞാനവളെ ഇന്ന് വരെ നേരിട്ട് കണ്ടിട്ടില്ല. വീട്ടുകാർ അയച്ചു തന്ന ഫോട്ടോ മാത്രമേ കണ്ടിട്ടുള്ളൂ. അവളെപ്പറ്റി ഓർക്കുമ്പോൾ കിടന്നാൽ ഉറക്കം പോലും വരുന്നില്ല."

അവൻ പാകിസ്ഥാനിലെ ഏതോ പർവ്വതപ്രദേശത്തെ കുഗ്രാമത്തിലാണ് താമസിക്കുന്നതെന്ന് എന്നോട് മുൻപ് പറഞ്ഞിട്ടുണ്ട്. പട്ടിണിപ്പാവങ്ങളാണ് അവിടെ താമസക്കാരിൽ കൂടുതലും. മൊബൈലും ഇന്റർനെറ്റും വീഡിയോ കോളിങ്ങും ഒന്നും അവിടെ നടക്കില്ല. അവന്റെ വീട്ടുകാരോട് സംസാരിക്കുന്നത് തന്നെ അടുത്ത വീട്ടിലെ ലാന്റ്ലൈൻ ഫോണിൽ വിളിച്ചാണ്.

അവന്റെ വിഷമം കണ്ടിട്ടും, എനിക്ക് എന്ത് ചെയ്യണമെന്ന് അറിയില്ലായിരുന്നു. ആലോചനകൾക്കൊടുവിൽ ഞാൻ ഒരു ഐഡിയ പറഞ്ഞു കൊടുത്തു.

"നാളെ രാവിലെ പത്തുമണിക്ക് സൈറ്റ് ഓഫീസിൽ കമ്പനി മുദീർ പങ്കെടുക്കുന്ന ഒരു ചെറിയ മീറ്റിങ് ഉണ്ട്. പത്തരയാകുമ്പോൾ തീരും. ആ സമയത്തു നീ ഓഫീസിൽ വന്ന് അദ്ദേഹത്തോട് കാര്യങ്ങൾ നേരിട്ട് പറഞ്ഞു അപേക്ഷിക്കണം. ഞാൻ സപ്പോർട്ട് ചെയ്യാം. ചിലപ്പോൾ മുദീറിന്റെ മനസ്സലിഞ്ഞാൽ കാര്യം നടക്കും."

അവൻ തലയാട്ടി. പ്രത്യാശയോടെ എന്റെ മുറിയിൽ നിന്ന് മടങ്ങി.

പിറ്റേന്ന് കോൺഫറൻസ് ഹാളിൽനിന്നും സൈറ്റ് മീറ്റിങ് കഴിഞ്ഞു. പുറത്തിറങ്ങിയപ്പോൾ, ബിലാൽ വാതിലിനരികിൽ കാത്തുനില്പുണ്ട്. 'മുദീർ പുറകെ വരുന്നുണ്ട്' എന്ന് കണ്ണുകൾകൊണ്ട് അവനോട് ആംഗ്യം കാണിച്ചിട്ട് ഞാൻ മുന്നോട്ട് നടന്ന് ഒരു കസേരയിൽ പോയിരുന്നു.

കമ്പനി ഉടമസ്ഥൻ പുറത്തിറങ്ങിയതും ബിലാൽ അയാളോട് പോയി സംസാരിക്കാൻ തുടങ്ങി. അവർ സംസാരിച്ചത് അറബി ഭാഷയിൽ ആയിരുന്നു. പത്തുവർഷത്തോളമായി സൗദിയിൽ കയില് കുത്താൻ തുടങ്ങിയിട്ടും 'അസ്സലാമും അലൈക്കും, മാഫി മുഷ്കിൽ, ഇൻഷാ അള്ളാ' എന്നിങ്ങനെയുള്ള കുറച്ചു വാക്കുകളല്ലാതെ അറബി ഭാഷയിൽ കാര്യമായി ഒന്നും പഠിക്കാത്ത ഞാൻ, പൊട്ടൻ പാട്ടു കേൾക്കുന്നതുപോലെ ആ സംസാരം കണ്ടിരുന്നു.

മുദീറിന്റെ ശരീരഭാഷയിൽനിന്നും അയാൾ ഒന്നും സമ്മതിക്കുന്നില്ല എന്ന് എനിക്ക് മനസ്സിലായി. "സഹായിക്കാം" എന്ന് വാക്ക് കൊടുത്തത് പാലിക്കാനായി, പ്രശ്നത്തിൽ ഇടപെട്ട് സംസാരിക്കാൻ വേണ്ടി ഞാൻ എഴുന്നേറ്റു.

പെട്ടെന്ന് ബിലാൽ അവന്റെ കാലുകൾക്കിടയിലുള്ള ലിംഗഭാഗത്തേക്ക് വിരലുകൾചൂണ്ടി എന്തോ പറഞ്ഞു. ശബ്ദം ഉറക്കെ ആയതുകൊണ്ട് അത് എല്ലാരും വ്യക്തമായി കേട്ടു. ഓഫീസ് ഹാൾ ആകെ നിശ്ശബ്ദമായി.

പെട്ടെന്ന് ഉറക്കെയുള്ള ഒരു പൊട്ടിച്ചിരി അവിടെ മുഴങ്ങി. മുദീറായായിരുന്നു അത്. അയാൾ തലതല്ലി ചിരിക്കാൻ തുടങ്ങി. അതുവരെ പിടിച്ചു നിർത്തിയത് അണ പൊട്ടിയതുപോലെ. ഓഫീസിലുള്ള മറ്റുള്ളവരും പൊട്ടിച്ചിരിക്കാൻ തുടങ്ങി. എല്ലാരും ചിരിക്കുന്നത് കണ്ട് കാര്യം മനസ്സിലായില്ലെങ്കിലും ഞാനും ചിരിച്ചു.

ചിരി അടങ്ങിയപ്പോൾ മുദീർ ബിലാലിന്റെ തോളിൽ തട്ടിയിട്ട്, പിള്ളയെ അടുത്ത് വിളിച്ച് എന്തോ പറഞ്ഞിട്ട് പുറത്തേക്ക് നടന്നു, ഞാൻ പിള്ളയുടെ അടുത്തെത്തി കാര്യം ചോദിച്ചു. അപ്പോഴാണ് നടന്ന സംഭവങ്ങളുടെ വിശദരൂപം എനിക്ക് പിടികിട്ടുന്നത്.

ബിലാൽ കരഞ്ഞപേക്ഷിച്ചിട്ടും മുദീർ സമ്മതിച്ചില്ലായിരുന്നു. "നീ ക്ഷമയോടെ കാത്തിരിക്ക്" എന്നായിരുന്നു അയാൾ പറഞ്ഞത്. അപ്പോഴാണ് ബിലാൽ സ്വന്തം പുരുഷായുധത്തിനു നേരെ വിരൽചൂണ്ടി തിരിച്ചു ചോദിച്ചത്.

"ഞാൻ ക്ഷമയോടെ കാത്തിരിക്കാം. പക്ഷേ, ഇവന് ക്ഷമയില്ല.

എന്നെ കാത്തിരിക്കാനും സമ്മതിക്കണില്ല."

ആ ഡയലോഗ് ആയിരുന്നു അവിടെ ചിരിയുടെ മാലപ്പടക്കം തീർത്തത്.

എന്തായാലും ആ വെട്ടിത്തുറന്നുള്ള പറച്ചിൽ മുദീറിന് ഇഷ്ടപ്പെട്ടു. ബിലാലിന് വെക്കേഷൻ കൊടുക്കാൻ അയാൾ സമ്മതിച്ചു. പക്ഷേ, ബിലാൽ ഒന്നുകിൽ 3000 റിയാൽ ജാമ്യത്തുകപോലെ കമ്പനിയിൽ കെട്ടി വെക്കണം. അല്ലെങ്കിൽ ഏതെങ്കിലും ജോലിക്കാർ അയാൾക്ക് ജാമ്യം നില്ക്കണം എന്നുള്ള നിബന്ധനകൾ വെച്ചിട്ടുണ്ട്. വെക്കേഷൻ പോയിട്ട് അയാൾ തിരികെ വന്നില്ലെങ്കിൽ, ജാമ്യം നില്ക്കുന്ന ആളിന്റെ ശമ്പള ത്തിൽനിന്നും 3000 റിയാൽ പിടിക്കും.

കാര്യങ്ങൾ പറഞ്ഞപ്പോൾ ബിലാലിന് സന്തോഷമായി. പൈസയോ ജാമ്യത്തിനുള്ള ആളിനെയോ സംഘടിപ്പിക്കാം എന്ന് പറഞ്ഞ് അവനും പോയി.

അടുത്ത രണ്ടു ദിവസം ജോലിയുമായി ബന്ധപ്പെട്ട് ഹെഡ് ഓഫീ സിൽ പോകേണ്ടി വന്നതിനാൽ, തിരക്കിൽ ബിലാലിന്റെ കാര്യങ്ങളൊന്നും ഓർക്കാൻ കഴിഞ്ഞില്ല.

തിരികെ സൈറ്റ് ഓഫീസിൽ എത്തി കസേരയിൽ ഇരുന്നപ്പോ ഴേക്കും അവൻ അടുത്തെത്തി.

നിരാശയായിരുന്നു അവന്റെ മുഖത്ത്. വിമാനടിക്കറ്റിനുള്ള പണം മാത്രമേ കൈയിലുള്ളൂ. ജാമ്യത്തിനുള്ള പണം ഒപ്പിക്കാൻ കഴിഞ്ഞില്ല. ആരും കടം കൊടുക്കുന്നില്ല..

എന്നാൽ പണം നല്കാതെ പോകാമെന്നു വെച്ചാലോ, അടുത്ത സുഹൃത്തുക്കൾപോലും പകരമായി ജാമ്യം നില്ക്കാൻ തയ്യാറാകുന്നു മില്ല.

ഇവന്റെ സ്വഭാവം അറിയാവുന്നതിനാൽ നാട്ടിൽ പോയി ഹണിമൂ ണിന്റെ ലഹരിയിൽ പെട്ടാൽ ഇവൻ തിരികെ വന്നില്ലെങ്കിലോ എന്ന് എല്ലാരും ഭയക്കുന്നു എന്ന് ചുരുക്കം!

"സാബ്ജി... എന്നെ സഹായിക്കണം" അവൻ എന്നെ തൊഴുതു കൊണ്ട് അപേക്ഷിച്ചു.

"ഞാൻ എന്ത് ചെയ്യാനാണ്, ബിലാൽ, ഇത്രയും പണമൊന്നും എന്റെ കൈയിലില്ല." ഞാൻ കൈമലർത്തി.

ബിലാൽ ഞാനിരുന്ന കസേരയുടെ കീഴിൽ തറയിൽ കുത്തിയി രുന്ന് അപേക്ഷാഭാവത്തിൽ പറഞ്ഞു.

"എനിക്കറിയാം ജോൺ ഭായ്... പണം വേണ്ട. നിങ്ങൾ എനിക്ക് ജാമ്യം നിന്നാൽ മതി. ഒരു മാസം കഴിയുമ്പോൾ ഞാൻ തിരികെ വരും. അല്ലാഹുവിനാണെ സത്യം."

അവനോട് സ്നേഹമൊക്കെ ഉണ്ടെങ്കിലും ആ ആവശ്യത്തിന് മുന്നിൽ ഞാൻ പതറി... മയത്തിൽ സംസാരിച്ചു ഒഴിവാക്കാൻ ശ്രമിച്ചു. "അത് ബുദ്ധിമുട്ടാണ് ബിലാൽ. നീ എന്റെ രാജ്യക്കാരൻ പോലുമല്ലല്ലോ.

ഇവിടെയുള്ള പാകിസ്ഥാനികളെ ആരെയെങ്കിലും കിട്ടുമോന്ന് നോക്ക്."

അവൻ പെട്ടെന്ന് എഴുന്നേറ്റ് എന്റെ അടുത്ത് വന്നു നിന്നു. പോക്കറ്റിൽനിന്നും ഒരു മുഷിഞ്ഞ കവർ പുറത്തെടുത്ത്, അതു തുറന്ന് ഒരു ഫോട്ടോ എടുത്ത് എന്നെ കാണിച്ചു.

അതൊരു ഹിജാബ് ധരിച്ച കൊച്ചു പെൺകുട്ടിയുടെ ഫോട്ടോ ആയിരുന്നു. മുഖം അത്ര വ്യക്തമല്ലായിരുന്നുവെങ്കിലും, ആ കുട്ടിക്ക് പതിനെട്ട് വയസ്സ് പ്രായം ആയിക്കാണില്ലെന്ന് എനിക്ക് തോന്നി.

"നിന്റെ ഭാര്യ ആണോ? നല്ല കുട്ടി. എന്താ അവളുടെ പേര്?"

എന്റെ ചോദ്യത്തിന് അതെ എന്ന് തലയാട്ടി അവൻ പറഞ്ഞു.

"മെഹറുന്നീസ എന്നാണ് അവളുടെ പേര്."

ആ ഫോട്ടോ തിരികെ വാങ്ങി സൂക്ഷിച്ചു കവറിനുള്ളിലിട്ട് പോക്കറ്റിൽ തിരികെ വെച്ചു അവൻ തുടർന്നു.

"ഭായ്, നിങ്ങൾക്കൊരു കാര്യം അറിയാമോ? ഞങ്ങളുടെ പെണ്ണുങ്ങളുടെ മുഖം അന്യപുരുഷന്മാർ ഒരിക്കലും കാണാൻ പാടില്ല. എന്നിട്ടും അവളുടെ ഫോട്ടോ ഞാൻ കാണിച്ചുതന്നത്, നിങ്ങളെ എന്റെ മൂത്തസഹോദരനെപ്പോലെ ഞാൻ കാണുന്നതുകൊണ്ടാണ്. എന്നെ എങ്ങനെയെങ്കിലും സഹായിക്കണം. അള്ളാഹു താങ്കൾക്ക് നല്ലത് വരുത്തും."

കടൽത്തിരകളടിക്കുമ്പോൾ കാണുന്ന വെള്ളിവരകൾപോലെ അവന്റെ ശബ്ദത്തിൽ ദുഃഖവും ആത്മാർത്ഥതയും തെളിഞ്ഞു വന്നിരുന്നു. എന്റെ ചങ്കിൽത്തന്നെ ആ ശബ്ദം തറച്ചു.

ഞാനെന്റെ ഫോൺ എടുത്ത് അവനു നേരെ നീട്ടി പറഞ്ഞു. "ദാ നിന്റെ വീട്ടിന്റെ അടുത്തുള്ള ആ ലാൻഡ്‌ലൈൻ നമ്പറിലോട്ട് ഇതിൽനിന്ന് വിളിച്ചു അവൾക്ക് ഫോൺ കൊടുക്കാൻ പറയ്. കുറേനേരം അവളോട് സംസാരിക്ക്. പൈസയുടെ കാര്യം നോക്കണ്ട."

അവന്റെ മുഖം കൂടുതൽ ദുഃഖാർദ്രമായി... കണ്ണുകളിൽനിന്നും കണ്ണീർ ഒഴുകി. അവൻ ഫോൺ വാങ്ങാതെ പറഞ്ഞു.

"അങ്ങനെ ചെയ്യാൻ പറ്റിയിരുന്നുവെങ്കിൽ ഞാൻ എത്ര രൂപ കടം വാങ്ങിയായാലും അവളെ വിളിച്ചേനെ. എന്നോടെന്നല്ല. ആരോടും സംസാരിക്കാൻ അവൾക്ക് കഴിയില്ല. അവൾ ജന്മനാ ഊമയാണ് ജോൺ ഭായ്..."

അവന്റെ വാക്കുകൾ ഒരു ഷോക്കായി എനിക്ക് അനുഭവപ്പെട്ടു.

ദൂരെയൊരു കുഗ്രാമത്തിൽ സംസാരിക്കാൻ കഴിയാത്ത ഒരു കൊച്ചു പെൺകുട്ടി, നേരിട്ട് കണ്ടിട്ട് പോലുമില്ലാത്ത അവളുടെ ഭർത്താവിനെക്കാത്തിരിക്കുന്നത് ഞാൻ മനസ്സിൽ കണ്ടു.

എന്ത് നിസ്സഹായരായ ജന്മങ്ങളാണ് ചില മനുഷ്യജീവികൾ!

മനസ്സിൽ നടന്ന ചിന്തകളുടെ വടംവലിക്ക് ശേഷം, ഞാനവനോട് സൗമ്യമായി പറഞ്ഞു. "ശരി. ഞാൻ നിനക്ക് ജാമ്യം നില്ക്കാം. പക്ഷേ, നീ കൃത്യമായി തിരിച്ചുവരുമെന്ന്, *ഖുറാനിൽ* തൊട്ട് സത്യം ചെയ്യണം. എന്ത് വില കൊടുത്തും ആ വാക്ക് പാലിക്കണം."

ബിലാലിന്റെ മുഖത്ത് സന്തോഷത്തിന്റെ പൂത്തിരി തെളിഞ്ഞു. അവ

നെന്നെ കെട്ടിപ്പിടിച്ചു കൊച്ചുകുട്ടിയെപ്പോലെ കരഞ്ഞു.

അങ്ങനെ എന്റെ ജാമ്യത്തിൽ മുഹമ്മദ് ബിലാൽ അവന്റെ പെണ്ണിനെക്കാണാൻ നാട്ടിലേക്ക് നാൽപ്പത് ദിവസത്തെ വെക്കേഷന് പോയി.

ഞാൻ കാണിച്ചത് ആനമണ്ടത്തരമാണെന്ന് മലയാളികൾ ഉൾപ്പെടെയുള്ള സഹപ്രവർത്തകർ കുറ്റപ്പെടുത്തിയിട്ടും ഞാൻ വകവെച്ചില്ല.

കറാച്ചി എയർപോർട്ടിൽ എത്തിയ വിവരം അവൻ വിളിച്ചു പറഞ്ഞ ശേഷം, പിന്നീട് ബിലാലിനെക്കുറിച്ചു ഒന്നും ഞാൻ കേട്ടിട്ടില്ല.

മൂന്നാഴ്ച കഴിഞ്ഞു. ദിവസങ്ങൾ കഴിയുന്തോറും അകാലമായ ഒരു ഭയം എന്റെ മനസ്സിൽ മുളച്ചു തുടങ്ങി.

"ഇനി അവൻ ശരിക്കും മടങ്ങി വരാതിരിക്കുമോ?"

മൂവായിരം റിയാൽ നാട്ടിൽ ബാങ്കിലെ ഹൗസിങ് ലോണിന്റെ രണ്ടു മാസത്തെ തവണ അടയ്ക്കാനുള്ള തുകയ്ക്ക് തുല്യമാണ്. എങ്കിലും ഞാൻ മനസ്സിലെ ഭയം പുറത്തുകാണിച്ചില്ല. വെറുതെ മറ്റുള്ളവരുടെ കളിയാക്കൽ ക്ഷണിച്ചു വരുത്തണ്ടല്ലോ.

പിറ്റേന്ന് രാവിലെ ഓഫീസിലെത്തിയപ്പോൾ പിള്ള അവിടുണ്ടായിരുന്നു. എന്നെ കണ്ടപ്പോഴേ അയാൾ പറഞ്ഞു. "താൻ രക്ഷപ്പെട്ടല്ലോടോ... തുണ്ടുപച്ച തിരിച്ചു വന്നിട്ടുണ്ട്."

ഞാൻ അമ്പരന്നു. ഇന്നലെ രാത്രിയിലെ ഫ്ളൈറ്റിൽ തിരിച്ചെത്തിയ ബിലാൽ അവന്റെ റൂമിൽ ഉണ്ടെന്ന് വിവരം അങ്ങനെയാണ് ഞാൻ അറിഞ്ഞത്.

വളരെയധികം സന്തോഷം തോന്നി. പറഞ്ഞപോലെ, വാക്ക് പാലിച്ച അവനോട് സ്നേഹവും ബഹുമാനവുമൊക്കെ തോന്നി. ബിലാൽ വീണ്ടും സൈറ്റിൽ പണിക്ക് വന്നുതുടങ്ങി. എന്നാൽ അവൻ മുൻപത്തെ ആളേ അല്ലായിരുന്നു. പഴയ ചുറുചുറുക്കോ, പ്രസരിപ്പോ, ഊഷ്മളമായ പെരുമാറ്റമോ ഇല്ലാതായി. ഓവർടൈം ചെയ്യാൻ മടികാണിച്ചു. മുഖത്ത് എപ്പോഴും ഗൗരവത്തിന്റെ കാർമേഘം ഉരുണ്ടു കൂടിയതുപോലെ.

ഏറ്റവും വലിയ മാറ്റം എന്നത് തുണ്ടു സിനിമകളുടെ കാസറ്റ് തപ്പി നടക്കുന്ന അവന്റെ സ്വഭാവം അപ്രത്യക്ഷമായി എന്നതായിരുന്നു. ജോലി കഴിഞ്ഞു റൂമിൽ എത്തിയാൽ, പിന്നെ എങ്ങും പുറത്തിറങ്ങാതെയായി. എല്ലാരിൽനിന്നും അകന്ന് ഒതുങ്ങിക്കൂടുന്ന സ്വഭാവം!

എന്നെ കാണുമ്പോഴെല്ലാം അവൻ ഒരു ചിരി മുഖത്ത് വരുത്തിയെങ്കിലും, വല്ലാത്തൊരു ഔപചാരികത അതിൽ ഉണ്ടായിരുന്നു.

"ഇവനിതെന്ത് പറ്റി?" ഞാൻ ഭാസിയോട് ചോദിച്ചു.

"ഇങ്ങള് അതൊന്നും കാര്യമാക്കണ്ട. മധുവിധു കഴിയുംമുൻപ് പെണ്ണിനേയും ഇട്ടേച്ചു വന്നതിന്റെ വിഷമമാകും" അവൻ നിസ്സാരമായി പറഞ്ഞു.

എനിക്കെന്തോ അങ്ങനെ തോന്നിയില്ല. നാട്ടിൽ അവനെന്തോ പറ്റിയിട്ടുണ്ട് എന്ന് മനസ്സ് പറഞ്ഞു. വെക്കേഷന് അനുവദിച്ചതിലും രണ്ടാഴ്ച മുൻപേ അവൻ തിരിച്ചു വന്നതിൽ തന്നെ എന്തോ ഒരു അസ്വാഭാവിക

തയും തോന്നി.

ഒരാഴ്ച കഴിഞ്ഞിട്ടും അവന്റെ സ്വഭാവത്തിൽ മാറ്റം കാണാത്തത് കണ്ടപ്പോൾ, ക്ഷമ നശിച്ചു. ഞാൻ അവനെ എന്റെ ഓഫീസിലേക്ക് വിളിപ്പിച്ചു. കതക് അടച്ചിട്ട് അവനെ ചോദ്യം ചെയ്തു.

"നിനക്കെന്താ പറ്റിയത്? നാട്ടിൽ എന്ത് സംഭവിച്ചു?"

"ഒന്നുമില്ല ജോൺ ഭായ്." അവൻ ഒഴിഞ്ഞുമാറാൻ ശ്രമിച്ചു.

"ബിലാൽ, നിന്നെ ഞാൻ ഒരു വർഷമായി കാണുന്നതാണ്. എനിക്ക് നിന്നെ നന്നായി അറിയാം. എന്നെ മൂത്ത സഹോദരനെപ്പോലെയാണ് കാണുന്നത് എന്ന് നീ പറഞ്ഞിട്ടുമുണ്ടല്ലോ, ആ സ്നേഹംകൊണ്ട് ചോദിക്കുകയാണ്. എന്താ നാട്ടിൽ സംഭവിച്ചത്? എന്ത് ഉണ്ടെങ്കിലും എന്നോട് പറയാം. ഞാൻ ആരോടും പറയില്ല."

ബിലാൽ എന്റെ മുന്നിലുള്ള കസേരയിൽ തളർന്നിരുന്നു. തുളുമ്പാറായ കണ്ണുകൾ അവന്റെ ഉള്ളിലെ മാനസിക വിക്ഷോഭത്തെ വെളിവാക്കി. അവൻ സംസാരിക്കാനായി ഞാൻ കാത്തുനിന്നു.

"ജോൺ ഭായ്... ഞാൻ പാപിയാണ്.. എന്റെ എല്ലാം നശിച്ചു.." അവൻ പെട്ടെന്ന് വിതുമ്പി കരയാൻ തുടങ്ങി.

ഞാനൊരു ടിഷ്യൂ പേപ്പർ അവന് നേരെ നീട്ടി. ആശ്വസിപ്പിക്കാൻ പറഞ്ഞു. "എന്താ സംഭവിച്ചത്? നീ സത്യം പറ, നമുക്ക് എന്തിനും പരിഹാരം ഉണ്ടാക്കാം!"

അവൻ എന്നോട് നാട്ടിൽ നടന്നതൊക്കെ പറഞ്ഞുതുടങ്ങി.

അയൽവാസിയായ ഒരു ചേച്ചി ഒരു ദിവസം കടയിൽ പോയിട്ട് വരുന്ന വഴി, റോഡിൽക്കണ്ട അപരിചിതനായ ഒരു ചെറുപ്പക്കാരൻ ബിലാലിന്റെ ഭാര്യയായ മെഹറുന്നീസയെക്കുറിച്ച് തിരക്കിയതാണ് പ്രശ്നങ്ങൾക്ക് തുടക്കം. അയാൾ ആരാണ് എന്നൊക്കെ അവർ തിരിച്ചു ചോദിച്ചപ്പോൾ ആ ചെറുപ്പക്കാരൻ മറുപടി പറയാതെ പോയിക്കളഞ്ഞു. ചേച്ചി ഈ സംഭവം ചൂടാറുംമുൻപ് ബിലാലിന്റെ വീട്ടുകാരോട് വന്നു പറഞ്ഞു. ആ പയ്യൻ മെഹറുന്നീസയുടെ കാമുകൻ ആകാം എന്ന് അവർ സംശയം പ്രകടിപ്പിച്ചു.

അവർ മെഹറുന്നീസയെ ചോദ്യം ചെയ്തെങ്കിലും, അവൾ ആംഗ്യഭാഷയിൽ ഒന്നും അറിയില്ലെന്ന് പറഞ്ഞു. എന്തായാലും അതോടെ അവരുടെ സംശയത്തിന്റെ നിഴലുകൾ അവളുടെ മേൽ പതിഞ്ഞു. അവൾ എങ്ങോട്ട് പോയാലും അവരുടെ കണ്ണുകൾ അവളെ പിന്തുടർന്നു. എന്നാലും സംശയിക്കത്തക്ക ഒന്നും കണ്ടില്ല. ക്രമേണ വീട്ടുകാരുടെ ആ നിരീക്ഷണം കുറഞ്ഞില്ലാതായി.

ബിലാൽ നാട്ടിലെത്തിയതിന്റെ തലേന്ന് വൈകുന്നേരം, കടയിൽ സാധനം വാങ്ങാൻ പോയ മെഹറുന്നീസ തിരികെ വന്നില്ല. വീട്ടുകാർ എല്ലായിടത്തും അന്വേഷിച്ചിട്ടും കണ്ടു കിട്ടിയില്ല. അവർ സന്ധ്യക്ക് ഒരു ചെറുപ്പക്കാരനോടൊപ്പം കാറിൽ കയറി പോകുന്നത് കണ്ടുവെന്ന് വഴിയിൽ കണ്ട ഒരു മദ്യപാനി അവരോട് പറഞ്ഞു. അതോടെ മെഹറുന്നീസ

അവളുടെ രഹസ്യകാമുകനോടൊപ്പം ഒളിച്ചോടി എന്ന് അവർ ഉറപ്പിച്ചു.

ആ വാർത്തയായിരുന്നു ബിലാൽ നാട്ടിലെത്തിയപ്പോൾ അവനെ കാത്തിരുന്നത്.

മെഹറുന്നീസ ജനിച്ചുവളർന്ന ഗ്രാമത്തിൽത്തന്നെയുള്ള പയ്യനായിരുന്നു അവൻ എന്ന് പിന്നീട് അറിഞ്ഞു. കുട്ടിക്കാലം മുതലേ ഉറ്റ ചങ്ങാതിമാരായി വളർന്നവർ. കൗമാരത്തിലേ പരസ്പരം ഹൃദയങ്ങൾ കൈമാറിയവർ. വിവാഹം കഴിച്ചു ഒരുമിച്ചു ജീവിക്കുന്നത് അവർ സ്വപ്നം കണ്ടിരുന്നു. എന്നാൽ തങ്ങളേക്കാൾ താഴ്ന്ന കുടുംബത്തിലുള്ള അവന് മകളെ വിവാഹം ചെയ്തുകൊടുക്കാൻ മെഹറുന്നിസയുടെ പിതാവ് തയ്യാറായിരുന്നില്ല. അയാളുടെ തീരുമാനപ്രകാരമാണ് ബിലാലുമായുള്ള വിവാഹം ബലമായി നിശ്ചയിക്കപ്പെട്ടത്. ശബ്ദമില്ലാത്ത അവൾക്ക് മുന്നിൽ മറ്റൊരു വഴി ഇല്ലായിരുന്നു. അങ്ങനെയാകാം ഭർത്താവ് നാട്ടിലെത്തും മുൻപുള്ള ഈ ഒളിച്ചോടൽ..

അത്രയും കേട്ടപ്പോൾത്തന്നെ എന്റെ നെഞ്ചു പിടയുന്നതുപോലെ തോന്നി. പാവം ബിലാൽ! അവൻ കടന്നുപോയ മാനസികാവസ്ഥ ഞാൻ ഊഹിച്ചു. "പിന്നെ നീയെന്തു ചെയ്തു?"

"ഇതിലും ഒരു വലിയ അപമാനം ഒരു കുടുംബത്തിന് എങ്ങനെ വരാനാണ്. ഞാൻ വീട്ടിലെത്തിയപ്പോൾ എന്റെയും അവളുടെയും കുടുംബക്കാരായ സ്വന്തക്കാരും, ബന്ധുക്കളും എല്ലാം കോപംകൊണ്ട് ജ്വലിച്ചു നില്ക്കുകയായിരുന്നു. അവളെ കണ്ടെത്തി. 'കരോ കരി' ചെയ്യണമെന്ന് എല്ലാരും അലറുന്നുണ്ടായിരുന്നു."

പാകിസ്ഥാനിലെ ഗ്രാമപ്രദേശങ്ങളിൽ നിലനില്ക്കുന്ന ഒരു സാമൂഹിക ആചാരമാണ് 'കരോ–കരി' എന്ന് ഞാൻ കേട്ടിട്ടുണ്ട്. കുടുംബത്തിന് ചീത്തപ്പേരുണ്ടാക്കുന്നവരെ ബന്ധുക്കൾ തന്നെ വേട്ടയാടിപ്പിടിച്ചു ദുരഭിമാനക്കൊല ചെയ്യുന്ന അനാചാരമാണത്.

എന്റെ നാക്ക് വരണ്ടു... ഞാൻ ചെറിയൊരു വിറയലോടെ ചോദിച്ചു. "നിങ്ങൾ അവളെ കണ്ടുപിടിച്ചു കൊന്നോ?"

ബിലാൽ എന്റെ മുഖത്തു നോക്കി. വല്ലാത്തൊരു കുറ്റബോധം ആ കണ്ണുകളിൽ ഞാൻ കണ്ടു.

അവിടെ എനിക്ക് എന്റെ ഉത്തരം കിട്ടി.

മെഹറുന്നീസ എന്ന കൊച്ചു പെൺകുട്ടി കൊല ചെയ്യപ്പെട്ടിരിക്കുന്നു!

എന്റെ ദേഹമാസകലം വിറച്ചു.

"നിന്റെ കൈ കൊണ്ടാണോ അവളെ കൊന്നത്?"

ബിലാൽ പെട്ടെന്ന് എന്റെ കാലിൽ വീണു കരഞ്ഞു.

"ഇല്ല സാബ്ജി! എനിക്കത് ചെയ്യാൻ പറ്റിയില്ല. ഞങ്ങളുടെ കുടുംബക്കാർ കുറെ ദൂരെയുള്ള ഒരു ചെറുപട്ടണത്തിലാണ് അവളെയും ആ പയ്യനെയും കണ്ടുപിടിച്ചത്. അവർ റോഡരുകിൽ ബസ് കാത്തുനില്ക്കുകയായിരുന്നു. പയ്യനെ കണ്ട മാത്രയിൽ അവിടെ വെച്ചുതന്നെ അവർ വെടിവെച്ച് കൊന്നു. അവളെ വലിച്ചിഴച്ചു വണ്ടിയിൽ കയറ്റി ഞങ്ങളുടെ

ഗ്രാമത്തിൽ കൊണ്ടുവന്നു. അവിടെവെച്ച് പരസ്യമായി അവളെ കല്ലെറിഞ്ഞു കൊന്നു."

മനസ്സിൽ ഇരന്നു കയറിയ വെറുപ്പോടെ ഞാൻ ചോദിച്ചു.

"നീയവരെ തടയാൻ ശ്രമിച്ചില്ലേ? അതോ നീയായിരിക്കുമോ ആദ്യത്തെ കല്ലെറിഞ്ഞത്?"

"അല്ല സാബ്ജി... ആചാരപ്രകാരം ഞാനാണ് ആദ്യത്തെ കല്ല് എറിയേണ്ടത്. എന്നാൽ കല്ല് കൈയിൽ കിട്ടിയപ്പോൾ ഞാനവളുടെ മുഖത്തു നോക്കി. അവൾ എന്തൊക്കെയോ പറയാൻ ആഗ്രഹിക്കുന്നതുപോലെ. അപേക്ഷിക്കുന്ന പോലെ, തോന്നി. ആ മുഖം നോക്കി ഞാനതെങ്ങനെ ചെയ്യും? ഞാൻ കല്ല് താഴെ ഇട്ടു. എല്ലാരും എന്നെ 'ഭീരു' എന്ന് വിളിച്ച് അധിക്ഷേപിച്ചു. എന്നിട്ടും ഞാൻ അവളെ കല്ലെറിഞ്ഞില്ല. എന്നാൽ മറ്റുള്ളവരെ തടയാൻ എനിക്ക് ധൈര്യം ഉണ്ടായില്ല. എന്റെ കൺമുന്നിൽ വെച്ചാണ് അവർ അവളെ കല്ലെറിഞ്ഞു കൊന്നത്. ഏറ്റവും കൂടുതൽ കല്ലെറിഞ്ഞത് അവളുടെ അച്ഛൻ തന്നെയായിരുന്നു."

ബിലാൽ നിയന്ത്രിക്കാനാകാതെ കരഞ്ഞുകൊണ്ടിരുന്നു. ഇതെല്ലാം കേട്ട് മനസ്സ് മരവിച്ച ഞാൻ കസേരയിൽ തളർന്നിരുന്നു. നിമിഷങ്ങൾക്ക് ഭാരം കൂടി വന്നു. ഓഫീസിലെ മറ്റുള്ളവർ ബിലാലിന്റെ കരച്ചിൽ ശബ്ദമൊക്കെ കേൾക്കുമോ എന്ന് ഞാൻ ഭയന്നു. ഞാൻ അവനോടു പറഞ്ഞു.

"എന്നെ വിശ്വസിച്ചു നീ ഇതൊക്കെ പറഞ്ഞ സ്ഥിതിക്ക്. ഇതൊന്നും ആരോടും ഞാൻ പറയുകയില്ല... എനിക്കിനി നിന്നോട് ഒന്നും സംസാരിക്കാൻ ഇല്ല. നീ പൊയ്ക്കോ!"

ബിലാൽ തലയും കുനിച്ചു വാതിൽ തുറന്നു പുറത്തുപോകുന്നത് ഞാൻ നോക്കിനിന്നു.

അന്നത്തെ ദിവസം മുഴുവൻ ഞാൻ മറ്റൊരാളായിരുന്നു അനാവശ്യമായി പണിക്കാരോടൊക്കെ ദേഷ്യപ്പെട്ടു. വിശപ്പ് തോന്നാത്തതുകൊണ്ട് ഉച്ചഭക്ഷണവും കഴിച്ചില്ല. മനസ്സാകെ അസ്വസ്ഥമായിരുന്നു.

പാതിരാത്രിയോളം ഉണർന്നുകിടന്നതിന് ശേഷമാണ് ഉറക്കം അനുഗ്രഹിച്ചത്.

മൂർച്ചയേറിയ കല്ലുകൾകൊണ്ട് ദേഹത്തിലെ മാംസം മുറിഞ്ഞു തെറിക്കുന്ന ഒരു കൊച്ചുപെൺകുട്ടിയുടെ നിശ്ശബ്ദമായ അലർച്ച എന്റെ സ്വപ്നങ്ങളെ വേട്ടയാടി..

അതിരാവിലെ മൊബൈലിലെ അലാറം അടിച്ചപ്പോൾ യാന്ത്രികമായി ഉണർന്നു. ഉറക്കം ശരിയാകാത്തതുകൊണ്ട് തലവേദന തോന്നി. എങ്കിലും സമയം നഷ്ടമാകാതെ പ്രഭാതകൃത്യങ്ങളൊക്കെ ചെയ്തു ഓഫീസിലേക്ക് പോകാനിറങ്ങി.

കാർ സ്റ്റാർട്ട് ചെയ്തപ്പോഴേക്കും ഭാസി ഓടി വന്നു. "ജോൺ സാറെ, പെട്ടെന്ന് വാ. പണിക്കാരുടെ അക്കോമഡേഷനിൽ എന്തോ പ്രശ്നം നടക്കുന്നു."

ഭാസിയോടൊപ്പം സ്ഥലത്തെത്തിയപ്പോൾ ഒരു മുറിയുടെ മുന്നിൽ എല്ലാരും കൂടി നില്ക്കുന്നു.

"എന്തുപറ്റി?" ഞാൻ തിരക്കി.

"ബിലാൽ റൂമിന്റെ വാതിൽ തുറക്കുന്നില്ല. സാറ് അനുമതി തന്നാൽ വാതിൽ ചവിട്ടി പൊളിക്കാം." ഒരു പണിക്കാരൻ പറഞ്ഞു.

എന്റെ നെഞ്ച് പടപടാന്ന് ഇടിച്ചു. "ശരി വാതിൽ പൊളിക്ക്." ഞാൻ പറഞ്ഞു.

വാതിൽ തകർക്കപ്പെട്ടു.

ആ ചെറിയ മുറിയുടെ മദ്ധ്യത്തായി മുഹമ്മദ് ബിലാൽ തൂങ്ങി നില്പുണ്ടായിരുന്നു. ഭീകരമായിരുന്നു ആ മുഖം!

മുറിയിൽ മേശപ്പുറത്ത് ഒരു കടലാസിൽ വൃത്തിയില്ലാത്ത അക്ഷരങ്ങളിൽ ഹിന്ദിയിൽ രണ്ടു വാചകങ്ങൾ കുറിച്ച് വെച്ചിരുന്നു.

"മൂച്ചേ മാഫ് കരോ... പഹ്ല പഥർ മൈനേം മാരാ ധാ!"

(എന്നോട് ക്ഷമിക്കൂ... ആദ്യത്തെ കല്ല് ഞാനാണ് എറിഞ്ഞത്)

മണികർണികയിലെ തീ

മോളി മാത്യു

ആളിക്കത്തുന്ന ചിതയിലെ കത്തിത്തീരാത്ത ശവശരീരത്തിലേക്ക് വിറക് കഷണങ്ങൾ ഇളക്കിയിട്ടുകൊണ്ട് ആ തീകുണ്ഡത്തിലേക്ക് ഒന്നു നോക്കി. ജീവിക്കാനുള്ള ഓട്ടത്തിൽ എന്തൊക്കെ ചെയ്തിരിക്കാം. ഒടുവിൽ എരിയുന്ന തീയിൽ ഒരുപിടി ചാരം ആവുമെന്ന് ഓർക്കാതെ മനുഷ്യൻ തന്റെ പ്രയാണം തുടരുന്നു. ശ്മശാനത്തിൽ എത്തിപ്പെടുന്ന മൃതശരീരങ്ങൾ ആരുടേത് എന്ന് അറിയാറില്ല. ചിലത് അനാഥ പ്രേതങ്ങൾ, ചിലത് വീട്ട് വളപ്പിൽ ഇടം ഇല്ലാത്തതിനാൽ. ശവം കൊണ്ടുവരുന്നവർ പാവനാശിനിയിൽ ഒഴുക്കാൻ ചാരത്തിനായി കാത്തുനില്ക്കാറില്ല, പിന്നീട് വരാറുമില്ല. ഒരു വിതുമ്പലോ ഒരു തുള്ളി കണ്ണീരോ ഏറ്റുപോകാൻ ഭാഗ്യം ഇല്ലാത്തവർ.

"യദേവഹ തദമുത്ര. യദമുത്ര തദസ്വിഹ
മൃത്യോ:സ മൃത്യുമാപ് നോതി
യ ഇഹ നാനേവ പശ്യതി. ക്രംകോപനിഷത്ത്

ഇവിടെ എന്താണോ ഉള്ളത് അത് തന്നെ അവിടെയും അവിടെ എന്താണോ ഉള്ളത് അത് തന്നെ ഇവിടെയും ഇവിടെ പലത് കാണുന്നവർ മരണത്തിൽനിന്ന് മരണത്തിലേക്ക് പോകുന്നു. എല്ലാ ജീവനും അവസാനിക്കുന്നയിടം."

നേരം ഇരുളിമയാർന്നു. ചിത കെട്ടടങ്ങിയപ്പോൾ 'കാശി' ശ്മശാനത്തിൽനിന്നും ഇറങ്ങി പുഴയിലേക്ക് നടന്നു. തണുത്ത വെള്ളത്തിൽ മുങ്ങിക്കുളിച്ച് വീടെത്തിയപ്പോൾ രണ്ടുപേർ കാത്തുനില്ക്കുന്നു. വീട്ടിൽ കയറാതെ കാശി അവരോടൊപ്പം പോയി. മൃതശരീരത്തിനരികിൽ ഒരു പെൺകുട്ടി ഉണ്ടായിരുന്നു. ഈ കുട്ടിയുടെ അമ്മയാണ്. കൂടെ വന്ന ഒരാൾ പറഞ്ഞു. പണത്തിനോടുള്ള ആർത്തി മൂത്ത് ആ കുട്ടിയെ

പലർക്കും കാഴ്ചവെച്ചു. ഒടുവിൽ അവൾതന്നെ അവർക്ക് അന്തകയായി. ശേഷം അയാൾ കുറച്ച് കാശെടുത്ത് കാശിക്ക് കൊടുത്തു. ഹൃദയസ്തംഭനം. അതാണ് മരണകാരണം. അത് പറഞ്ഞ് അയാൾ ഒന്നു ചിരിച്ചു. കാശി ആ പെൺകുട്ടിയുടെ മുഖത്തേക്ക് ഒന്നുനോക്കി. അവളുടെ കണ്ണുകളിൽ എരിയുന്ന തീ! 'മണികർണികയിലെ തീ;' ആ തീയിൽ ആ അമ്മയുടെ ദേഹം എരിയുംപോലെ തോന്നി. അന്ത്യകർമ്മങ്ങൾ ഒന്നും ഇല്ലാതെ ഒരു ജഡം കൂടി ചിതയിലേക്ക്. ഇവരുടെ പാപങ്ങൾക്ക് ഞാനും പങ്കാളി ആവുമോ? ഇവരെപ്പോലുള്ളവർക്ക് വേണ്ടി യമദേവൻ ഇനിയും നരകങ്ങൾ തീർക്കേണ്ടി വരുമോ? ചിന്തകളിൽ മുഴുകി കാശി വീട്ടിലേക്ക് നടന്നു. രാവേറെ ചെന്നിരുന്നതിനാൽ പെട്ടെന്നു തന്നെ ഉറങ്ങി.

രാവിലെ എണീറ്റു ഒരുചായ കുടിച്ചു. ഭക്ഷണസാധനങ്ങൾ എല്ലാം തീർന്നിരിക്കുന്നു. കടയിൽ ചെന്നാൽ ഭൃഷ്ട് ഉള്ളവനെപ്പോലെ സാധനങ്ങൾ പുറത്ത് വച്ചുതരും. കാശ് വാങ്ങുകയുമില്ല. എല്ലാവരും തന്നെ ഒറ്റപ്പെടുത്തുന്നു. ഒരു നാൾ ഇവരും എന്റെ കൈകളാൽ കത്തിയെരിയേണ്ടവർ അല്ലെ! പക്ഷേ, അതവർ ചിന്തിക്കുന്നില്ല. ചുണ്ടിൽ വന്ന പുഞ്ചിരി ഉള്ളിൽ ഒതുക്കി പലവ്യഞ്ജനസാധനങ്ങളെടുത്ത് അയാൾ വീട്ടിലേക്ക് നടന്നു. പുഴയുടെ തീരത്തെ ഒറ്റമുറിവീട്. കഞ്ഞിയും വളപ്പിൽ നട്ടുവളർത്തിയ പച്ചക്കറിയും. അറിയാതെ ചിന്തകൾ പുറകോട്ട് പോയി. ഡൈനിങ് ടേബിളിലെ വിഭവസമൃദ്ധമായ ഭക്ഷണം അരികിൽനിന്ന് കഴിപ്പിക്കുന്ന അമ്മ. കുഞ്ഞുമോനെ എന്ന് വിളിച്ച് ചേച്ചി. അച്ഛൻ. പ്ലേറ്റിലെ കഞ്ഞിയിലേക്ക് അടർന്നുവീഴുന്ന കണ്ണുനീർ. ഞാൻ സ്വയം നഷ്ടപ്പെടുത്തിയ ജീവിതം. രാഷ്ട്രീയക്കാരുടെ കൈയിലെ ചട്ടുകംപോലെ പ്രവർത്തിക്കുന്ന കുറെ ചെറുപ്പക്കാർ. കൊല്ലാനും ചാവാനും തയ്യാറായവർ, ആജ്ഞയ്ക്ക് കാത്തുനില്ക്കുന്ന അടിയാൻമാരെപ്പോലെ നിലകൊണ്ടു. ഭരണം പിടിച്ചെടുക്കാനും ഭരിക്കുന്നവരെ താഴെ ഇറക്കാനും അവർ കണ്ടത് സാധാരണ ജനങ്ങളെ ഇരയാക്കാൻ ആയിരുന്നു. യൗവനത്തിന്റെ മസ്തിഷ്കത്തിലേക്ക് പടർത്തിയ അഗ്നിയിലേക്ക് വീണ്ടും വീണ്ടും കനലുകൾ കോരി ഇട്ടുകൊണ്ടിരുന്നു. രാഷ്ട്രീയത്തോട് പ്രതിപത്തിയോ ആകർഷണമോ തോന്നി പോയതല്ല. അയൽവാസിയും ഉറ്റസുഹൃത്തുമായ ഫിറോസ് എന്ന പാച്ചു. അവൻ എവിടെപ്പോയാലും ഞാൻ ഉണ്ടാവും കൂടെ. ഒരുനാൾ പാച്ചുപറഞ്ഞു കുറച്ചുനാൾ ഞാൻ ഇവിടെ ഉണ്ടാവില്ല. ഒരു ദൂരയാത്ര പോകുന്നു എന്ന്. ഞാനും വരുന്നു എന്നു പറഞ്ഞു. ഒഴിവാക്കാൻ അവൻ ഒരുപാട് നോക്കി. പക്ഷേ, എന്റെ നിർബ്ബന്ധം, അവൻ വഴങ്ങി. ബാഗിൽ രണ്ടുമൂന്നു ജോഡി ഡ്രസ്സും അമ്മയുടെ കൈയിൽനിന്ന് കുറച്ചുകാശും വാങ്ങി പാച്ചുവിന്റെ കൂടെ പോകുന്നു എന്ന് പറഞ്ഞ് ഇറങ്ങിയതാണ്.

പതിനഞ്ച് പേരോളം ഉണ്ടായിരുന്ന യാത്ര ഒരു ചെറിയ വാനിൽ ആയിരുന്നു. പരസ്പരം ആരും ഒന്നും ഉരിയാടുന്നില്ല. ഒരു വല്ലാത്ത മൂകത. പ്രായത്തിൽ മുതിർന്നയാൾ ഇടയ്ക്കിടയ്ക്ക് എന്തോ പറയുന്നു.

ഒരു നഗരത്തിൽ എല്ലാവരെയും ഇറക്കി വണ്ടി തിരികെ പോയി. വാടക മുറിയിലെത്തി. കുളിയും ഭക്ഷണവും കഴിഞ്ഞ് വിശ്രമിച്ചു. നീ ഇവിടെ ഇരിക്ക് എന്നുപറഞ്ഞ് പാച്ചു പുറത്തേക്കിറങ്ങി. അല്പം കഴിഞ്ഞ് അവൻ തിരികെ വന്നപ്പോൾ വേറെ ചങ്ങാതിമാർ ഉണ്ടായിരുന്നു. തന്നെ ആരും പരിചയപ്പെടാതെ അവർ പോയി. രണ്ടു മൂന്നു ദിവസമായി ഇവിടെ വന്നിട്ട്. പരിചയം ഇല്ലാത്തവർ വന്നുപോകുന്നത് കണ്ട് ആരാ ഇവരൊക്കെ എന്ന് പാച്ചുവിനോട് ചോദിച്ചു. അവൻ പറഞ്ഞു നീ നാളെ തന്നെ വീട്ടിലേക്ക് പോകണം എന്ന്. നീ ഇല്ലാതെ പോകില്ലെന്ന് ഞാനും. ഒടുവിൽ നാളെത്തന്നെ പോകാം എന്ന് സമ്മതിച്ച സന്തോഷത്തിലാണ് ഉറങ്ങാൻ കിടന്നത്. നേരം വെളുക്കാറായപ്പോഴാണ് എന്തോ പൊട്ടിത്തെറിക്കും പോലുള്ള ശബ്ദം കേട്ടത്. ആളിപ്പടരുന്ന തീ ജ്വാലകളും ആളുകളുടെ നിലവിളികളും അലർച്ചയും. മുറിയിൽ പാച്ചു ഇല്ലായിരുന്നു. എന്താണ് സംഭവിച്ചതെന്ന് മനസ്സിലായില്ല.

നഗരം ശാന്തമായിരുന്നു. വിജനമായ നിരത്തുകളിൽ ശവശരീരങ്ങൾ ചിതറിക്കിടന്നു. ആരെന്ന് തിരിച്ചറിയാൻപോലും കഴിയുന്നില്ല. അന്തരീക്ഷം കറുത്ത പുകപടലങ്ങൾകൊണ്ട് മൂടി. വായുവിൽ ഗന്ധകത്തിന്റെ മണം. ജീവൻ ഉള്ളവർ അവനവന്റെ താവളങ്ങളിൽ ഒതുങ്ങി. ദിവസങ്ങൾ കഴിഞ്ഞപ്പോൾ പുറത്തേക്ക് ഒന്നിറങ്ങി. പൊലീസോ സാമൂഹ്യപ്രവർത്തകരോ തിരിഞ്ഞുനോക്കാത്ത കബന്ധങ്ങൾ. തിരഞ്ഞ് നടന്നത് പാച്ചുവിനെ ആയിരുന്നു. ഒരമ്മയുടെ കത്തിക്കരിഞ്ഞ ശരീരത്തിനരികിൽ ചേർന്നുകിടക്കുന്ന കുഞ്ഞും. വളരെ ദയനീയമായിരുന്നു ആ കാഴ്ച. ഭൂമിയിൽ ജീവിക്കാൻ അവകാശം എല്ലാവർക്കും ഒരുപോലെയാണ്. ജന്മം എങ്ങനെ ആയാലും വിശപ്പ് അതിനുള്ള വഴികൾ തേടുന്നു. കുറച്ചുകൂടി മാറി നോക്കിയപ്പോൾ നിരവധി കുഞ്ഞുങ്ങൾ ചലനമറ്റു കിടക്കുന്നു. നെഞ്ചൊന്നു പിടഞ്ഞു. ഏതോ ഭിക്ഷാടനമാഫിയയുടെ ഇരകൾ ആവാം. എന്ത് ചെയ്യണം എന്ന് അറിയില്ല. ഈ ദുരന്തത്തിന് ഞാനും കാരണക്കാരൻ അല്ലെ. അതോർത്ത് പൊട്ടിപ്പൊട്ടിക്കരഞ്ഞു. അനാഥമായിക്കിടന്ന വഴിയോര കച്ചവടക്കാരുടെ കൈവണ്ടികൾ. കേടുപാടുകൾ ഇല്ലാത്തത് നോക്കിയെടുത്തു. പിന്നെ ശ്മശാനം തിരഞ്ഞു നടന്നു. കുറെ ദൂരെയാണ്. ഉറ്റവരും ഉടയോരും ഇല്ലാത്ത ജഡങ്ങൾ കൈവണ്ടിയിൽ കയറ്റി ശ്മശാനത്തിൽ എത്തിച്ചു. പിന്നെ ആരൊക്കെയോ ജഡങ്ങൾ അവിടെ എത്തിച്ചു തുടങ്ങി. ആരോ ചെയ്ത പാപത്തിന്റെ ഫലം സ്വയം ഏറ്റെടുത്തു. മണികർണികയിൽ എരിയുന്ന തീ പോലെ ശവങ്ങൾ എരിഞ്ഞുകൊണ്ടിരുന്നു. ഓരോ ശ്മശാനവും മണികർണികയാണ്. ഭസ്മം വാരി പൂശിയ ഭൂതനാഥന്റെ തള കിലുക്കം ഉയരുന്നയിടം. പകയും വെറുപ്പും ഇല്ലാത്ത ശാന്തിയുടെ തീരം. കാലം അതിന്റെ യാത്ര തുടരവെ 'കാശി' ആ ശ്മശാനത്തിന്റെ കാവല്ക്കാരനായി മാറി. അയാളുടെ രൂപത്തിൽ മാറ്റങ്ങൾ വന്നു. നീണ്ട താടിയും മുടിയും ഒറ്റമുണ്ടും ഒരു യോഗിയെപ്പോലെ തോന്നിപ്പിച്ചു. ഒറ്റപ്പെടലിന്റെയും ഏകാന്തതയുടെയും

തടവിൽ അയാൾ സ്വയം ഒതുങ്ങി.

പ്രകൃതി മാത്രമാണ് സ്വന്തം. മണ്ണും വിണ്ണും കാറ്റും കിളികളും. വരണ്ട ഭൂവിൽ മഴ പെയ്ത്, നനഞ്ഞ മണ്ണിൽ സസ്യലതാദികൾ വളരുന്നു. കായായും കനിയായും മാറവെ വിശപ്പുള്ളവ തിന്നുന്നു. സിംഹവും മാൻകുട്ടിയും രണ്ടുപേരും ഇര തേടി ഇറങ്ങിയതാണ്. പക്ഷേ, അവരുടെ ഓട്ടം ഒന്ന് ജീവനും ഒന്ന് വിശപ്പിനും വേണ്ടിയായിരുന്നു. പുഴവക്കത്ത് കൊറ്റിയും മാളങ്ങളിൽ പാമ്പും ഇരയ്ക്കായ് കാത്തിരുന്നു. അറക്കാൻ വില്ക്കപ്പെട്ട കുഞ്ഞാടിന്റെ കണ്ണിലെ മരണഭീതി. പരസ്പരം ജയിക്കാൻ മനുഷ്യൻ മനുഷ്യനെ വില്ക്കുന്നു. രാജ്യങ്ങൾ, മതങ്ങൾ എന്തിന് കൂടപ്പിറപ്പുകൾവരെ. മനുഷ്യന്റെ മനസ്സ് മണികർണിക ആവുന്നു. അവിടെ സ്നേഹവും കരുണയും കരുതലും നഷ്ടമാവുന്നു. ചിന്തകളിൽ മുഴുകി അയാൾ ഉറങ്ങിപ്പോയി.

ഋതുക്കൾ മാറവെ ഗ്രീഷ്മച്ചൂടിന് അറുതിവരുത്തി കാലവർഷത്തിന്റെ വരവായി. സംഹാര രൂപിണിയെപ്പോലെ കാറ്റും മഴയും ആഞ്ഞടിച്ചു. സൂര്യമുഖം മറഞ്ഞുനിന്നു. പുഴയിൽ വെള്ളം നിറഞ്ഞു. വീട്ടിന്റെ മുറ്റം വരെ വെള്ളം എത്തി. മഴ നിന്നു പെയ്യുകയാണ്. നേരം സന്ധ്യയോടടുക്കുന്നു. 'കാശി' എന്ന് വിളിക്കുന്നത് കേട്ട് പുറത്തേക്കിറങ്ങി. വരണം—മണിയാർമറ്റത്ത് ഉരുൾ പൊട്ടൽ. എല്ലാവരും പ്ലാസ്റ്റിക് ഗൗൺ ധരിച്ചിരിക്കുന്നു. ഒന്ന് കാശിക്കും കൊടുത്തു. ചെമ്മൺ പാതയിലൂടെ ജീപ്പ് ഇഴഞ്ഞുനീങ്ങുന്നു. ജീപ്പിന്റെ സൈഡിൽ ഇരുന്ന് കാശി പുറത്തേക്ക് നോക്കി. പാലാഴിക്കരയിൽ എത്തിയതിനുശേഷം ആദ്യമായിട്ടാണ് മറ്റൊരു സ്ഥലത്തേക്ക് പോകുന്നത്. ഊർന്നിറങ്ങിയ മലയുടെ അടിവാരത്തിൽ വണ്ടി നിന്നു. മണിയാർമറ്റം ഗ്രാമം തരിശുഭൂമിയായി മാറി. ആളുകൾ വന്നുകൊണ്ടിരുന്നു. വരുന്നവർ എല്ലാം ജീവനുവേണ്ടിയുള്ള തിരച്ചിലാണ്. ചെളിയിൽ പുതഞ്ഞ ശരീരങ്ങൾ. ജീവനോടെയാരും അവശേഷിച്ചില്ല. പ്രകൃതി ദുരന്തമറിഞ്ഞ് മാധ്യമപ്രവർത്തകർ എത്തി. അവരിൽ ഒരാൾ കാശിയെ ശ്രദ്ധിക്കുന്നുണ്ടായിരുന്നു. അയാളെ എവിടെയോ കണ്ടിട്ടുള്ളതുപോലെ തോന്നി. അയാൾ കാശിയെക്കുറിച്ച് പലരോടും ചോദിച്ചു. പക്ഷേ, ആർക്കും ഒന്നും അറിയില്ലായിരുന്നു. ഒടുവിൽ അയാൾ നേരിട്ടു വന്നു. "റോണി ഐസക് അല്ലെ. ഞാൻ വരുൺദാസ്. നമ്മൾ ഒന്നിച്ചായിരുന്നു ജേർണലിസം പഠിച്ചത്." "ഞാൻ കാശി. നിങ്ങൾക്ക് ആളുമാറിയതാണ്." കാശി വീണ്ടും അയാളുടെ ജോലിയിലേക്ക് പോയി. പിറ്റെ ദിവസത്തെ പത്രത്തിൽ മണിയാർമറ്റം ദുരന്തവും, കൂടെ കാശിയുടെ ചിത്രവും വാർത്തയും ഉണ്ടായിരുന്നു. കാശി അതൊന്നും അറിഞ്ഞില്ല.

വരുൺദാസ് റോണിയുടെ വീട്ടിൽ പോയി പാലാഴിക്കരയിലെ കാശിയെക്കുറിച്ച് പറഞ്ഞു. അത് റോണി തന്നെയാണെന്ന് വരുൺ ഉറപ്പിച്ചു പറഞ്ഞു. രണ്ടുമൂന്നുനാൾ കഴിഞ്ഞ് കാശിയുടെ വീടിനടുത്ത് ഒരു വണ്ടി വന്നു നിന്നു. അതിൽനിന്ന് ഇറങ്ങിവന്നവർ കാശിയെ വിളിച്ചു. അയാൾ

ഇറങ്ങിച്ചെന്ന് വന്നവരെ നോക്കി. "മോനേ റോണി." "ഞാൻ റോണി അല്ല കാശിയാണ്." മൺകട്ടവെച്ച, ഷീറ്റ് മേഞ്ഞ ഒരു കൊച്ചുവീട്. വന്നവർ പൊട്ടിക്കരഞ്ഞു. വാ മോനെയെന്നു കെഞ്ചി. പക്ഷേ, അയാൾ പറഞ്ഞു ഞാൻ കാശിയാണ്. "നീ നഷ്ടപ്പെട്ട വേദനയിൽ ഫിറോസിന്റെ സമനില തെറ്റി. അവനെയെങ്കിലും വന്നു കണ്ടുകൂടെ." "എനിക്ക് ആരെയും അറിയില്ല. കാശി പറഞ്ഞു. ഒടുവിൽ അവർ തിരികെ പോയി. പുറകോട്ട് നോക്കി ഒരു വിളി വന്നു. കുഞ്ഞുമോനെ ചേച്ചിയാണ്. ആ വിളിയിൽ അവൻ പൊട്ടിക്കരഞ്ഞു. അത് തങ്ങളുടെ മോൻ ആണെന്ന് അവരും മാതാപിതാക്കൾ എന്നു കാശിയും തിരിച്ചറിഞ്ഞിരുന്നു. എന്റെ വിധി ഇതാണ്. പാലാഴിക്കരയിലെ മണികർണികയുടെ കാവല്ക്കാരൻ. 'ഫിറോസ്' നീ ഒരാൾ പോയാൽ നിന്നെപ്പോലെ ആയിരങ്ങൾ വരും. പതിനായിരങ്ങൾ മരിച്ചുവീഴും. തെരുവുകളിൽ ബോംബുകൾ വർഷിക്കും. അതേ നിവൃത്തികേടിന്റെ ജന്മങ്ങൾക്ക് ഞാൻ കാവൽ ആവുകയാണ്. ചിതയൊരുക്കിക്കൊണ്ട്... കാശി എന്ന പേര് സ്വയം സ്വീകരിച്ചതാണ്. മനുഷ്യൻ തന്റെ ജീവിത സായാഹനത്തിൽ സർവ്വവും ഉപേക്ഷിച്ച് സുഖമരണം തേടി എത്തുന്നയിടം. 'കാശി' തെറ്റിലൂടെയും ശരിയിലൂടെയും നടന്നുനീങ്ങുന്ന മനുഷ്യൻ കാശിനാഥന്റെ മണ്ണിൽ ഒടുങ്ങി മോക്ഷം പ്രാപിക്കാൻ ആഗ്രഹിക്കുന്നു. ജീവനോടെ മുങ്ങിയുണരുന്ന ഗംഗയിൽ, മണികർണികയിലെ അഗ്നിയിൽ സ്ഫുടം ചെയ്ത ശരീരാവശിഷ്ടം. ചാരമായി അതേ ഗംഗയിൽ ലയിക്കാൻ, ആയിരങ്ങൾ തപം ചെയ്ത് മരണം കാത്ത് കഴിയുന്നു. തന്നെത്തേടി എത്തുന്നവർക്ക് നിത്യശാന്തിയേകാൻ മണികർണികയുടെ മടിത്തട്ടിലൂടെ ഗംഗ ഒഴുകുന്നു.

പാലാഴിക്കരയിലെ ഈ മണികർണികയിലെ തീയിൽ 'കാശി'യെന്ന ഞാനും ഒരുപിടി ചാരമായ് ഒടുങ്ങട്ടെ...

ഉയിർക്കാതം

വെള്ളിയോടൻ

പുറത്തേക്കൊഴുകാൻ തയ്യാറായി നില്ക്കുന്ന കണ്ണീർ, മേശപ്പുറത്ത് നിന്നും ചുരുട്ടിയെടുത്ത ടിഷ്യു പേപ്പർകൊണ്ട് ഒപ്പിയെടുത്ത്, വിതുമ്പാനോങ്ങിയ ചുണ്ടുകൾ ബലമായി അമർത്തിവെച്ച് സ്മൃതി ഒരിക്കൽക്കൂടി പറഞ്ഞു. "ദയവ് ചെയ്ത് കേസ് പിൻവലിച്ചുതരണം." അവളുടെ കണ്ണുകളെ അധികനേരം നോക്കാനാവാതെ കറുത്ത ഫ്രെയിമുള്ള കണ്ണട വലത് കൈകൊണ്ട് ഒതുക്കിവെച്ച്, ധനേഷ് കമ്പ്യൂട്ടറിലെ അക്കങ്ങളെ പലപല കളങ്ങളിലേക്ക് മാറ്റിയിട്ടു. കണ്ണുകൊണ്ട് ഒന്ന് പാളി നോക്കിയപ്പോഴാണ്, അവളുടെ കഥ പറയുന്ന വിയർപ്പ് തുള്ളികൾ ഒടിഞ്ഞു തൂങ്ങിയിരിക്കുന്നത് ശ്രദ്ധയിൽപ്പെട്ടത്. ഒരാഴ്ചയായി വൈദ്യുതി വിച്ഛേദിച്ചിട്ട്. ജൂലായ് മാസത്തിലെ അത്യുഷ്ണത്തിൽ എയർ കണ്ടീഷനില്ലാതെ അവരെങ്ങനെ ഉറങ്ങുന്നു എന്നത് അയാളെ അതിശയപ്പെടുത്താതിരുന്നിട്ടില്ല. കറണ്ടില്ലാത്തതിന്റെ വേവലാതികൾ അവർ ഒന്നും തന്നെ നിരത്തിവെക്കുന്നില്ലല്ലോ എന്ന്, കണ്ണുകൾ മോണിറ്ററിൽ ഒതുക്കിവെച്ച് അയാൾ ആലോചിച്ചു.

സഹായിക്കാൻ ആഗ്രഹിക്കാഞ്ഞിട്ടല്ല, ശ്രമിക്കാഞ്ഞിട്ടുമല്ല... ബോസിന്റെ കല്പനകളെ മറന്ന്, സ്വയം തീരുമാനമെടുക്കാനുള്ള ആർജ്ജവമില്ല എന്നതാണ് ഒരു തൊഴിലിടത്തെ ഏറ്റവും വലിയ പോരായ്മ എന്ന് തോന്നി.

"ചികിത്സയ്ക്ക് പോകാനാണ്" മറുപടിയൊന്നും പറയാതെയാണ് ധനേഷ് കസേരയിൽ നിന്നെഴുന്നേറ്റത്. പുറത്തേക്കുള്ള വാതിൽ കടക്കുമ്പോഴാണ് അയാൾ വിളിച്ചുപറഞ്ഞത്. "പൈസ തരാതെ ഒന്നും നടക്കൂല. നിങ്ങൾ കാശ് കൊണ്ട് വരൂ. അപ്പം നോക്കാം. കസേരയിൽനിന്നും ചാടിയെണീറ്റ് ഒരു മിന്നലായി വാതില്ക്കലേക്ക് പാഞ്ഞെത്തി.

“കൈയിൽ ഇല്ലാത്തോണ്ടാ, എവിടുന്നെങ്കിലും വാങ്ങിച്ച് ഞാൻ ഉള്ളതുകൊണ്ട് വരും.”

“കേസ് പിൻവലിച്ചിട്ട് നാട്ടിലേക്ക് മുങ്ങാനല്ലേ? നടക്കൂല.” മറുപടി പറയാൻ അവളോ കേൾക്കാൻ അയാളോ തയ്യാറായിരുന്നില്ല. ആവർത്തിച്ച് പറയുന്ന മറുപടികൾക്ക് പ്രസക്തിയില്ലെന്ന് മനസ്സിൽ വാക്കുകൾ കലപില കൂട്ടി. നാട് ഒരു സങ്കല്പമായി മാറിയതിന്റെ ഏഴാം വാർഷികത്തിലാണ് തങ്ങളെന്ന് വെറുമൊരു റിയൽ എസ്റ്റേറ്റ് ജീവനക്കാരനോട് പറയേണ്ടതില്ലെന്ന് മനസ്സ് കണ്ണ് മിഴിച്ചു. വാടകക്കുടിശ്ശിക തീരുമ്പോൾ ഉയർത്തിപ്പിടിക്കേണ്ട തല, ജീവിത രഹസ്യങ്ങൾ തുറന്ന് വെച്ച് എന്തിന് അറുത്തുമാറ്റണം. ഇന്നലത്തെ പത്രത്തിലും കണ്ടതാണ്. മിശ്രവിവാഹത്തിന്റെ കോലാഹലങ്ങൾ.

ലവ് ജിഹാദ്, ഘർ വാപസി എന്തൊക്കെയോ പറഞ്ഞുകൊണ്ടിരിക്കുന്നു. പുതിയ നിയമവും വരുന്നുണ്ടത്രേ! പത്ത് വർഷത്തെ തടവ്. തടവറ ഒരു നിഴലായി ഇല്യാസിന് മുമ്പിൽ തൂങ്ങിയാടുന്നതുപോലെ അവൾക്ക് തോന്നി. നാട്ടിൽ പോയാൽ ലവ് ജിഹാദിന്റെ പേരിൽ. ഇവിടെയാണെങ്കിൽ വാടകക്കുടിശ്ശികയുടെ പേരിൽ. പ്രണയമെങ്ങനെയാണ് യുദ്ധത്തിന്റെ മേൽക്കുപ്പായമണിയുന്നതെന്ന് എത്ര ചികഞ്ഞാലോചിച്ചിട്ടും മനസ്സിലാകുന്നില്ല. ഇന്നലെ സോഷ്യൽ മീഡിയകളിൽ പറന്നൊഴുകിയ ദൃശ്യങ്ങൾ ഇല്യാസിനെ കാണിച്ചില്ല. കാൽ വേദനയുടെയും വാടകക്കുടിശ്ശികയുടെ ആവലാതികൾക്കിടയിലും വെറുപ്പിന്റെ വികൃതക്കാഴ്ചകൾ എന്തിന് നല്കണം.

ഇല്യാസിന്റെ അനിയത്തിക്കുട്ടിയാണ് പന്ത്രണ്ടാം ക്ലാസുകാരി, തലയിൽ ചുറ്റിക്കെട്ടിയ തട്ടം ഊരിയെടുത്ത് ബാഗിൽ തിരുകി, സ്കൂൾ ഗേറ്റ് കടന്നുപോകുന്ന ദൃശ്യമാണ് മൊബൈലുകളിൽനിന്നും മൊബൈലുകളിലേക്ക് ചാടിച്ചാടിപ്പോകുന്നത്. ഗവൺമെന്റ് എന്തിനാണ് ഇങ്ങനെ തട്ടം ഊരിപ്പിക്കുന്നത് എന്ന് ചോദിക്കണമെന്നുണ്ട്.. ആരോട്? ചായ്വുകളില്ലാതെ ചോദ്യങ്ങൾ കേൾക്കാനുള്ള ഇടം ഇല്ലാതായിപ്പോകുന്നു എന്നതാണ് ഒരു രാജ്യത്തിന്റെ ഏറ്റവും വലിയ ദുരന്തം.

അയൽക്കാരി ഷബാനയോടൊന്നിച്ച്, സ്കൂളിലും കോളേജിലും പോയ നാളുകൾ ഓർമ്മകളിൽ കിതച്ച് നിന്നു. തട്ടം ചിലപ്പോൾ ദുപ്പട്ടയായും ദുപ്പട്ട ചിലപ്പോൾ ഹിജാബായുമൊക്കെ ചുറ്റിക്കെട്ടി, അവൾ പെൺരൂപത്തിന്റെ പല ഭാവങ്ങളിൽ പ്രത്യക്ഷപ്പെടുമ്പോൾ പലപ്പോഴും കുശുമ്പ് തോന്നിയിട്ടുണ്ട്.

“നീ ഇതുവരെ എന്താണോ അത് പോലെ നടന്നാൽ മതി. ചന്ദനക്കുറിയുമിട്ട് കാച്ചിയ എണ്ണയുടെ മണമുള്ള മുടിയുമായി” രജിസ്റ്റർ വിവാഹത്തിന്റെ പിറ്റേന്നാൾ അനിയത്തിമാരും ഉമ്മയും ധരിച്ചത് കണ്ടിട്ട്, തലയിൽ ഹിജാബ് ചുറ്റിയപ്പോൾ ഇല്യാസ് ദേഷ്യപ്പെട്ടതെങ്ങനെയാണ്.

“ഉമ്മയും പെങ്ങൾമാരും ചെറുപ്പം മുതലേ അങ്ങനെയാണ്. അത

വരുടെ സംസ്കാരമാണ്. നിന്റെ സംസ്കാരം ഇങ്ങനെയാണ്." പിന്നീട് ദുബായിൽ വന്നിട്ടും തലയിൽ അങ്ങനെയൊന്ന് ചുറ്റിക്കെട്ടാൻ തോന്നിയിട്ടില്ല. സംസ്കാരത്തിന് മേലുള്ള അധിനിവേശമാണ് ഈ തട്ടം അഴിപ്പിക്കലെന്ന് സ്മൃതിയുടെ മനസ്സ് ചൂരൽ കാണിച്ചു പേടിപ്പിച്ചു. ദന്തഗോപുരത്തിന്റെ പടിവാതുക്കലിരുന്നു നിയമങ്ങൾ നിർമ്മിക്കുന്നവർക്ക് പെൺമനസ്സിന്റെ സൗന്ദര്യബോധം എവിടുന്നറിയാൻ.

വിവാഹത്തിന്റെ രണ്ടാം നാളിലാണ് ഇല്യാസിന്റെ വീട്ടുപടിക്കലിലേക്ക് ഒരുകൂട്ടം ആളുകൾ കരിപുരണ്ട മുദ്രാവാക്യങ്ങളുമായി തിമർത്തു കൂടിയത്. തങ്ങളുടേത് ലവ് ജിഹാദ് ആണത്രേ. മണ്ണാങ്കട്ട. അങ്ങനെയാണ് അപ്പോൾ മനസ്സിൽ തോന്നിയത്. ആറ് വർഷത്തെ പ്രണയത്തിന്റെ പരിണാമ ഗുപ്തിയാണ് ഉഡുപ്പി രജിസ്ട്രാഫീസിലെ റെക്കോർഡ് ബുക്കിൽ പെയ്തിറങ്ങിയത്.

"ഓം കാരേശ്വര ക്ഷേത്രത്തിൽ പോകണോ?"

ഭൗതിക വാദിയാണെങ്കിലും ഇല്യാസ് അങ്ങനെ ചോദിച്ചത്, ഓം കാരേശ്വരി ക്ഷേത്രത്തിലുള്ളത് തന്റെ ഇഷ്ട ദേവിയാണെന്ന് അറിയാവുന്നത് കൊണ്ടാണ്.

ആറ് വർഷത്തെ പ്രണയത്തിനിടയിൽ ഒരിക്കലും തന്റെ ഇഷ്ട ദേവിയെ ഉപേക്ഷിക്കാൻ പറഞ്ഞിട്ടില്ല. വിവാഹത്തിന്റെ അധികാരം ഉറപ്പിച്ചിട്ടും. എന്നിട്ടാണിപ്പോൾ ലവ് ജിഹാദ് എന്ന് പറഞ്ഞു ചിലർ ആക്രോശിക്കുന്നത്.

സംരക്ഷണം തരാൻ വേറെ ചിലരും. സംരക്ഷണത്തിന്റെ മറവിൽ ജീവിതത്തിന്റെ പുതിയ വഴി അടിച്ചേല്പിക്കപ്പെടുമോ എന്ന് ഭയന്നതിനാലാണ് ഇല്യാസ് പറഞ്ഞത്.

"കെട്ടാൻ അറിയാമെങ്കിൽ നോക്കാനുമറിയാം."

ഭൗതിക വാദ സൗഹൃദങ്ങളിൽ ആരോ ആണ് ഒറ്റ ദിവസംകൊണ്ട് ദുബായിയിലേക്കുള്ള വിസിറ്റ് വിസ അയച്ചത്. എല്ലാ ഭയങ്ങളിൽ നിന്നുമുള്ള മുക്തിയായിരുന്നു ഈ അഭയകേന്ദ്രം.

വെറുപ്പിന്റെ പ്രത്യയശാസ്ത്രങ്ങൾ ചിതയെരിയുന്ന നേരത്ത് തിരികെ പോകാമെന്നു കരുതിയതാണ്. അത് പക്ഷേ, നാശമില്ലാതെ, ആകാശം നോക്കി വളരുകയാണ്. ആദ്യം തുടങ്ങിയത്, ഭക്ഷണത്തിലാണ്. ഇപ്പോഴത് വേഷത്തിലെത്തിനില്ക്കുന്നു.

സ്വന്തം പ്രത്യയശാസ്ത്രപരമായി, അനിവാര്യമായ വേഷങ്ങൾ ധരിക്കാൻ കഴിയാതെ വരുമ്പോഴാണ്, അവർ വിദ്യാഭ്യാസങ്ങളിൽനിന്നും അകന്നുപോവുക.

പെൺ വിദ്യാഭ്യാസം ആരെയൊക്കെയോ അലോസരപ്പെടുത്തുന്നുണ്ട്. ആലോചനകൾ വിരാമമില്ലാതെ നീണ്ടുനിവർന്നിരിക്കുകയാണ്.

"അവരെന്താ പറഞ്ഞെ, റിയൽ എസ്റ്റേറ്റിൽ നിന്ന്?" വേദന നിറഞ്ഞ കാൽ പതുക്കെ നീക്കിവെച്ച് കൊണ്ടാണ് ഇല്യാസ് ചോദിച്ചത്.

"മുഴുവൻ പണവും കൊടുത്താലേ കേസ് പിൻവലിക്കുകയു

ള്ളത്രേ!"

കൈയിൽ വെറുതെ കൊണ്ടുനടക്കുന്ന ബാഗ് സ്മൃതി മേശപ്പുറത്തേക്ക് നീക്കിവെച്ചു.

ഹൈപ്പർ മാർക്കറ്റിലെ സെയിൽസ് വുമണിന്റെ ശമ്പളംകൊണ്ട് എങ്ങനെ വീട്ടാനാണ് ഈ കടം. ഒരിക്കലും തീരാത്ത കടം തടിച്ചു കൊഴുത്തു കൊണ്ടിരിക്കുകയേയുള്ളു എന്ന് മനസ്സിൽ വാക്കുകൾ പതഞ്ഞുപൊന്തി.

ഒരു ഫോൺവിളിക്കിടയിൽ ഇല്യാസിന്റെ ഉമ്മയാണ് പറഞ്ഞത്. അല്ലാഹുവിന്റെ പരീക്ഷണമാണ്. ദൈവ നിഷേധിയായതുകൊണ്ടെന്ന്.

തന്റെ അസ്തിത്വത്തെക്കുറിച്ച് ഉത്തമ ബോദ്ധ്യമുള്ള ദൈവം, തന്നെ നിഷേധിക്കുന്നവരോട് എന്തിന് പ്രകോപിക്കണം? ഇല്യാസിന്റെ മറുപടിയിൽ പ്രകോപിതയായ ഉമ്മ മറുപടിയായി ഒന്നും പറഞ്ഞിരുന്നില്ല.

"ഒന്ന് പ്രാർത്ഥിച്ചു കൂടെ?" പഴുത്ത് വികൃതമായി ചോരയൊലിക്കുന്ന കാലിൽ മരുന്ന് പുരട്ടുന്നതിനിടയിൽ സ്മൃതി ചോദിച്ചു.

"നിന്റെ കണ്ണീർ നേരിട്ട് കണ്ടിട്ട് മനുഷ്യർ കരുണ കാണിക്കുന്നില്ല. പിന്നെയാണോ ദൈവം?"

തോൽവി അംഗീകരിക്കാനാവാത്ത മനസ്സാന്നിദ്ധ്യം. സ്മൃതി തല ഉയർത്തി നോക്കി.

"മോൾടെ സ്കൂൾ ഫീസും ഡ്യൂ ആയിട്ടുണ്ട്." തന്നോട് തന്നെ പറഞ്ഞ വാക്കുകൾ ഉച്ചത്തിലായിപ്പോയതാണ്. അതിൽ സ്മൃതിക്ക് സങ്കടം തോന്നി. വേദനിപ്പിക്കേണ്ടിയിരുന്നില്ല.

"കാലിന്റെ ഈ വേദനയും പഴുപ്പും ഒന്ന് മാറിക്കോട്ടെ. എന്തെങ്കിലും ജോലിക്ക് പോയാൽ തീരുന്നതേയുള്ളു ഈ പ്രശ്നങ്ങളൊക്കെ."

മരിച്ചുപോയ പ്രതീക്ഷകളൊക്കെ അവളുടെ കണ്ണുകളിൽത്തന്നെ കുഴികുത്തി.

രണ്ടര വർഷമായി കാൽ വേദന തുടങ്ങിയിട്ട്. എച്ച് ആറിൽനിന്നും കൊടുത്തയച്ച പിരിച്ചു വിടൽ നോട്ടീസ്, കൈയിൽ വികൃതമായി ചിരിച്ചു.

ക്യാൻസൽ ചെയ്ത എംപ്ലോയ്മെന്റ് വിസ വിസിറ്റ് വിസയായും പിന്നീടത് കാലാവധി കഴിഞ്ഞ വിസിറ്റ് വിസയായും രൂപാന്തരപ്പെട്ടു.

കാലൊന്ന് നിലത്ത് വെക്കാൻ കഴിഞ്ഞിരുന്നെങ്കിൽ... മനസ്സ് ആഗ്രഹങ്ങളുടെ തിണ്ണപ്പുറത്ത് കയറിയിരുന്നു. വേദനയും പഴുപ്പുമെല്ലാം ചേർന്ന് കാൽ നിലത്ത് വെക്കാൻ കഴിയുന്നില്ല. പഴയ ഐ ഡി കാർഡ് കാണിച്ചിട്ടാണ് ആദ്യമൊക്കെ ചികിത്സ നടത്തിയിരുന്നത്. ആദ്യത്തെ വേദന കാലിന്റെ തള്ളവിരലിൽ ആയിരുന്നു. പിന്നീടത് ചെറുവിരലിലേക്കും ഉപ്പൂറ്റിയിലേക്കുമെല്ലാം പടർന്നപ്പോഴാണ് റോളയിലെ ക്ലിനിക്കിൽ, ഡോക്ടറെ കണ്ടത്.

"യൂറിക് ആസിഡ് ആയിരിക്കും. ഒന്ന് പരിശോധിച്ചു നോക്കാം. "രണ്ടാം നാളിലെ റിസൾട്ട് യൂറിക് ആസിഡിന്റെ വ്യതിയാനമൊന്നും കാണിച്ചില്ല.

“ആർത്രൈറ്റിസും ഒന്ന് പരിശോധിച്ചാലോ.” പരിശോധനകൾ അങ്ങനെ പലതായി നീണ്ടുനിന്നു. ഗുളികകൾ മാസങ്ങളെ പിറകോട്ട് മാറ്റിയിട്ടും വേദന ഒഴിഞ്ഞുപോകാൻ കൂട്ടാക്കിയില്ല. നാട്ടിൽ പോയി ചികിത്സിക്കാം. വരുന്നത് വരട്ടെ എന്ന് കരുതിയതാണ്. അപ്പോഴാണ് റിയൽ എസ്റ്റേറ്റിൽ ജീവിതത്തിനു ആമം കെട്ടിയ ഫോൺകോൾ.

“റിട്ടേൺ ആയ ചെക്ക് കേസ് ആക്കിയിട്ടുണ്ട്. പിന്നെ മുനിസിപ്പാലിറ്റി കോടതിയിലും. യാത്ര നിരോധമുണ്ട്. മുഴുവൻ പൈസയും അടച്ച് ക്ലിയർ ചെയ്തോളൂ” ധനേഷിന്റേതാണ്.

പ്രതീക്ഷകളും സ്വപ്നങ്ങളും ആ ഫോൺ വിളിയിൽ എരിഞ്ഞമർന്നുപോയി. അതിന് ശേഷമുള്ള ഒരു വർഷം. ഒരു നൂറ്റാണ്ടായി കൺമുമ്പിൽ താണ്ഡവനൃത്തം ചെയ്തു.

കേസ് ഒന്നിൽനിന്ന് രണ്ടും രണ്ടിൽനിന്ന് മൂന്നുമായി വീർത്തു. ജോലി തേടിയുള്ള സ്മൃതിയുടെ പരക്കം പാച്ചിൽ, വിശപ്പ് അവസാന മുന്നറിയിപ്പും തന്നപ്പോഴാണ്, ഹൈപ്പർമാർക്കറ്റിൽ സെയിൽസ് വുമൺ ആയി യൂണിഫോം ധരിച്ച് നിന്നത്.

“മോളൂ” ഒരലർച്ചയാണ് കേട്ടത് ഇല്യാസിന്റേതാണ്. ഗ്ലാസിലേക്ക് ഒഴിക്കാൻ വെച്ച ചായ കിച്ചൺ സ്ലാബിന് മേൽ തന്നെ വെച്ച്, സ്മൃതി ഓടിക്കിതച്ചെത്തി.

ഇല്യാസ് നിലത്ത് വീണിരിക്കുന്നു. കാൽമുട്ടിന് താഴെ രണ്ട് കൈകൾകൊണ്ട് മുറുകെ പിടിച്ച്, സ്മൃതിയെ നോക്കി. ചോര നിറഞ്ഞ കണ്ണുകൾ.

“ഈ കാലൊന്ന് മുറിച്ചു തരുമോ..? പ്ലീസ്... സഹിക്കാൻ പറ്റണില്ല..”

ഇനിയുമൊഴുക്കിവിടാൻ കണ്ണീർ ഇല്ലാത്തതിനാലാകാം അവൾ അയാളെ ഇറുകെ പിടിക്കുക മാത്രം ചെയ്തു, ഒന്നും മിണ്ടാതെ. വാതിലിൽ ശക്തമായ മുട്ട്. നിശ്ശബ്ദതയിൽ പ്രതിധ്വനിച്ച ആ ഒച്ച, രണ്ടുപേരുടെയും ഉടലാകെ കുടഞ്ഞിട്ടു.

അവൾ വാതിൽ തുറന്നു. രണ്ടു പൊലീസുകാർ.

ആത്മാക്കളുടെ പലായനം

രാജലക്ഷ്മി ശൈമേഷ്

നേരം പാതിരാത്രി കഴിഞ്ഞിരുന്നു. പാലപ്പൂമണം പരക്കാനോ കൂമൻ കരയാനോ അവർ കാത്തുനിന്നില്ല. ആകാശത്തിന്റെ താഴെ ഭൂമിക്ക് മീതെയായി നിലാവിന്റെ ചാരത്ത് അവർ ഒത്തുകൂടി. അല്ലെങ്കിലും ആത്മഹത്യ ചെയ്തവരുടെ ആത്മാക്കൾക്ക് ആകാശത്തിനപ്പുറമുള്ള ഒരു ലോകത്തേക്ക് പ്രവേശനമില്ലല്ലോ. ഭൂമിയാണെങ്കിൽ അവർ പണ്ടേ ഉപേക്ഷിച്ചതല്ലേ.

അതെ, അവർ കുറച്ചുപേർ ആത്മഹത്യ ചെയ്ത ആത്മാക്കൾ, ഇത് ഒരു പതിവ് കൂടിക്കാഴ്ച. കൂട്ടത്തിലേക്ക് ഇന്നൊരു പെൺകുട്ടിയും കൂടെ എത്തിയിട്ടുണ്ട്. അകത്തും പുറത്തും ഒരുപോലെ മുറിവേറ്റവൾ. പരിചയപ്പെടുത്തലുകൾക്കിടയിൽ അവൾ ഗദ്ഗദം വിഴുങ്ങി ആശ്വാസച്ചിരി ചിരിച്ചു. അവർ തലേന്നത്തെ ചർച്ചയുടെ തീരുമാനങ്ങളിലേക്ക് കടന്നു. സീതമ്മ ചേച്ചിയാണ് വിഷയം അവതരിപ്പിച്ചത്. ഉപേക്ഷിച്ചുപോന്ന ഭൂമിയിലെ ഉറ്റവരുടെ ലോകത്തേക്ക് എല്ലാവരുംകൂടി ഒരു തിരിച്ചുപോക്ക്. ആദ്യം വന്നത് താൻ ആയതുകൊണ്ട് തന്റെ ലോകത്തേക്ക് ആവണം ആദ്യം പോകേണ്ടതെന്ന് കൃഷ്ണേട്ടനും പറഞ്ഞു. അങ്ങനെ ആദ്യമാദ്യം വന്നവരുടെ ഊഴമനുസരിച്ച് പോകാം എന്നവർ തീരുമാനിച്ചു.

ഇടവപ്പാതിയും പഞ്ഞക്കർക്കിടകവും തരണം ചെയ്തതായിരുന്നു കൃഷ്ണേട്ടൻ, തുലാവർഷവും കരുതിയിരുന്നു. എന്നിട്ടും കാലം തെറ്റി പലകുറി പെയ്തപ്പോൾ പ്രതീക്ഷയ്ക്ക് വകയില്ലാത്തവണ്ണം നെൽവയൽ എന്നും വെള്ളത്തിനടിയിൽത്തന്നെ കിടന്നു. ഭാര്യ സരസു ആണെങ്കിലോ ഇടവപ്പാതി പോലെ ഇടമുറിയാതെ കരഞ്ഞു. മണ്ണ് ചതിക്കുമെന്ന് പഞ്ഞം പറഞ്ഞു.

ബാദ്ധ്യതകൾക്ക് മേൽ ബാദ്ധ്യതയേറ്റ് കൃഷ്ണേട്ടൻ വീണ്ടും

വീണ്ടും വിത്തിറക്കി. ഒടുവിൽ കടം മാത്രം ബാക്കിയായപ്പോൾ ബാദ്ധ്യതയില്ലാത്ത ഉടുമുണ്ടിൽ വയൽ വരമ്പത്തെ മൂവാണ്ടൻ മാവിൽ ഭാരം ഇറക്കി വെച്ചു.

തന്റെ ലോകത്തേക്ക് പുതിയ കൂട്ടുകാരോടൊപ്പം പോകുമ്പോൾ നെഞ്ചിനകത്ത് ഒരു വലിയ ഭാരം ഉണ്ടായിരുന്നു, കൃഷ്ണേട്ടന്. തന്റെ വയലിൽ ഇപ്പോഴെങ്കിലും വെയിലുദിച്ചിരിക്കുമോ ഇല്ലെങ്കിൽ ഇപ്പോഴും വെള്ളക്കെട്ടായി നില്ക്കുന്ന വയലിനെ നോക്കി ഒന്ന് കൊഞ്ഞനം കുത്തണം, അയാളോർത്തു. ആകാശത്തിന്റെ ചെരുവിൽനിന്നും ഭൂമിയിലേക്ക് കൃഷ്ണേട്ടന്റെ ലോകത്തേക്ക് എത്താറായപ്പോൾ അവിടെ ഒരാൾക്കൂട്ടം, ആഘോഷങ്ങളും. വെള്ളത്തിനടിയിലായ വയലിനു മുകളിൽ വസന്തം വിരിഞ്ഞിരിക്കുന്നു. വർഷം മുഴുവൻ വെള്ളത്തിലായ വയൽ ഇന്ന് ചുവന്ന ആമ്പൽ പൂക്കളെക്കൊണ്ട് നിറഞ്ഞ് സഞ്ചാരികളുടെ ആകർഷണ കേന്ദ്രമായി മാറിയിരിക്കുന്നു. ഭാര്യ സരസുവിന്റെ മുഖത്ത് വെയിലുദിച്ചിട്ടുണ്ട്, മകന് പ്രശംസയുടെ പ്രവാഹങ്ങൾ. പാടത്തിന്റെ ഒരു വശത്ത് ഒരു സമരപ്പന്തൽ ഉയർന്നിട്ടുണ്ട്. നെല്ലിന്റെ താങ്ങുവില വർദ്ധിപ്പിക്കാനും കർഷകരുടെ കടം എഴുതിത്തള്ളാനും. അതിനിടയിൽ എവിടെയോ തന്റെ മാലയിട്ട ചിത്രം, ഒരു വസന്തത്തിന് കാത്തിരിക്കാൻ ഇനി തനിക്ക് ആവില്ലല്ലോ എന്നോർത്ത് കൃഷ്ണേട്ടന് പിന്നെ യാത്ര തുടരാൻ കഴിഞ്ഞില്ല. നിറയെ ചുവന്ന ആമ്പൽപ്പൂക്കൾ വിരിഞ്ഞ വയലിന്റെ വരമ്പത്ത് ഒറ്റക്കാലിൽ നില്ക്കുന്ന കൊക്കിനൊപ്പം കുന്തിച്ചിരുന്ന കൃഷ്ണേട്ടനെ നോക്കി വയലും കൊഞ്ഞനം കുത്തി. സംഘത്തിലെ ബാക്കിയുള്ളവർ കൃഷ്ണേട്ടനെ കൂടാതെ അടുത്ത ലക്ഷ്യത്തിലേക്ക് യാത്ര തിരിച്ചു. അടുത്തത് സീതമ്മ ചേച്ചിയുടെ ഊഴമാണ്.

സീതമ്മ ചേച്ചിയാണെങ്കിലോ രാവും പകലും സ്വന്തം ഇഷ്ടങ്ങളെല്ലാം മറന്ന് ഭർത്താവിനും മക്കൾക്കും വേണ്ടി മാത്രം ജീവിച്ചു. പരിഭവങ്ങളും പരാതികളും അടുപ്പിലെ പുകയോടും പാതിയമ്പറത്തെ കരിയോടും പറഞ്ഞു തീർത്തു. ഒടുവിൽ തന്റെ ഹിതങ്ങളെല്ലാം മറ്റുള്ളവർക്ക് അവിഹിതങ്ങൾ ആണെന്ന് തിരിച്ചറിഞ്ഞ ഒരു ദിവസം മടുപ്പു തോന്നി കിടപ്പുമുറിയിലെ ഫാനിൽ തൂങ്ങിയാടിയതാണ്.

സീതമ്മ ചേച്ചിയുടെ വീടെത്തിയപ്പോഴേക്കും നേരം നന്നേ പുലർന്നിരുന്നു. അമ്മയില്ലാത്ത മക്കളെ സ്കൂളിലേക്ക് അയക്കുന്ന തിരക്കിലായിരുന്നു ഭർത്താവ് വാസുവേട്ടൻ. പരിഭവങ്ങൾ പുലമ്പുന്നുണ്ട്. അവൾക്ക് എന്നോട് പറയാമായിരുന്നു, വഴക്കിടാമായിരുന്നു, പോകേണ്ടിയിരുന്നില്ല എന്നൊക്കെ. തിരക്കിട്ട് കുട്ടികളെ യാത്രയാക്കുകയാണ്. സ്കൂളിലേക്ക് ഇറങ്ങി ഓടുന്നതിന് മുൻപ് മുറ്റത്തെ മൺകൂനയെ നോക്കി ഒരു നിമിഷം നിന്നു കുട്ടികൾ, സീതമ്മ ചേച്ചിയുടെ കണ്ണുനിറഞ്ഞു, ഒരു തിരിഞ്ഞു നോട്ടം തനിക്കിനി ആവില്ലല്ലോ എന്നോർത്ത്. തന്റെ ശരീരം പൊതിഞ്ഞ മൺകൂനയ്ക്ക് മുകളിലെ റോസാച്ചെടിയിൽ അഭയം പ്രാപിച്ചു. ഒരു പൂവായി വിരിഞ്ഞു നിന്നു. ബാക്കിയുള്ളവർ യാത്ര തുടർന്നു.

റോബിന്റെ ഊഴമായിരുന്നു അടുത്തത്. ഫീസ് അടയ്ക്കാൻ വൈകിയതിന് കോളേജിലെ അദ്ധ്യാപകരിൽനിന്നും സഹപാഠികളിൽനിന്നും ഉണ്ടായി എന്ന് തോന്നിയ അപമാനം മുകളിലത്തെ നിലയിൽനിന്നും താഴേക്ക് പറന്നു. അവർ പോയത് റോബിന്റെ കോളേജിലേക്കാണ്. കോളേജിനു മുന്നിൽ ഇപ്പോഴും ഒരു ചെറിയ പന്തൽ ഉണ്ട്. മകന്റെ മരണത്തിന്റെ നീതിക്കായി യാചിക്കുന്ന ഒരു അച്ഛനും അമ്മയും മാത്രമായിരുന്നു അതിൽ. അവനും യാത്ര തുടരാൻ കഴിഞ്ഞില്ല. പന്തലിന് തൊട്ടടുത്തായി കോളേജിലെ രണ്ടാം വർഷ ബിരുദ വിദ്യാർത്ഥി രാത്രിയിൽ നടത്താറുള്ള തട്ടുകടയിലെ ബെഞ്ചിൽ മാതാപിതാക്കളെയും നോക്കിയിരുന്നു.

ഓരോരുത്തരുടെയും ഊഴങ്ങൾ മാറി മാറി വന്നു. പ്രണയ ചതിയിൽപ്പെട്ട് പൊള്ളലേറ്റവൾ സഹല ഇനി ജീവിതത്തെ പ്രണയിക്കാനാവില്ലല്ലോ എന്നോർത്ത്, താൻ അവസാനമായി കിടന്ന മോർച്ചറിയുടെ പിറകുവശത്തെ വാകമരത്തിനു കൂട്ടിരുന്നു.

ബിസിനസിൽ പരാജയപ്പെട്ട നിരഞ്ജൻ താൻ നഷ്ടപ്പെടുത്തിയ സാമ്രാജ്യം ഒരിക്കൽക്കൂടി കണ്ടുതീർത്ത ക്ഷീണത്തിൽ, വഴിയരികിൽ അമ്മ ഉണ്ടാക്കിയ പായസം വില്ക്കാൻ നില്ക്കുന്ന ബാലന്റെ ഒപ്പം ആ തണലത്തിരുന്നു. ക്യാൻസറിന്റെ വേദനയെ ഭയന്ന എലിസയാകട്ടെ ആശുപത്രിയിലെ പള്ളിക്കുപറത്ത് മെഴുകുതിരി വില്ക്കുന്ന തല മൊട്ടയായ സ്ത്രീ തന്റെ കുഞ്ഞിനെ ഉറക്കി കിടത്തിയിരിക്കുന്ന വിരിപ്പിനരികിൽ പോയിരുന്നു.

ഏറ്റവും ഒടുവിൽ അവളുടെ ഊഴമാണ്, അവസാനമായി വന്നവളുടെ, യാത്രയുടെ തിരക്കിൽ ആരും അവളുടെ പേര് ചോദിച്ചിരുന്നില്ല. അല്ലെങ്കിലും ആത്മാക്കളുടെ പേരിനും ഊരിനും എന്ത് പ്രസക്തി. അവൾ ഒറ്റയ്ക്ക് നടന്നു, താൻ ഉണ്ടായിരുന്നു എന്ന് കരുതപ്പെടുന്ന ലോകത്തേക്ക്.

ഹൈവേയുടെ അരിക് ചേർന്ന് പഴയ തുണികൾ വലിച്ചുകെട്ടിയ കൂടാരങ്ങളിലൊന്നിലേക്ക്. അതിനു ചുറ്റും ആകെ ആളും ബഹളവും പൊലീസും മാധ്യമങ്ങളും. അവളും സഹോദരങ്ങളും സുഹൃത്തുക്കളും ചേർന്ന് ഉണ്ടാക്കിവെച്ച ദൈവങ്ങളുടെ പ്രതിമകൾ എല്ലാം വീണുടഞ്ഞിരിക്കുന്നു. റെയിൽ പാളത്തിനെ ലക്ഷ്യം വെച്ച് അവൾ നടന്നു നീങ്ങുന്നതിന് തൊട്ടുമുൻപുള്ള മണിക്കൂറുകളിലും അവിടെ പൊലീസ് ഉണ്ടായിരുന്നതായി അവൾ ഓർത്തു. തെരുവിൽ പിച്ചിച്ചീന്തിപ്പെട്ടവളെ വീണ്ടും ചോദ്യങ്ങൾകൊണ്ടും, നിയമംകൊണ്ടും ചീന്തിയെറിയാൻ തുടങ്ങിയപ്പോഴാണ് അവളാ തീരുമാനമെടുത്തത്.

എന്നാൽ ഇന്നത്തെ ലക്ഷ്യം മറ്റൊന്നാണെന്ന് അവൾ വേഗത്തിൽ തിരിച്ചറിഞ്ഞു. ഹൈവേയോട് ചേർന്ന് അനധികൃതമായി താമസിച്ചവരിൽ ഒരു പെൺകുട്ടി പീഡിപ്പിക്കപ്പെട്ട് ആത്മഹത്യ ചെയ്ത കേസിനെ തുടർന്നാണ്, പൗരത്വമോ, രേഖകളോ ഇല്ലാത്തവരാണ് അവിടെ താമ

സിച്ചു പോരുന്നത് എന്ന് അധികാരികൾ അറിയുന്നത്. എങ്ങോട്ടേക്കാണ് എന്നറിയാത്ത കുടിയൊഴിപ്പിക്കലാണ് അവിടെ നടക്കുന്നത്. പ്രിയപ്പെട്ടവരെയെല്ലാം എല്ലാം പൊലീസ് വണ്ടിയിലേക്ക് വലിച്ച് കയറ്റുമ്പോൾ അമ്മയുടെ മുഖത്ത് മാത്രം ഒരു ചെറിയ ആശ്വാസം കണ്ടു അവൾ. ഒരു മകളെങ്കിലും രക്ഷപ്പെട്ടുവല്ലോ എന്നായിരിക്കും എന്ന് അവൾ ഊഹിച്ചു. ആത്മാക്കൾക്ക് ഇടം എന്തിനാണ്, അവളും ആശ്വസിച്ചു. അഴിച്ചു മാറ്റി തീയിടുന്ന കൂടാരങ്ങളെ തിരിഞ്ഞു നോക്കാതെ ഒറ്റയ്ക്ക് തിരിച്ച് നടന്നപ്പോൾ അവളോർത്തു. തന്റെ പ്രിയപ്പെട്ടവർ ഇനിയും താണ്ടേണ്ടുന്ന പലായനങ്ങളെ.... മനുഷ്യരുടെ ലോകത്തെ ആത്മാക്കളുടെ പലായനങ്ങളെ..

സാംബിയ

ജയ് എൻ കെ

ചെറുചൂടുള്ള ഒരു ചുംബനം കവിളിൽ തട്ടിയപ്പോഴാണ് ഞാൻ ഞെട്ടിത്തിരിഞ്ഞത്. ആ ഞെട്ടലിൽ ചുണ്ടിൽ മൊത്തിക്കൊണ്ടിരുന്ന ക്യാൻഡ് ബിയറിൽനിന്ന് തുള്ളികൾ ടീഷർട്ടിലേക്ക് തെറിച്ചുവീണു. സോഫയിൽ ഇരുന്നുകൊണ്ടുതന്നെ തന്നെ തിരിഞ്ഞുനോക്കി. ഇല്ല ആരുമില്ല. അല്ലെങ്കിലും സാംബിയയിലെ ഈ ഏകാന്തജീവിതത്തിൽ പ്രണയാതുരമായ സ്ത്രീ സ്പർശം എങ്ങനെയുണ്ടാവാനാണ്. വെറും തോന്നൽ തന്നെ.

കവിളിൽ ചുംബനം വീണെന്ന് തോന്നിയിടത്ത് ബിയർക്യാൻ ചേർത്ത് വച്ചുകൊണ്ടു ടി വിയിലേക്ക് വീണ്ടും കണ്ണുനട്ടു. തെക്കനാഫ്രിക്കയിൽ ലഭിക്കുന്ന ഏക ഇന്ത്യൻ വാർത്താചാനലായ എൻ ഡി ടി വിയിൽ ബരാക് ഒബാമയുടെ തിരഞ്ഞെടുപ്പ് വിശേഷങ്ങൾ അരങ്ങേറുന്നു. കറുത്തവന്റെ ഉയിർത്തെഴുന്നേല്പ് എന്ന നിലയിലാണ് ഒബാമയുടെ സ്ഥാനാർത്ഥിത്വത്തെ ആഫ്രിക്ക മുഴുവൻ നോക്കിക്കാണുന്നത്. അടിമകളായി ചങ്ങലയ്ക്കിട്ട് കപ്പലേറ്റിക്കൊണ്ട് പോകപ്പെട്ടവന്റെ പിൻതലമുറയിലൊരുവൻ അമേരിക്കയുടെ ഭരണാധിപസ്ഥാനത്തേക്ക് ചുവട് വയ്ക്കാൻ പോകുന്നുവെന്ന് ഡൽഹിയിലെ തെരുവുകളിൽനിന്ന് ഒരു നൈജീരിയൻ സ്വദേശി ബൈറ്റ് കൊടുക്കുന്നു.

ബിയർ ഒരു കവിൾ കൂടി മൊത്തിക്കുടിച്ചു. ബിയർ ക്യാനിന്റെ തണുപ്പ് അകന്നപ്പോൾ കവിളിൽ വീണ്ടും ചെറുചൂട്. ചുംബനമെന്ന് തോന്നിയത് സത്യമാണോ? സാംബിയയിലെ പ്രോജക്ട് കംപ്ലീറ്റ് ചെയ്തു, സാധനസാമഗ്രികൾ കണ്ടെയ്നറിലാക്കി ഷിപ്പിങ് ഏജൻസിയെ ഏല്പിച്ച്, താമസിക്കുന്ന വീടും വെക്കേറ്റ് ചെയ്ത ശേഷമാണ് വീണ്ടും സാംബിയയിൽത്തന്നെ തുടരാൻ ഹെഡ് ഓഫീസിൽനിന്ന് സന്ദേശമെത്തിയത്. അതുകൊണ്ടാണ് നൗഷാദിക്കയുടെ വീട്ടിൽ തല്ക്കാലം താമ

സമാക്കാൻ തീരുമാനിച്ചതും. ഹോട്ടലിലെ വിരസത ഒഴിവാക്കാമല്ലോ? ഒറ്റയ്ക്കൊരു കോമ്പൗണ്ടിൽ താമസിക്കുന്ന ഇക്കയ്ക്കും അത് സന്തോഷം.

"ഒന്നിച്ച് കുക്ക് ചെയ്ത്, രാവിലെ മുതൽ ഓരോന്നടിച്ചുകൊണ്ട് നമുക്കിവിടെ കൂടാമെടാ.." ഇക്ക പറഞ്ഞിരുന്നു. തങ്ങളുടെ കോപ്പർ മൈനുകൾ സാംബിയൻ ഗവൺമെന്റ് സ്വകാര്യവല്ക്കരിച്ചപ്പോൾ അതേറ്റെടുത്ത മൈനിങ് ഇൻഡസ്ട്രിയിലെ അതികായരായ ഇന്ത്യൻ ഗ്രൂപ്പിനൊപ്പം ആദ്യം അവസരം തേടിയെത്തിയ കോൺട്രാക്ടിങ് കമ്പനികളിലൊന്നിലെ കൺസ്ട്രക്ഷൻ ഇൻചാർജാണ് നൗഷാദിക്ക. അതുകൊണ്ട് തന്നെ കോപ്പർബെൽറ്റിലെ ഞങ്ങളെപ്പോലെ ചുരുക്കം എണ്ണത്തിലുള്ള മലയാളികളിൽ ഏറ്റവും പരിചയസമ്പന്നനും.

ചുംബനത്തെ മറന്ന്, കാലുകൾ മുമ്പിലെ ടീപ്പോയിലേക്ക് കയറ്റിവച്ച്, സോഫയിൽ വിശാലമായി ചാരിയിരുന്നപ്പോഴാണ് അപ്രതീക്ഷിതമായി കണ്ണുകൾ മൂടപ്പെട്ടത്. ഇരുകൺപോളകൾക്കും മീതേയ്ക്ക് അരിച്ചിറങ്ങിയത് ഒരു പെൺകുട്ടിയുടെ നീളമുള്ള വിരലുകളാണെന്ന് തിരിച്ചറിഞ്ഞു. ആരോ പ്രേമാർദ്രം കണ്ണുകൾ മൂടുകയാണ്, ഒപ്പം ചെവിക്ക് കീഴെ ഒരധരസ്പർശവും. മൃദുവായ ഒരു ദന്തക്ഷതവും. ഒരു സീൽക്കാരം കാതിൽപ്പതിച്ചുവോ?

സോഫയിൽനിന്ന് ഞെട്ടിപ്പിടഞ്ഞെഴുന്നേല്ക്കാൻ ബുദ്ധിമുട്ടി. നോക്കിയപ്പോൾ ഒരു സോഫയ്ക്ക് പിന്നിൽനിന്നും എഴുന്നേറ്റു വരുന്ന ചെറിയ പെൺകുട്ടി. അവളുടെ മുഖമാകെ വിളറിയിരിക്കുന്നു. സോഫയിലിരിക്കുന്നത് നൗഷാദിക്കയാണെന്ന് അവൾ വിചാരിച്ചതാണ് ചുംബനത്തിന് കാരണമെന്ന് എനിക്ക് മനസ്സിലായി.

"ഓ... ഐ ആം സോറി... ഐ തോട്ട് യു ആർ നോഷാദ്... സോറി റിയലി സോറി..."

"ഇറ്റ്സ് ഓക്കെ..." ഞാൻ പറഞ്ഞു. ആ ക്ഷതത്തിന്റെ നീറ്റലിൽ എനിക്ക് മനസ്സിലാകുമായിരുന്നു, അവൾക്ക് നൗഷാദിക്കയോടുള്ള ബന്ധത്തിന്റെ ആഴം. പക്ഷേ, ഇവൾക്ക് ഇക്കയുടെ മകളാവാനുള്ള പ്രായമല്ലേ തോന്നുന്നുള്ളൂ? ദന്തക്ഷതം വീണ കഴുത്തിൽ ഞാൻ അമർത്തിത്തുടച്ചപ്പോൾ അവളുടെ വിളർച്ച നാണത്തിലേക്ക് വഴി മാറുന്നത് ഞാൻ കണ്ടു.

"വേർ ഈസ് നോഷാദ്.." അവൾ തിരക്കി.

"ഇക്കാ." ഞാൻ അകത്തേക്ക് വിരൽ ചൂണ്ടിക്കൊണ്ട് വിളിച്ചു: "സംബഡി ഈസ് ഹിയർ റ്റു മീറ്റ് യൂ.."

ഞാൻ വിരൽചൂണ്ടിയിടത്തേക്ക് അധികാരഭാവത്തിൽ അവൾ ചുവട് വച്ചപ്പോൾത്തന്നെ ഇക്ക അകത്തുനിന്നും ഇറങ്ങിവന്നു. ഞെട്ടലിനെക്കാളും സന്തോഷമാണ് ഞാൻ ഇക്കയിൽ കണ്ടത്. ഇപ്പോൾ ഞാൻ വരാം എന്ന ആംഗ്യം കാണിച്ചുകൊണ്ട് ഇക്ക അവളെയുംകൊണ്ട് പാസ്സേജിലൂടെ കിച്ചണിലേക്ക് പോയി. അത് വരെ പടർന്നു കയറിയിരുന്ന ബിയറിന്റെ ചെറുലഹരി എവിടെയോ അപ്രത്യക്ഷമായത് ഞാനറിഞ്ഞു.

ഇക്കയെ പരിചയപ്പെട്ടിട്ടു ഒന്നൊന്നര വർഷത്തിന് മുകളിലായി. പക്ഷേ, ഇത്തരം ഒരു മുഖം ഇക്കയ്ക്ക് ഉണ്ടെന്ന് ഞാൻ കരുതിയിരുന്നില്ല. സാംബിയയിൽ വിദേശികൾക്കും അന്തിക്കൂട്ടിനായി പെൺകുട്ടികൾ യഥേഷ്ടം ലഭ്യമാണ് എന്നയറിവ് പുതിയതൊന്നുമല്ല. പലപ്പോഴുമത് രണ്ട് ബിയറിനു വേണ്ടിയോ ഒരു ഡിന്നർ മീലിനു വേണ്ടിയോ പോലുമായിരിക്കും. അത് പ്രതീക്ഷിച്ച് പെൺകുട്ടികൾ ക്ലബ്ബുകൾക്കുള്ളിൽ കാത്തു നില്പുണ്ടാവും. ചിലപ്പോഴൊക്കെ ബിയറിൽ തുടങ്ങുന്ന പരിചയം ദീർഘമായ റിലേഷനിലേക്കും എത്തിയേക്കും.

"മീ. വിജയ്... നിങ്ങൾക്കറിയില്ല, ഒരു നേരത്തേക്കുള്ള ബ്രഡ്ഡാവും ഞങ്ങളിൽ പലരുടെയും പ്രധാന പ്രശ്നമെന്ന്. അതിന് വേണ്ടി ഡാർ എസ്സ്സലാമിൽനിന്നും ജോഹന്നാസ് ബർഗിൽ നിന്നുമുള്ള ട്രെയ്‌ലർ ഡ്രൈവർമാരെയും കാത്ത് ഹൈവേ പാർക്കിങ് എരിയകളിൽ പെൺകുട്ടികൾ നില്ക്കുന്നത് അതിന് വേണ്ടിയാണ്!" ഓഫീസിലെ എന്റെ അസിസ്റ്റന്റായ ചന്ദ ഒരിക്കൽ പറഞ്ഞത് എനിക്കോർമ്മ വന്നു.

"എയിഡ്സിനെ ഇവർക്ക് ഭയമില്ലേ..? ആഫ്രിക്കയിൽ പല രാജ്യങ്ങളിലും പത്ത് ശതമാനത്തിലധികമാണ് എയ്ഡ്സ് പ്രിവലൻസ് റേറ്റ്..." ഞാൻ ചോദിച്ചിരുന്നു

"വിശക്കുന്ന വയറിനെ ഭയപ്പെടുത്താൻ മറ്റൊന്നിനാവില്ല... നിങ്ങൾ, വിദേശികൾക്ക് ഒരിക്കലും മനസ്സിലാക്കാനാവില്ലയത്.." അവൾ പറഞ്ഞു. അവളുടെ അറിവിൽ ഇന്ത്യ സമ്പന്നമായ രാജ്യമാണ്. ഞാനത് തിരുത്താൻ ഒരിക്കലും ശ്രമിച്ചിരുന്നുമില്ല.

പക്ഷേ, ഈ പെൺകുട്ടിയെ കണ്ടാൽ ഭക്ഷണത്തിന് ബുദ്ധിമുട്ടുള്ള ഒരു വീട്ടിലെ ആണെന്ന് തോന്നുന്നില്ല. നല്ല കുടുംബത്തിൽ ജീവിക്കുന്നവളുടെ ലക്ഷണങ്ങളെല്ലാം കാണുന്നുണ്ട്. കുടുംബവ്യവസ്ഥയുടെ കാര്യത്തിൽ മലയാളികളേക്കാൾ കെട്ടുറപ്പോടെ ജീവിക്കുന്ന എത്രയോ സാംബിയൻ കുടുംബങ്ങളുണ്ട്! അത്തരം നല്ല കുടുംബങ്ങളിലെ പെൺകുട്ടികളുടെ ലക്ഷണങ്ങളെല്ലാം ഇവളിലുണ്ട്. അപ്പോഴാണ് മറ്റൊരു കാര്യം ഞാനോർത്തത്. ഇവളുടെ നിറം വെളുപ്പാണ്. ആഫ്രിക്കൻസിന്റെ പൊതുനിറമായ കറുപ്പോ ഇരുനിറമോ അല്ല, എന്നെക്കാളും വെളുപ്പ് നിറമുണ്ടവൾക്ക്. അവളുടെ പൂർവ്വികരിൽ ആരിലോ ഒരാളിൽ ഒരു യൂറോപ്യന്റെ ജീനുകൾ കലർന്നിട്ടുണ്ടാവാം. ഒരുപക്ഷേ, ഗാന്ധിജിയുടെ കാലത്തിനും മുമ്പ് ആഫ്രിക്കയിലെത്തിയ ഏതോ ഇന്ത്യാക്കാരന്റെയും ആവാം. ഏതോ സ്ത്രീയിൽ എന്നോ നിക്ഷേപിക്കപ്പെട്ട ആ ജീനുകൾ ബൂട്ട് ചെയ്യപ്പെട്ടത് ഇവളിലായിരിക്കാമെന്ന് മാത്രം. ഇവൾക്ക് വേണ്ടി മിടുക്കരായ സാംബിയൻ യുവാക്കൾ വരി നില്ക്കുമെന്ന് ഉറപ്പ്. വെളുപ്പിനോടുള്ള ക്രെയ്സിനസ്സ് ഇന്ത്യാക്കാരുടെ മാത്രം സ്വഭാവമല്ല.

അപ്പോൾ നൗഷാദിക്ക ഇറങ്ങി വന്നു. എന്നെ അഭിമുഖീകരിക്കുന്നതിനുള്ള ഒരു ജാള്യത ഞാനവിടെക്കണ്ടു. യഥാർത്ഥത്തിൽ താനെന്ത് എന്ന് മറ്റൊരാൾ കണ്ടുപിടിച്ചതിലുള്ള ജാള്യത.

“എടാ.. നിന്നോട് പറയാത്ത ഒരു കാര്യമുണ്ടെനിക്ക്..” ഇക്ക പറഞ്ഞു: “ഒരു പെൺകൂട്ട് ലഭിക്കാതെ എനിക്കൊരു പത്ത് ദിവസത്തിലധികം പിടിച്ച് നില്ക്കാനാവില്ല.. നിന്നെപ്പോലെ കൺട്രോളൊന്നും എനിക്ക് പറ്റില്ല.”

“അതൊക്കെ വ്യക്തിപരമായ കാര്യങ്ങളല്ലേ ഇക്കാ... പക്ഷേ, ഇത് കണ്ടിട്ട് കൊച്ചു പെൺകുട്ടിയാണല്ലോ...? നിങ്ങൾക്കാവട്ടെ പ്രായം നാല്പതിന് മോളിലും... എങ്ങനെ... എവിടെ നിന്ന് പരിചയപ്പെട്ടു ഇതിനെ.”

“അക്കഥയൊക്കെ ഞാൻ പിന്നീട് പറഞ്ഞുതരാം.. ഇപ്പോൾ അവളെ നീയൊന്ന് പരിചയപ്പെട്ടേക്ക്..”

“ബ്രിജ്...” ഇക്ക അകത്തേക്ക് നോക്കി വിളിച്ചപ്പോൾ അവളിറങ്ങി വന്നു.

“മീറ്റ് മൈ ബെസ്റ്റ് ഫ്രണ്ട്... മി. വിജയ്..”

ഞാനും ബ്രിഡ്ജറ്റും ആദ്യമായി പരിചയപ്പെട്ടത് അങ്ങനെയായിരുന്നു. അന്നവിടെ ഒന്നൊന്നര മണിക്കൂറോളം കഴിഞ്ഞാണ് അവൾ തിരിച്ച് പോയത്. അതിന് ശേഷം അവളെ പരിചയപ്പെട്ട കഥ ഇക്ക പറഞ്ഞു.

ഞങ്ങളുടെ ടൗൺഷിപ്പിൽനിന്നും നൂറ്റമ്പതോളം കിലോമീറ്റർ അകലെയുള്ള ന്ഡോള എന്ന സിറ്റിയിലാണ് അവളുടെ താമസം. നല്ല ചുറ്റുപാടുള്ള കുടുംബം. അവളുടെ വീടിരിക്കുന്ന സ്ട്രീറ്റിനടുത്തായിരുന്നു മറ്റൊരു പ്രോജെക്റ്റിന് വേണ്ടി ആ സിറ്റിയിൽ പോയിരുന്ന നൗഷാദിക്കയുടെയും താമസം. സ്കൂൾ വിദ്യാർത്ഥിനിയായ അവൾക്ക് ഒരിന്ത്യക്കാരനെ അടുത്ത് കാണുന്നുവെന്ന കൗതുകം അവൾക്ക് ഇക്കയോട് തോന്നിയതിൽ അത്ഭുതമില്ല. വെളുത്ത നിറമുള്ള ഒരു ആഫ്രിക്കൻ പെൺകുട്ടിയെന്ന കൗതുകം ഇക്കയ്ക്കും. പക്ഷേ, സ്ത്രീശരീരത്തിനോടുള്ള വിശപ്പ് ഒരാഴ്ചയിലധികം പിടിച്ച് നില്ക്കാനാവാത്ത ഇക്ക അവളെ ഒരിരയായി കണ്ടുവെന്ന് വാക്കുകൾക്കിടയിലൂടെ എനിക്ക് മനസ്സിലാക്കാനായി. ആ പരസ്പര കൗതുകം ക്രമേണ തമ്മിൽ സംസാരിക്കുന്ന പരിചയമായി. ഒരു നാല്പത്തിനാലുകാരനും ഒരു പതിനാറുകാരിയും.

ഒരിക്കൽ സംസാരത്തിനിടെ അവളുടെ ബോയ് ഫ്രണ്ട്സിനെ പറ്റി ഞാൻ ചോദിച്ചു. ഇക്ക എന്നോട് പറഞ്ഞു: “പതിനാറ് കഴിഞ്ഞ പെണ്ണല്ലേ, അതും വെളുത്ത നിറമുള്ളവൾ! സാംബിയൻ പിള്ളേര് അവൾക്ക് പിന്നാലെ ഉണ്ടാവുമെന്നെനിക്കുറപ്പ്... പക്ഷേ, ബോയ്ഫ്രണ്ട് ഇല്ലെന്നാണവൾ പറഞ്ഞത്. ഇല്ലാതിരിക്കാൻ കാരണമന്വേഷിച്ചപ്പോൾ അവൾ പറഞ്ഞത് ബോയ്ഫ്രണ്ട് ഉണ്ടായാൽ അവർ സെക്സിന് നിർബ്ബന്ധിക്കുമെന്നാണ്...”

“അപ്പോൾ നമ്മുടെ നാട്ടിലെപ്പോലെ കൾച്ചറുള്ള പെൺകുട്ടികളും ഈ നാട്ടിൽ ഉണ്ടെന്ന് മനസ്സിലായില്ലേ... നിങ്ങൾ കാണുന്നത് മാത്രമല്ല ആഫ്രിക്കയുടെ പൊതുസ്വഭാവമെന്ന കാര്യവും..?” ഞാൻ ചോദിച്ചു.

“അങ്ങനെയൊന്നുമല്ല കാര്യം. ഈ പെൺകുട്ടികൾ സെക്ഷ്വൽ ലൈഫിനെ പറ്റി കൂട്ടുകാരികൾക്കിടയിൽ ചർച്ച ചെയ്യുന്നുണ്ട്.. അതിൻ

പ്രകാരമാണ് അവളെന്നോട് അടുപ്പം കാണിക്കുന്നത്..” അതിലെന്ത് കുഴപ്പമെന്നാണ് ഞാൻ ചിന്തിച്ചത്. പതിനാറ് വയസ്സുള്ള കുട്ടികൾ സെക്സിനെപ്പറ്റി ചർച്ച ചെയ്യുന്നതിലെന്താണ്? പ്രത്യേകിച്ചും ലൈംഗികതയോട് കുറച്ചുകൂടി തുറന്ന മനോഭാവമുള്ള രാജ്യത്ത്?

“ഇക്കയെപ്പോലെ ഒരു തൈക്കിളവനോട് അടുക്കാൻ അവൾക്ക് തോന്നാൻ മാത്രം അവരെന്താണ് ചർച്ച ചെയ്യുന്നത്..?”

“എടാ.. നിനക്കറിയാത്ത കാര്യം ഞാൻ പറഞ്ഞു തരാം... ഈ പെൺകുട്ടികളുടെ ഫാസിനേഷനെപ്പറ്റി ഞാനറിഞ്ഞത് പറയാം. ഈ പെൺകുട്ടികൾ അവരുടെ വിർജിനിറ്റി ബ്രെയ്ക്ക് ചെയ്യാൻ ആരെ ചൂസ് ചെയ്യണമെന്നാണ് കരുതുന്നതെന്നറിയാമോ..” ഇക്ക ചോദിച്ചു: “ദെയ് പ്രിഫർ വൈറ്റ് മെൻസ്... ഓർ വീ ഇന്ത്യൻസ്..”

അതു കേട്ടപ്പോൾ ഞാനമ്പരന്നു: “ഈ അട്ടർ ഫൂളിഷ്നെസ്സ് അവരുടെ തലയിലെങ്ങനെ കയറിക്കൂടി..?” എന്തുകൊണ്ടാണ് തന്റെ കന്യകാത്വം ഒരു കറുത്തവന് കൊടുക്കാതെ വെളുത്തവന് മുമ്പിൽ സമർപ്പിക്കണമെന്ന് ഇവർക്ക് തോന്നാൻ? എന്നോ വിട്ടുപോയ യൂറോപ്യൻ കോളനിവർഗ്ഗം വളർത്തിയെടുത്ത സോഷ്യൽ കണ്ടീഷനിങ്ങിന്റെ ബാക്കിയാണോ ഇത്? ഈ മനോഭാവം പണ്ട് കാലത്ത് കേരളത്തിലും നിലനിന്നിരുന്നില്ലേ? ആഢ്യന്മാർക്ക് മുമ്പിൽ അടിപതറാനുള്ള മനോഭാവം? ഞാനോർത്തു.

“ആർക്കറിയാം... ഷീ ഈസ് എ ഗുഡ് ഗേൾ.. മദ്യപിക്കില്ല... ഞാൻ പൈസയോ, ടാക്സി ഫെയറോ, റീച്ചാർജോ പോലും ഓഫർ ചെയ്താലും അവൾ വാങ്ങില്ല... അവൾക്ക് വേണ്ടത് എന്റെ സ്നേഹം മാത്രം... എന്റെ സാമീപ്യം..” ഇക്ക പറഞ്ഞു.

“അതിനർത്ഥം അവളുടെ ആഗ്രഹം ഇക്ക നടത്തിക്കൊടുത്തുവെന്ന്.. അല്ലേ..”

‘‘ചോദിക്കാനുണ്ടോ..?” ഒരു വിജയസ്മിതം നൗഷാദിക്കയുടെ ചുണ്ടിൽ വിരിഞ്ഞു: “അഞ്ചെട്ടു മാസം മുമ്പേ തന്നെ.”

ആഫ്രിക്കയെ കോളനിയാക്കിയിരുന്ന യൂറോപ്യൻസ് കുത്തിവച്ചതാവും ആ വിശ്വാസമെന്ന് ഞാനുറപ്പിച്ചു. മണ്ണും പെണ്ണുമെല്ലാം വെളുത്തവന് അവകാശപ്പെട്ടതെന്ന ചിന്ത അവർ വിട്ടുപോയിട്ട് അരനൂറ്റാണ്ടിലധികം കഴിഞ്ഞിട്ടും ഇപ്പോഴും തുടരുന്നു. മസ്തിഷ്കത്തെ ബാധിക്കുന്ന ഏറ്റവും വലിയ രോഗം അടിമബോധമാണ്. തന്നെക്കാളും ഉയർന്ന ഒരു കൂട്ടരുണ്ടെന്നും എപ്പോഴും തങ്ങൾ അവർക്ക് കീഴ്പ്പെട്ടിരിക്കുമെന്നുമുള്ള ബോധം. തങ്ങൾ ചൂഷണം ചെയ്യപ്പെടുകയാണ് എന്ന് തിരിച്ചറിയാൻ പോലും പറ്റാത്ത രോഗാവസ്ഥ. മനസ്സിനെ ബാധിച്ച ചങ്ങലകൾ!

അപ്പോൾ ടി വിയിൽ ഗുജറാത്തിലെ മുന്ദ്രയിൽ അദാനി നടത്തുന്ന സമുദ്രതീര ചൂഷണത്തിനെതിരെ ബർഖ ദത്ത് ആഞ്ഞടിക്കുകയായിരുന്നു. അപ്പോൾ ഞാൻ മനസ്സിലോർത്തു. ചൂഷണമെന്നത് ബലവാൻ ദുർബ്ബലനോട് ചെയ്യുന്നത് മാത്രമല്ല, ദുർബ്ബലൻ അതിദുർബ്ബലനോട്

ചെയ്യുന്നത് കൂടിയാണ്. മണ്ണിനെയും സമ്പത്തിനെയും ചൂഷണം ചെയ്യുന്നത് മാത്രമല്ല വൈകാരികതയെയും അറിവില്ലായ്മയെയും ചൂഷണം ചെയ്യുന്നതും കൂടിയാണ്. വെള്ളക്കാർ താഴ്ന്നവരെന്ന് കരുതുന്ന ഒരു ഇന്ത്യക്കാരൻ വെള്ളക്കാരുടെ അതെ ആയുധം തനിക്ക് താഴെയെന്ന് കരുതുന്ന ഒരു കൂട്ടർക്ക് നേരെ പ്രയോഗിക്കുകയാണ്. അവിടെ മനസ്സാക്ഷി എന്ന ഒന്നില്ല. ഇവളുടെ അതേ പ്രായമുള്ള ഒരു മകൾ നാട്ടിലുള്ള ഒരു പിതാവാണ് ഇവിടെ ഒരു ആഫ്രിക്കൻ പെൺകുട്ടിയുടെ വിഡ്ഢിത്തരത്തെ ചൂഷണം ചെയ്യുന്നത്. അദാനിയും നൗഷാദിക്കയും തമ്മിലെന്ത് വ്യത്യാസം?

പിന്നീട് ഞാൻ ബ്രിഡ്ജിറ്റിനെ കാണുന്നത് ഒരുവർഷത്തിന് ശേഷമാണ്. മറ്റൊരു മൈനിൽ പുതിയ പ്രോജക്റ്റുമായി വീണ്ടും വന്ന സമയത്ത്, ഒരു സന്ധ്യാനേരമായിരുന്നുവത്. അവളെന്നെ കണ്ടപ്പോൾ ഓടിവന്നു. എന്റെയൊപ്പമുണ്ടായിരുന്ന സുഹൃത്ത് അത് കണ്ട് അമ്പരന്നുപോയി.

"മി. വിജയ്... ആഫ്റ്റർ എ ലോങ് ടൈം..!" അവളെന്റെ കൈ കവർന്നെടുത്തുകൊണ്ട് ചോദിച്ചു: "വെയർ ഡിഡ് യു എസ്കേപ്ത്..?"

"ഐ വാസ് ഷിഫ്റ്റെഡ് റ്റു കെനിയ... ദെൻ റ്റു ഇന്ത്യ.."

"ഹാവ് യു മെറ്റ് നോഷാദ് ദെയ്ർ.." അവൾ ആകാംക്ഷയോടെ ചോദിച്ചു.

"നോ... നോ.... വീ വെയർ ഫ്രം ഡിഫ്രൻഡ് സിറ്റീസ്.." നൗഷാദിക്ക നൈജീരിയയിലാണെന്ന് അറിയാമായിട്ടും ഞാനത് പറഞ്ഞില്ല. അവളെ ഫോണിൽ വിളിക്കാറില്ലേ എന്ന് ചോദിച്ചു.

"ഇല്ല... ഫോൺ പോകുന്നില്ല... നോഷാദിനെ വളരെ മിസ് ചെയ്യുന്നു.." സൂപ്പർമാർക്കറ്റിന്റെ ബോർഡിൽ മിന്നിമറഞ്ഞു കൊണ്ടിരുന്ന നിയോൺ ബൾബിന്റെ വെളിച്ചത്തിൽ അവളുടെ കണ്ണുകളിൽ ദുഃഖം നിറയുന്നത് ഒരു തെല്ലിട നേരത്തേക്ക് ഞാൻ കണ്ടു. നമ്പർ പരസ്പരം കൈമാറി പിരിയുമ്പോൾ അതുവരെ അക്ഷമനായിരുന്ന സുഹൃത്ത് അലക്സ് എന്നോട് ചോദിച്ചു:

"മാഷേ... ഏതാ... ഈ ചരക്ക്... നല്ല വെളുത്ത് തുടുത്ത സാധനം.." അവൻ പറഞ്ഞപ്പോഴാണ് ഞാനും അത് ചിന്തിച്ചത്... അവൾ കുറേക്കൂടി തുടം വച്ചിരിക്കുന്നു.

"അവളുടെ പേര്... ബ്രിഡ്ജറ്റ്... എന്റെയൊരു ചങ്ങാതീടെ അടുത്ത ആളായിരുന്നു." നൗഷാദിക്കയും അവളും തമ്മിലുണ്ടായിരുന്ന റിലേഷനെപ്പറ്റി ഞാൻ അലക്സിനോട് വിശദീകരിച്ചു. "ഇവിടെ ഫ്ളർട്ട് ചെയ്യുന്ന പെൺകുട്ടികളിലെ പോലെയല്ല.. വളരെ ഡിഫറന്റ് ആണവൾ.."

"എന്നിട്ടും എന്നെ പരിചയപ്പെടുത്തിയില്ലല്ലോ.." അലക്സിന്റെ ആ പരിഭവം നാലഞ്ച് ദിവസം നീണ്ടുനിന്നു. പുതിയ പ്രോജക്റ്റിന്റെ തുടക്കമായതുകൊണ്ട് ഞങ്ങൾക്ക് അധികം ജോലിയൊന്നുമുണ്ടായിരുന്നില്ല. കാലിസമയം ധാരാളം, ദിവസവും അലക്സിന്റെ നിർബ്ബന്ധം എന്നിലേ

റിക്കൊണ്ടിരുന്നു. അയാൾക്ക് ബ്രിഡ്ജറ്റിനെ പരിചയപ്പെട്ടേ മതിയാകൂ. നൗഷാദിക്കയും ബ്രിഡ്ജറ്റും തമ്മിലുള്ള ബന്ധത്തിന്റെ കഥയറിഞ്ഞപ്പോൾ ചെലവില്ലാതെ ഒരു പെൺകൂട്ട് ലഭിക്കാനുള്ള സാദ്ധ്യതയാണ് കൗശലക്കാരനായ ആ സുഹൃത്ത് കണ്ടത് എന്നറിഞ്ഞിട്ടും നിർബ്ബന്ധത്തിന് വഴങ്ങേണ്ടി വന്നു.

'ഹായ്... ബ്രിഡ്ജറ്റ്... വെയർ ആർ യു.. നീഡ് റ്റു മീറ്റ് യൂ...' ഞാൻ അവൾ തന്ന നമ്പറിലേക്ക് എസ് എം എസ് അയച്ചു. മിനിറ്റുകൾക്കുള്ളിൽ മറുപടി വന്നു: 'ഹായ് വിജയ്... റിയലി സർപ്രൈസിങ്... എനിതിങ് സ്പെഷ്യൽ...?'

'നതിങ് സ്പെഷ്യൽ... വീ വിൽ സിറ്റ് ടുഗെതർ... വിത്ത് കാപ്പുച്ചിനോ...' അവൾക്ക് കാപ്പി വലിയ ഇഷ്ടമാണെന്ന് നൗഷാദിക്ക പറഞ്ഞത് ഓർത്ത എന്റെ വിരലുകൾ ഫോണിന്റെ ക്യൂവെർട്ടി പാഡിൽ ഓടിക്കളിച്ചു.

“ദെൻ... ടുമോറോ ആഫ്റ്റർനൂൺ... അറ്റ് ബൗളിങ് ക്ലബ്ബ്..' എന്റെ ഫോൺ പിടിച്ചുവാങ്ങി അവളുടെ മെസേജ് വായിച്ച അലക്സിന്റെ മുഖം വിടരുന്നത് ഞാൻ കണ്ടു.

പിറ്റേന്ന് ബൗളിങ് ക്ലബ്ബിൽ കാത്തുനില്ക്കുമ്പോൾ അലക്സ് അക്ഷമനായിരുന്നു. ക്ലബ്ബിന്റെ ഓപ്പൺ യാർഡിൽ അധികം പേരില്ല, ചില ഇന്ത്യൻ ഫാമിലികൾ മാത്രം. അപ്പോഴാണ് അന്ന് ആഫ്രിക്കൻ നേഷൻസ് കപ്പിന്റെ യോഗ്യതാമത്സരം ഞങ്ങളുടെ ടൗൺഷിപ്പിലെ സ്റ്റേഡിയത്തിൽ നടക്കുന്ന കാര്യം ഞാനോർത്തത്. അതുകൊണ്ടാവണം അവൾ ലേറ്റാവുന്നത്.

“എന്റെ മാഷേ... ഒന്നവളെ വിളിച്ച് നോക്ക്...” അലക്സിന്റെ അക്ഷമ ഏറിവന്നു. ഞാൻ മൊബൈലിൽ വിളിച്ചപ്പോൾ അവൾ വരുന്നുവെന്ന് പറഞ്ഞെങ്കിലും അവളെത്തിയില്ല. മൂന്ന് ബിയറോളം ഞങ്ങൾ അവളെ കാത്തിരുന്ന സമയംകൊണ്ട് അകത്താക്കിയിരുന്നു. അഞ്ചോളം കോളുകളും പത്തോളം എസ് എം എസുകളും. പക്ഷേ, അവൾ മാത്രമില്ല. അന്തിയാവുന്നതിനൊപ്പം നിരാശയുടെ നിഴലുകളും അലക്സിന്റെ മുഖത്തേറി വന്നു. തന്റെ പ്രേമം വെളിപ്പെടുത്താൻ കാലങ്ങളായി കാത്തിരിക്കുന്ന കൗമാരക്കാരനെപ്പോലെയുള്ള അയാളുടെ പെരുമാറ്റം കണ്ടപ്പോൾ എനിക്ക് സഹതാപമാണ് വന്നത്.

വിളക്കുകാലുകൾ തെളിയുന്ന നേരം അവൾ ഗേറ്റ് കടന്നുവന്നു, ഒരു ആഫ്രിക്കൻ പയ്യന്റെ തോളിൽ ചാരി എന്തോ പറഞ്ഞു ചിരിച്ചുകൊണ്ട് നടന്നടുക്കുന്ന അവളെ കണ്ടപ്പോൾ അലക്സിന്റെ മുഖം തെളിഞ്ഞു. ഞങ്ങളുടെ അടുത്തെത്തി അവൻ തിരിഞ്ഞപ്പോഴാണ് അവൾക്ക് നേരെ നില്ക്കാനാവുന്നില്ല എന്നെനിക്ക് മനസ്സിലായത്. മദ്യലഹരിയിലുള്ള അവളെ അവൻ താങ്ങിപ്പിടിച്ചുകൊണ്ട് വരികയായിരുന്നു! മുമ്പ് ഒരു ബിയർ പോലും കഴിക്കാതിരുന്ന പെൺകുട്ടി!

“വെൽക്കം... ബ്രിഡ്ജറ്റ്.. മീറ്റ് മൈ ഫ്രണ്ട് അലക്സ്..”

അലക്സ് അവൾക്ക് നേരെ കൈ നീട്ടി. അവൾ അവന്റെ കണ്ണുകളിലേക്ക് ചൂഴ്ന്നു നോക്കി. പിന്നെ എന്നെയും: "സോ യൂ പീപ്പിൾ ഈഗർലി വെയ്റ്റിങ് ഫോർ ദിസ്... ദെൻ സ്റ്റാർട്ട്..." അവൾ പറയുന്നത് എന്തെന്ന് മനസ്സിലാക്കാൻ പറ്റാതെ നിന്ന ഞങ്ങൾക്ക് മുമ്പിൽ അവളുടെ കൈകൾ അവളുടെ ജീൻസിന്റെ ബക്കിളിലേക്ക് ചലിച്ചു നൊടിയിടയിൽ ജീൻസ് അവളുടെ കാൽമുട്ട് വരെ താഴ്ന്നു. നഗ്നത!

ഞങ്ങളമ്പരന്ന് നിൽക്കെ അവൾ സിമന്റ് ബെഞ്ചിലേക്ക് ചരിയാൻ ശ്രമിച്ചു.

"ഹേയ്... ബ്രിഡ്ജറ്റ്.. വാട്ട് ആർ യു ഡൂയിങ്.. പ്ലീസ് ലിഫ്റ്റ് അപ്പ് യുവർ ജീൻസ്..." തൊണ്ട വരണ്ട് പോയെങ്കിലും എന്നിൽ നിന്ന് ശബ്ദം പുറത്തുവന്നു.

"ഐ നോ... വാട്ട് യു ഇന്ത്യൻസ് റിയലി നീഡഡ് ഫ്രം അസ്... ലെറ്റ്സ് സ്റ്റാർട്ട്... എക്സ്പ്ലോയിറ്റ് അസ്.. ഹാവ് ഫൺ.." ഏകയായ ഒരു പെൺകുട്ടിയുടെ ശബ്ദമല്ല അതെന്നെനിക്ക് തോന്നി. അവളൊരു ബഹുവചനമാണ്. അനേകം ആഫ്രിക്കൻ പെൺകുട്ടികളുടെ പ്രതിനിധി.

ഞങ്ങളിലേക്ക് ആഴുന്ന അനേകം കണ്ണുകൾ പരിസരങ്ങളിൽ ഞങ്ങൾ കണ്ടു. ഇനി അധികസമയം അവിടെ നിന്നാൽ സംഭവിക്കാൻ പോവുന്നത് മോശം അനുഭവമെന്ന് ഉറപ്പാണ്. മാന്യന്മാരായ വിദേശികളോട് ഫ്ളെർട്ട് ചെയ്യാൻ വന്ന നാട്ടുകാരിപ്പെണ്ണിനെ ഒഴിവാക്കുന്ന മട്ടിൽ ഞങ്ങൾ വേഗതയിൽ അവിടെ നിന്നിറങ്ങിയപ്പോൾ പിന്നിൽ അവൾ ശക്തമായി ഛർദ്ദിക്കുന്ന ശബ്ദം കേൾക്കാമായിരുന്നു.

"ഇനി മേലിൽ ഇത്തരം പരിപാടിയുമായി എന്റെയടുത്ത് വന്നേക്കരുത്." വീട്ടിലേക്ക് നടക്കുമ്പോൾ ഞാൻ അലക്സിന് താക്കീത് നല്കി. ഇരുട്ട് മൂടിയ റോഡിൽ നിന്ന് തിരിഞ്ഞ് നോക്കിയപ്പോൾ ക്ലബ്ബിന്റെ ഗേറ്റിലേക്ക് ആടിയാടി അവൾ ഇറങ്ങിവരുന്നത് കണ്ടു. ആരുടെയോ പേര് അവ്യക്തമായി വിളിക്കുന്നത് കേൾക്കാം. ഇരുട്ടിൽ നിന്നുകൊണ്ട് ഞങ്ങളത് കുറച്ച് സമയം നോക്കിനിന്നു. ഇരുട്ടിൽ നിന്ന് നാലഞ്ച് നിഴലുകൾ അവളിലേക്ക് അടുക്കുന്നു. അവരുമായി സംസാരിക്കുകയാണ് അവൾ.

അന്ന് രാത്രിയിൽ ഏറെ വൈകി ഡിന്നർ ടേബിളിന് ചുറ്റും ഞാനും അലക്സും മാനേജരും ഇരിക്കുമ്പോഴാണ് എന്റെ ഫോൺ ശബ്ദിച്ചത്. തെല്ല് പേടിയോടെ ഫോണെടുത്തപ്പോൾ ലേബർ ക്യാംപിൽ നിന്നാണ്. അവിടൊരു പെണ്ണ് വന്നുകയറിയിരിക്കുന്നുവത്രേ.

"വാട്ട് ഹാപ്പെൻഡ്... വിജയ്.." മാനേജർ ചോദിച്ചു.

"നതിങ് സീരിയസ് സം ഫൈറ്റിങ് ഹാപ്പെൻഡ്സ് ഇൻ ലേബർ ക്യാമ്പ്... ഐ വിൽ ഗോ ആൻഡ് മാനേജ്.."

എന്റെയും അലക്സിന്റെയും കണ്ണുകളിടഞ്ഞു. അയാൾക്ക് കാര്യം മനസ്സിലായി. ഭക്ഷണം പാതിയിലുപേക്ഷിച്ച് ഞാനെഴുന്നേറ്റപ്പോൾ ഒപ്പം അലക്സും എഴുന്നേറ്റു. എന്നാൽ താനുംകൂടി വരാമെന്നായി മാനേജർ. കാർ ഡ്രൈവ് ചെയ്യവേ അന്നത്തെ സംഭവങ്ങൾ മാനേജരോട് പറയേണ്ടി

വന്നു. അയാൾ പൊട്ടിച്ചിരിച്ചു. അപ്പോൾ കാറിന്റെ ഹെഡ്‌ലൈറ്റിൽ ഒരു പെൺകുട്ടിയെയും താങ്ങിപ്പിടിച്ചുകൊണ്ട് വരുന്ന രണ്ടുപേരെ ഞങ്ങൾ കണ്ടു. ഞങ്ങളുടെ തൊഴിലാളികളാണ്. ഞങ്ങളുടെ റെസിഡൻസിലേക്ക് കൊണ്ട് വരികയാണ് അവളെ.

"എന്തിനാടാ ഇവളെയും പിടിച്ചുകൊണ്ട് ഇങ്ങോട്ട് വരുന്നത്.." കാറിൽ നിന്ന് ചാടിയിറങ്ങിയ ഞാൻ ആക്രോശിച്ചപ്പോൾ തൊഴിലാളികൾ പരുങ്ങി: "ആ ബൗളിങ് ക്ലബ്ബിൽ നിന്ന് ബിയർ വാങ്ങാൻ പോയപ്പോൾ കൂടെക്കൂടിയതാ ഇവള്... സാറിനെയാണ് ഇവൾ അന്വേഷിക്കുന്നത്.. വിജയ്... വിജയ്... എന്ന്... വീട്ടിനുള്ളിൽ ഇറങ്ങുന്നില്ല. പൊലീസിനെ വിളിക്കുമെന്ന് പറഞ്ഞപ്പോൾ വിളിച്ചോളാനാണ് പറയുന്നത്. ഞങ്ങൾ റേപ്പ് ചെയ്യാൻ ശ്രമിച്ചെന്ന് പൊലീസിനോട് പറയുമെന്ന്.."

തൊഴിലാളികളെ പറഞ്ഞുവിട്ട് ഞാൻ തിരിഞ്ഞപ്പോഴേക്കും അവൾ കാറിന്റെ മുൻവശത്ത് എത്തിയിരുന്നു. മുൻസീറ്റിലിരുന്ന അലക്സിനെ അപ്പോഴാണവൾ കണ്ടത്. അവൾ ഡോർ വലിച്ചുതുറന്ന് അലക്സിനെ ആഞ്ഞു പുൽകി.

"ഓ... നോഷാദ്... വൈ ഡിഡ് യു ലീവ് മീ.." അവൾ അലക്സിന്റെ മുഖം കൈക്കുടന്നയിൽ ഒതുക്കി പലതവണ ചുംബിച്ചു. അവളുടെ മുഖത്ത് കണ്ണീർ പരന്നൊഴുകുന്നത് ഞാൻ കണ്ടു. അവൾക്ക് നൗഷാദിക്കയോട് തോന്നിയിരുന്ന വികാരമെന്തായിരുന്നുവെന്ന് തിരിച്ചറിഞ്ഞ നിമിഷമായിരുന്നുവത്. അലക്സിനും നൗഷാദിക്കയെപ്പോലെ ഡ്രീം ചെയ്ത മീശ ഉള്ളതുകൊണ്ടാവും അവൾ അലക്സിനെ നൗഷാദിക്കയായി തെറ്റിദ്ധരിച്ചതെന്ന് എനിക്ക് തോന്നി. തേടിനടന്ന കളിപ്പാട്ടം പുൽകുന്ന കുട്ടിയെപ്പോലെ അലക്സിന്റെ മാർത്തടത്തിലേക്ക് മുഖമണച്ചുകൊണ്ടവൾ കാറിന്റെ ലെഗ്സ്പേസ്സിലേക്കിരുന്നു പോയി.

"അവളെ വലിച്ച് പുറത്താക്ക്... ഇതിന് മുഴുഭ്രാന്താ... നമ്മടെ തലയിൽ കുടുങ്ങും" മാനേജരും ഭയന്ന് പോയിരുന്നു. ഞാനവളെ പുറത്തേക്ക് വലിച്ചിറക്കാൻ ശ്രമിച്ചു. പക്ഷേ, എളുപ്പത്തിൽ സാധിക്കുമായിരുന്നില്ലയത്. അവൾ ലെഗ്സ്പേസ്സിൽ കുടുങ്ങിപ്പോയിരുന്നു. ഞാൻ ബലം പ്രയോഗിക്കുമ്പോൾ അവൾ അലക്സിന്റെ കുപ്പായത്തിൽ തന്റെ വിരലുകളിറുക്കി.

"ഡോണ്ട് ലീവ് മീ നോഷാദ്... പ്ലീസ് ഡോണ്ട് ലീവ് മീ.." അവൾ നിലവിളിച്ചുകൊണ്ടിരുന്നു. ഒരുവിധത്തിൽ അവളെ കാറിൽ നിന്ന് വലിച്ച് പുറത്താക്കാൻ എനിക്ക് കഴിഞ്ഞു. അവൾ റോഡിലേക്ക് വീണുപോയി. സുബോധം നഷ്ടപ്പെട്ട അവളെ റോഡിലുപേക്ഷിച്ച് ഞാൻ കാറിലേക്ക് ഓടിക്കയറി. ഒരു മനഃസാക്ഷിക്കുത്തും എനിക്കപ്പോൾ തോന്നിയില്ല. കാറിൽ കയറി പാഞ്ഞുപോകവേ അവൾ എഴുന്നേൽക്കാൻ ശ്രമിക്കുന്നത് ഞാൻ കണ്ടു. അവൾക്കാവുന്നില്ല അതിന്. തിരികെ വീട്ടിലെത്തിയ ശേഷം ഞാൻ ആദ്യം ചെയ്തത് ഫോണിൽനിന്നും സിം ഊരിമാറ്റുകയായിരുന്നു. അത്രത്തോളം ഭയന്നുപോയിരുന്നു ഞാൻ. എനിക്കന്നുറ

ഞാൻ കഴിഞ്ഞില്ല. രാത്രിയിൽ അവൾക്ക് സംഭവിച്ചേക്കാവുന്ന ദുരന്തങ്ങൾക്കെല്ലാം ഞാൻ ഉത്തരം പറയേണ്ടി വരുമെന്ന് ഞാനറിഞ്ഞു. സാംബിയയുടെ ഫുട്ബോൾ വിജയം ആഘോഷിച്ച് കുടിച്ചിറങ്ങുന്ന ചെറുപ്പക്കാർ അവളെ കൂട്ടബലാത്സംഗത്തിന് ഇരയാക്കിയേക്കാം. ഒരു പക്ഷേ, റോഡിൽ അവളുടെ ശരീരത്തിന് മുകളിലൂടെ വാഹനങ്ങൾ കയറി ഇറങ്ങിയേക്കാം. അവളുടെ മൊബൈലിൽ അവസാന കോളുകളെല്ലാം എന്റെയാണ്. സന്ദേശങ്ങളും! അവൾക്കെന്തെങ്കിലും സംഭവിച്ചാൽ എന്റെ ജീവിതം ഇവിടെക്കഴിയുമെന്ന് എനിക്കുറപ്പാണ്. ഇതുവരെ സുപരിചിതനായിക്കഴിഞ്ഞ ഞാൻ ചെയ്യാത്ത കുറ്റത്തിന് ശിക്ഷിക്കപ്പെട്ട്, അപാനിതനായി..! ദൈവമേ... എന്റെ ഭാര്യ... എന്റെ കുഞ്ഞുങ്ങൾ... ഞാൻ ദീനമായി കരഞ്ഞു.

പുകഞ്ഞുകൊണ്ടിരുന്ന എനിക്ക് ആശ്വാസമായത് പിറ്റേന്ന് ഉച്ചകഴിഞ്ഞപ്പോഴാണ്. ഗേറ്റിൽ ഒരു പെൺകുട്ടി വന്ന് 'ഇവിടെയാണോ വിജയ് താമസിക്കുന്നത്' എന്ന് ചോദിക്കുന്നതായി സെക്യൂരിറ്റി പറഞ്ഞപ്പോൾ ഞാൻ ഗേറ്റിലേക്കോടി. അവിടെ അവൾ പ്രസന്നവദനയായി നിൽക്കുന്നു.

"ഐ കോൾഡ് യു സെവറൽ ടൈംസ്... ബട്ട് നോട്ട് ഗോയിങ് ത്രൂ.." ഞങ്ങളുടെ സംസാരം കേട്ട് അലക്സും മാനേജരും ഇറങ്ങിവന്നു. "കൽവാലി ലഡ്കി യെഹി ഹേ ക്യാ...?" മാനേജർ ചോദിച്ചപ്പോൾ ഞാൻ തലകുലുക്കി. മാനേജർ അവളെ അകത്തേക്ക് ക്ഷണിച്ചു. തലേന്ന് അവൾക്കെവിടെയോ നഷ്ടപ്പെട്ട ആഭരണം അന്വേഷിച്ചാണ് അവൾ വന്നിരിക്കുന്നത്. ഇന്നലെ രാത്രി എന്നെ കണ്ടത് മാത്രം അവൾക്കോർമ്മയുണ്ട്. തലേന്ന് ബൗളിങ് ക്ലബ്ബിൽ കാണിച്ച് കൂട്ടിയതിനെപ്പറ്റി ഞങ്ങൾ പറഞ്ഞപ്പോൾ അവൾ നാണംകൊണ്ട് മുഖംപൊത്തി.

അവളും അലക്സും തമ്മിൽ പരിചയപ്പെട്ടത് അങ്ങനെയായിരുന്നു. പിന്നീട് മിക്കവാറും ദിവസങ്ങളിൽ അലക്സ് സന്ധ്യ മയങ്ങുമ്പോൾ പുറത്ത് പോവുന്നത് എങ്ങോട്ടാണെന്ന് എനിക്ക് മനസ്സിലാകുമായിരുന്നു. ടൗൺഷിപ്പിൽ എനിക്കുള്ള അത്രയും ബന്ധങ്ങൾ അയാൾക്കില്ലല്ലോ? പക്ഷേ, ആദ്യമൊന്നുമത് അയാൾ സമ്മതിച്ച് തന്നിട്ടില്ല. ആഫ്രിക്കൻ മണ്ണിനെ ചൂഷണംചെയ്ത് ചെമ്പ് ഖനനം ചെയ്യാൻ വന്നവർ പെണ്ണിനെയും ചൂഷണം ചെയ്യുന്നത് ഞാൻ വീണ്ടും നോക്കിക്കണ്ടു.

ബലംകൊണ്ട് മാത്രമാണ് അടിമത്തം പുലരുന്നതെന്ന് ആരാണ് പറഞ്ഞത്? അടിമത്തത്തിന്റെ ആയുധം എപ്പോഴും ചാട്ടവാറാവണമെന്നില്ല. സ്നേഹം പ്രകടിപ്പിച്ചും അടിമയാക്കാം. ആ വല പൊട്ടിച്ചെറിയൽ ചാട്ടവാറിനെ തകർക്കുന്നതുപോലെ എളുപ്പമാവണമെന്നില്ല. ഒരിക്കൽ മദ്യപിച്ച് കുഴഞ്ഞിരിക്കുമ്പോൾ അലക്സ് അവളെപ്പറ്റി എന്നോട് പരാതി പറഞ്ഞു. അവൾക്ക് അധികാരഭാവം ഇപ്പോൾ കൂടുതലാണെന്ന്. അതുപോലെതന്നെ പലപ്പോഴും അയാളെ വിളിക്കുന്നത് 'നോഷാദ്' എന്നാണെന്ന്. "വിഡ്ഢീ... അവൾ വഴങ്ങുന്നത് നിന്നോടല്ല.... അവൾ നിന്നിൽ കാണുന്നത് നൗഷാദിനെയാണ്. നീ അവളുടെ മനസ്സിന്റെ ബോധതല

ത്തിലേ ഉണ്ടാവില്ല." ഞാൻ മനസ്സിലാണ് അതിന് മറുപടി പറഞ്ഞത്. അപ്പോഴും ഞാനോർത്തു. നൗഷാദിക്ക അവളിലെറിഞ്ഞിട്ടുപോയ മാന്ത്രികതയെപ്പറ്റി!

അപ്രതീക്ഷിതമായിട്ടാണ് ഇമിഗ്രേഷൻ പ്രശ്നമായി എനിക്ക് സാംബിയ വിടേണ്ടി വന്നത്. കമ്പനിക്ക് പുതിയ കോൺട്രാക്റ്റ് കിട്ടിയപ്പോൾ ഒരു വർഷത്തിനു ശേഷം ഞാനവിടെയെത്തി. പഴയ മാനേജറിനൊപ്പം പുതിയ ടീം. വ്യക്തിപരമായി ഓർക്കാൻ തക്കതായി ബന്ധമില്ലാത്തതുകൊണ്ട് ബ്രിഡ്ജറ്റിനെ പറ്റി ഞാൻ അന്വേഷിച്ചതേയില്ല.

ഒരു വൈകുന്നേരം മാനേജർ എന്നോട് പറഞ്ഞു: "ഇന്ന് വൈകുന്നേരം നമുക്കൊരു ഗസ്റ്റ് ഉണ്ടാവും. പെപ്സിക്കോളയുടെ പ്ലാന്റിലെ ക്വാളിറ്റി കൺട്രോളർ... നിങ്ങടെ കേരളക്കാരനാണ്. നമ്മുടെ അലക്സിന്റെ ചങ്ങാതി... അങ്ങനെ പരിചയപ്പെട്ടതാണ് ഞാൻ.. ഒരിത്തിരി ലൂസ് ആണെന്ന് തോന്നും.. ഒരു രാത്രിയിലേക്കല്ലേ.."

അപ്പോഴാണ് ബ്രിഡ്ജിനെപ്പറ്റി ഞാനോർത്തത്. ഞാൻ മാനേജരോട് അന്വേഷിച്ചു: "അലക്സിന്റെ ആ ഗേൾ ഫ്രണ്ട് എവിടെ... ബ്രിഡ്ജറ്റ്... വല്ല വിവരവുമുണ്ടോ.."

മാനേജർ ചിരിച്ചുകൊണ്ട് മറുപടി പറഞ്ഞു: "അവൻ... അലക്സ് മഹാ ബുദ്ധിമാനല്ലേ... അവളെ ഊറ്റിയെടുത്തതിന് ശേഷം തന്ത്രത്തിൽ ഈ വരുന്നവന് പരിചയപ്പെടുത്തിക്കൊടുത്തു. അവളെയങ്ങനെ തന്ത്രപൂർവ്വം ഒഴിവാക്കി. ഈ വരുന്നവനാവട്ടെ ഒരു പൊട്ടനും.. അവൻ രാത്രി വരട്ടെ നമുക്ക് അന്വേഷിക്കാം.."

രാത്രിയിൽ അയാൾ വന്നു. ദിലീപ് എന്നാണ് അയാളുടെ പേര്. സംസാരിച്ച് തുടങ്ങിയതേ ദിലീപിന്റെ മാനസികനിലയെപ്പറ്റി എനിക്ക് സംശയം തോന്നി. ഒരു ടിപ്പിക്കൽ ക്യാരക്റ്റർ. കൊണ്ടുവന്ന ബോട്ടിൽ പകുതിയോളം അകത്താക്കിക്കഴിഞ്ഞപ്പോൾ ദിലീപ് ബ്രിഡ്ജറ്റിനെ പറ്റി പറഞ്ഞു.

"ആ നശൂലം മൂന്ന് തവണയാണ് എന്നെ പൊലീസ് സ്റ്റേഷനിൽ കയറ്റിയത്. അവളെന്റെ ഭാര്യ ആണെന്നാണ് അവൾ അവകാശപ്പെടുന്നത്. ഞാൻ എങ്ങനേലും ഒഴിവാക്കാൻ ശ്രമിച്ചാൽ അവൾ പൊലീസ് സ്റ്റേഷനിൽ പോവും... എന്റെ കഷ്ടകാലത്തിന് ഞാനവളെ എന്റെ വീട്ടിൽ താമസിച്ചിരുന്നു. പിന്നെ എന്റെ അധികാരം അവൾ ഏറ്റെടുത്തു. ജോലി സമയത്തൊഴികെ എപ്പോഴും ഞാൻ കൂടെ വേണം. ഒറ്റയ്ക്ക് മാറാൻ സമ്മതിക്കില്ല. ഒരിക്കലെന്റെ പാസ്പോർട്ട് പോലും അവൾ മോഷ്ടിച്ച് മാറ്റിവെച്ചിരുന്നു... നാട്ടിൽ പോവാതിരിക്കാൻ."

"അത് നിങ്ങളുടെ മണ്ടത്തരം കാരണമല്ലേ.. ഇത്തരം പെണ്ണുങ്ങളെ സ്വന്തം വീട്ടിൽ കയറ്റി ആരേലും താമസിപ്പിക്കുമോ?" ഞാൻ ചോദിച്ചു. അവൾ ഇത്തരം പെണ്ണായിത്തീർന്നതിന്റെ പിന്നിൽ എനിക്കും ഉത്തരവാദിത്വം ഉണ്ടെന്ന കാര്യം ഞാനപ്പോൾ ഓർത്തില്ല.

"അവളുടെ വെളുപ്പിന്റെ പുറകേ പോയതാ അബദ്ധമായത്.. പതി

യെപ്പതിയെ അവളെന്നെ മൊത്തമായി കീഴടക്കി... എന്റെ ആരോഗ്യം പോലും പോയി... പതിനഞ്ച് കിലോയാ വെയ്റ്റ് കുറഞ്ഞത്... വിട്ടുമാറാത്ത പനിയും... സാരമില്ല. കഴിഞ്ഞ രണ്ട് മാസമായി ശല്യം കുറവുണ്ട്... ഇടയ്ക്ക് മാത്രമേ എന്റടുത്ത് വരാറുള്ളൂ... വേറെ രണ്ട് മൂന്ന് ഇന്ത്യക്കാരുടെ ഒപ്പം ക്ലബ്ബുകളിൽവച്ച് ഞാനവളെ കണ്ടിട്ടുണ്ട്... അവള് കാണുന്നതിന് മുമ്പ് ഞാൻ മുങ്ങും. അവൾ ഇന്ത്യക്കാരെ തന്നെ വളയ്ക്കാൻ ശ്രമിക്കുന്നതുപോലെ.."

അന്ന് രാത്രി കിടന്നുറങ്ങിയ ദിലീപ് പിറ്റേന്ന് രാവിലെ എഴുന്നേറ്റില്ല. പനി കാരണം മൂടിപ്പുതച്ച് കിടക്കുന്നു. അനാവശ്യമായി ഒരു മാരണം കൂടി തലയിൽ വീണ അസഹ്യതയോടെ ഞാനയാളെ ആശുപത്രിയിൽ കൊണ്ടുപോയി. അഡ്മിറ്റ് ചെയ്തു. അന്ന് വൈകുന്നേരമായതോടെ ദിലീപിന്റെ പനിക്ക് കുറവുണ്ടായിരുന്നു. ഇന്ത്യക്കാരനായ ഡോക്ടർ എന്നെ വിളിപ്പിച്ചു:

"നിങ്ങളുടെ ഫ്രണ്ടാണോ ഇയാൾ.." ഡോക്ടർ ചോദിച്ചു.

"ഏയ്... ഞാൻ ഇന്നലെയാണ് പരിചയപ്പെടുന്നത്. ഫ്രണ്ടിന്റെ ഫ്രണ്ടാണ്.... ഇവിടെ വന്നപ്പോൾ ഇന്നലെ രാത്രിയിൽ ഞങ്ങളുടെ സ്പെയ്സ് ഷെയർ ചെയ്തെന്ന് മാത്രം.."

"ദാറ്റ്സ് ഗുഡ് ഫോർ യൂ... നിങ്ങളുടെ കൂട്ടത്തിലെ അല്ലല്ലോ. അയാളുടെ പനി വിട്ടുമാറാത്തത് എന്തുകൊണ്ടാണ് എന്നറിയാമോ... സംശയം തോന്നിയിട്ട് ഞാൻ എച്ച് ഐ വി ടെസ്റ്റ് ചെയ്തുനോക്കി... സംശയം ശരിയായിരുന്നു. ഇനി പ്രിക്കോഷൻസ് എടുക്കേണ്ടത് നിങ്ങൾ സുഹൃത്തുക്കളാണ്."

ഞാൻ തരിച്ചിരുന്നുപോയി: "അയാളോട് പറയേണ്ടേ... ഡോക്ടർ?" ഞാൻ ചോദിച്ചു.

"പറയണം... അയാളോട് മാത്രമല്ല... ലൈഫ് പാർട്ട്ണർ ഉണ്ടെങ്കിൽ അവരോടും... അവരും കരുതൽ എടുക്കട്ടേ..."

അതിന്റെ ആവശ്യമില്ലെന്ന് ഞാൻ പറയാൻ പോയില്ല. എനിക്കൂഹിക്കാമായിരുന്നു ആ വൈറസ് ആരിൽനിന്നാവും ദിലീപിൽ എത്തിയതെന്ന്. ഞാൻ ബ്രിഡ്ജറ്റിന്റെ പുതിയ നമ്പർ സംഘടിപ്പിച്ച് അവളെ വിളിച്ചു. കാര്യം പറഞ്ഞപ്പോൾ അവൾ ഉറക്കെ ചിരിച്ചു; "ഐ നോ ദാറ്റ്... ദിസ് ഈസ് ജസ്റ്റ് എ റിവഞ്ച്... നോഷാദിനോടുള്ള റിവഞ്ച്. അയാൾ രക്ഷപ്പെട്ടെങ്കിലും പകരം മാക്സിമം ഇന്ത്യാക്കാർക്ക് ഞാനിത് പകരും... ബിഫോർ ഐ ഡൈ.."

കൂടുതൽ സംസാരിക്കുന്നതിനുമുമ്പ് അവൾ ഫോൺ കട്ട് ചെയ്തു. വീണ്ടും ട്രൈ ചെയ്തപ്പോൾ കോൾ പോകുന്നില്ല. ബ്ലോക്ക് ചെയ്തതാവും.

അപ്പോൾ ഭദ്രകാളിയെപ്പറ്റി ഞാനോർത്തു. വസൂരിയുടെ വിത്തുകൾ വാരി വിതറിയിരുന്ന ഭദ്രകാളിയെ പറ്റി.

ഊരുമൂപ്പത്തി

സലീം അയ്യനത്ത്

ആതിരയുടെ തിരോധാനവും പൊലീസുകാരുടെ ഭേദ്യംചെയ്യലും ആ കുന്നിൻ ചെരുവിലെ പ്രാക്തനാ സമൂഹത്തെ ഭയത്തിന്റെയും അതിമൗനത്തിന്റെയും മഞ്ഞുറഞ്ഞ തടാകംപോലെ നിശ്ചലമാക്കി. നിർജ്ജീവമായ സമരപ്പന്തലുകളിലെ കരിമ്പനയോലകൾ വെയിലിന്റെ തീക്ഷ്ണതയിൽ കരിഞ്ഞുണങ്ങി നിലംതൊട്ടു. വെയിലേറ്റും മഴനനഞ്ഞും നിറം മങ്ങിയ ഉത്സവക്കൊടിക്കൂറകൾ കാറ്റിൽ ആർക്കോവേണ്ടി തത്തിക്കളിച്ചു. ചാവാലിപ്പട്ടികളും കുരങ്ങുകളും സ്ഥിരതാവളമാക്കിയ പ്ലാസ്റ്റിക് സമരപ്പന്തലുകളും ഫ്ളക്സ് ബോർഡുകളും ഫോറസ്റ്റ് ഉദ്യോഗസ്ഥർ തോണ്ടിയെടുത്ത് ദൂരെയെറിഞ്ഞു. കരിമ്പാറക്കൂട്ടങ്ങളിൽ തട്ടിത്തെറിച്ച് നുരപൊങ്ങിമറിയുന്ന വെള്ളച്ചാട്ടത്തിലിറങ്ങി നിലാവസ്തമിക്കും വരെ നാട്ടുകാർ തിരച്ചിൽ തുടർന്നു.

പൊലീസ് അന്വേഷണം എവിടെയുമെത്താതെ ഫയലുകളിൽ മാത്രമൊതുങ്ങി. അല്ലെങ്കിലും ഒരു ആദിവാസി പെൺകുട്ടിയുടെ തിരോധാനത്തിൽ ആർക്കാണിവിടെ ചേതം... എത്രയോ പെൺകുട്ടികൾ കാണാതെയാകുന്നു... ആത്മഹത്യ ചെയ്യുന്നു. ആതിര ഒരു സാധാരണ പെൺകുട്ടിയല്ലല്ലോ. ശിലായുഗത്തിലെന്നോ പെരിയാർ നദീതീരങ്ങളിൽ കളിച്ചുല്ലസിച്ചിരുന്ന പ്രണയിനികളായ കുറവന്റെയും കുറത്തിയുടെയും തായ്‌വഴിയിൽ പെട്ടവൾ. മുനിശാപത്താൽ കരിമലയായിത്തീർന്ന കുറത്തിയുടെ പുനർജ്ജന്മമാണ് ആതിരയെന്ന് കാടന്മാർക്കിടയിൽ ഒരു വിശ്വാസം നിലനിന്നിരുന്നു. എന്നെങ്കിലുമൊരിക്കൽ ആതിരയെ തേടി വടക്കുനിന്നൊരു കുറവൻ മലകയറി വരുമെന്ന സങ്കല്പവും അവർക്കിടയിലുണ്ടായിരുന്നു.

കാടും നാടുമിളക്കി പൊലീസ് വാനുകൾ കാട്ടുപന്നികളെപ്പോലെ മുരണ്ട് കുന്നുകൾ കയറിയിറങ്ങി. ആതിര പോസ്റ്റുചെയ്ത ഫേസ്ബുക്ക്

കുറിപ്പിലൂടെ കണ്ണോടിക്കുമ്പോൾ ഐ ജി കസ്തൂരി ഐ പി എസ്സിന്റെ നെറ്റിയിലെ ചുളിവുകൾ വിടർന്നു സങ്കോചിച്ചു. ഇത്ര ചെറുപ്രായത്തിലേ ഈ പെൺകുട്ടി എങ്ങനെയാണ് ഒരു കാട്ടുഗ്രാമത്തിന്റെ മുഴുവൻ ഊരു മൂപ്പത്തിയായത്. സംശയങ്ങൾ തലച്ചോറിൽ കരിവണ്ടുകളായ് മൂളിപ്പറന്നു..

"ഞങ്ങടെ പുഴേം കുന്നും നശിപ്പിച്ചോണ്ടുള്ള ഈ പദ്ധതി ഞങ്ങടെ ഊരുകളെ മാത്രമല്ല വൈവിദ്ധ്യമാർന്ന മത്സ്യങ്ങളുടെയും പക്ഷിമൃഗാദികളുടെയും ജൈവസമ്പത്തു കൂടിയാണ് ഇല്ലാതെയാക്കുന്നത്. അതിന് ചൂട്ടുപിടിക്കാൻ കാടന്മാരെ കിട്ടില്ല. ഇത് ഞങ്ങടെ ജീവൻമരണ പോരാട്ടമാണ്. ഈ പോരാട്ടം ഭൂമാഫിയയ്ക്കും ഓർക്ക് ഓശാനപാടുന്ന രാഷ്ട്രീയ പാർട്ടികൾക്കുമുള്ള അവസാനത്തെ താക്കീതാണ്."

ഊരുമൂപ്പത്തി

"ഊരുമൂപ്പത്തിയുടെ തിരോധാനത്തിന് ഈ കുറിപ്പുമായി എന്തെങ്കിലും ബന്ധമുണ്ടോ." ഐ ജി കസ്തൂരി മുന്നിലിരിക്കുന്ന ഇൻവെസ്റ്റിഗേഷൻ ടീം അംഗങ്ങളോടായി ചോദിച്ചു.

"ബന്ധമുണ്ടോ എന്നറിയില്ല സർ. പക്ഷേ, ഇതാണ് അവസാനമായി അവൻ പോസ്റ്റ് ചെയ്ത കുറിപ്പ്."

"വാഴച്ചാലിലേയും പരിസരപ്രദേശങ്ങളിലെയും കാട്ടാറുകളും പാറയിടുക്കുകളും സംശയാസ്പദമായി തോന്നുന്ന എല്ലായിടങ്ങളും അരിച്ചുപെറുക്കണം."

"ഇവറ്റകൾ കടന്നല്ലുകളെ പോലെയാണ് മാഡം." ചാണക പുഴുക്കളെ മുന്നിൽക്കണ്ട വെറുപ്പോടെ ഒരു പൊലീസുകാരൻ പറഞ്ഞു.

"ആരാണ് ഇവരെയൊക്കെ ഇളക്കിവിടുന്നത്?"

"അതറിയില്ല. പക്ഷേ, സർക്കാർ അതിനെ ഭയപ്പെടുന്നുണ്ട്."

"അവരുടെ ആവശ്യം തികച്ചും ന്യായമാണ് സാർ, നൂറ്റാണ്ടുകളായി ജീവിച്ചിരുന്ന പുഴയ്ക്കും വനത്തിനുമിടയിൽ ഒരു ഡാം നിർമ്മിക്കുന്നു എന്നതാകാം അവരെ ഇത്രമേൽ ചൊടിപ്പിച്ചത്."

"മാഡം അനുകൂലിച്ചും പ്രതികൂലിച്ചും നിരവധി ആളുകൾ കമന്റുകൾ അയയ്ക്കുന്നുണ്ട്." എസ് പി അനിരുദ്ധൻ സംശയം തീർക്കാമെന്നോണം പറഞ്ഞു.

"അനുകൂലിക്കുന്നവരിൽ നിന്നു തുടങ്ങാം അന്വേഷണത്തിന്റെ ആദ്യഘട്ടം."

"അവസാനമായി അവളുടെ മൊബൈൽ സ്വിച്ചോഫ് ചെയ്യപ്പെട്ടത് സർക്കാർ ബംഗ്ലാവിനടുത്തുവെച്ചാണല്ലോ ഐ ടി സെല്ലിൽനിന്നും കിട്ടിയ വിവരം."

"ആ ക്വാർട്ടേഴ്സിൽ താമസിക്കുന്നവരുടെ വിവരങ്ങൾ പരിശോധിക്കണം."

"പരിശോധിച്ചു വരികയാണ് മാഡം... പുതിയ എഞ്ചിനീയർ ചാർജെടുത്തത് ഈ അടുത്തിടെയാണ്. അയാളും ഈ പെൺകുട്ടിക്കും തമ്മിൽ

എന്തൊക്കെയോ രഹസ്യ ഇടപാടുകളുണ്ടെന്നാണ് ജനസംസാരം."

"അയാളെ പറ്റിയും ആ ലൊക്കേഷനെക്കുറിച്ചും കൂടുതൽ വിവരങ്ങൾ മനസ്സിലാക്കണം."

"കാടർ–കാടിന്റെ മക്കൾ ഗ്രൂപ്പാണ് ആതിരയെ സപ്പോർട്ട് ചെയ്യുന്നത്. ആ ഗ്രൂപ്പിലൂടെയാണ് ഈ പദ്ധതിക്കെതിരെയുള്ള വീഡിയോകളും മറ്റുവാർത്തകളും പോസ്റ്റ് ചെയ്യുന്നത്."

ഗ്രൂപ്പ് അഡ്മിനികളിലധികവും ചാലക്കുടിയിലെയും പരിസരപ്രദേശങ്ങളിലെയും പേരുകേട്ട പുലിത്തറയിൽ കുടുംബാംഗങ്ങളാണ്. പുലിത്തറയിലെ വറീത് കൂട്ടത്തിൽ രാഷ്ട്രീയക്കാരുമായും മന്ത്രിതലത്തിലുമൊക്കെ പിടിപാടുള്ളയാളാണ്. കാടാണ് അവരുടെ ലക്ഷ്യം. മരങ്ങളാണ് അവരുടെ അസംസ്കൃത സമ്പാദ്യം.

അതേ സമയം ഇരുട്ട് പതിഞ്ഞിരിക്കുന്ന കാടിന്റെ ഉൾഭാഗത്ത് വറീതിന്റെ എസ്റ്റേറ്റ് ബംഗ്ലാവിലെ വെളിച്ചം മഞ്ഞിന്റെ ധൂമപടലങ്ങൾക്കിടയിലും കത്തിനിന്നു. വെടിയിറച്ചി തൊട്ടുനക്കി വേവ് പോരെന്ന് കണ്ടതും കനലുകളിലേക്ക് കരോസിൻ ഓയിൽ പകർന്നു തീ ഒന്നാളി കത്തിച്ചു. കനലുകൾ മിന്നാമിന്നുകളെ പോലെ ചുറ്റും വട്ടമിട്ടുപറന്നു. പിന്നെയും കനലെരിഞ്ഞ് മാംസത്തെ ചൂടുപിടിപ്പിച്ചു. മാംസം വെന്തമണം കാറ്റിലലിഞ്ഞു. ദൂരെനിന്നും കാവൽനായ്ക്കളുടെയും കുറുക്കന്മാരുടെയും ഓരിയിടൽ.

വറീത് കുപ്പിയിലെ ഗ്രെഗൂസ് വോഡ്ക നാലഞ്ച് ഗ്ലാസ്സുകളിലായി പകർന്നു. ആ കൂട്ടത്തിൽ നാട്ടിലെ പ്രമാണിമാരും രാഷ്ട്രീയ ഏജന്റുമാരും ഉണ്ടായിരുന്നു. അയാൾ പറയാൻ തുടങ്ങി.

"കോടികൾ പോക്കറ്റിൽ വന്നുവീഴുന്ന ഈ പദ്ധതി നടന്നില്ലെങ്കിൽ നമ്മൾ മുതൽമുടക്കിയതെല്ലാം വെറുതെയാകും."

"ജനകീയസർക്കാരിൽനിന്നും ഇതിൽ കൂടുതലൊന്നും പ്രതീക്ഷിക്കേണ്ട, കാടും ആദിവാസികളെയും ബുദ്ധിമുട്ടിച്ച് അവരൊരു ചുക്കും ചെയ്യില്ല." കെ എസ് ഇ ബിയിൽനിന്നും റിട്ടയേർഡ് ചെയ്ത അസിസ്റ്റന്റ് എഞ്ചിനീയർ ഇൻസ്റ്റോഗ്രാമിലെ പെൺനഗ്നതകളിലേക്ക് നോക്കി ചുണ്ടുകൾ നക്കിത്തുടച്ചു.

"കേന്ദ്ര സർക്കാർ ഒരു പഠനസമിതിയെ കൂടി നിയമിക്കണം. നമുക്ക് അനുകൂലമായി റിപ്പോർട്ട് എഴുതാൻ പറ്റുന്ന ഒരു കമ്മീഷൻ."

"അങ്ങനെയൊരാൾ വരും... ആതിരപ്പള്ളിയിൽ ഒരു ഡാം എന്ന നമ്മുടെ സ്വപ്നം പൂവണിയും." വറീത് എല്ലാവരോടുമായി പറഞ്ഞു. അവരൊന്നിച്ച് ആർത്തു ചിരിച്ചു.

"പിന്നെ പ്രകൃതി സ്നേഹികളും കവികളും... അവരുടെ കാര്യം മ്മടെ പിള്ളേര് നോക്കിക്കോളും... ഒരു സ്ത്രീ പീഡനക്കേസിലോ മീറ്റുവിലോ തകർന്നുപോകാവുന്ന ആത്മബലമേ അവറ്റകൾക്കുള്ളൂ."

"പൊലീസുകാർ തലങ്ങും വിലങ്ങും ഓടി നടക്കുകയാണ്... സൂക്ഷിക്കണം. പ്രത്യക്ഷമായി നമ്മളിലേക്കെത്താനുള്ള ഒരു തെളിവും അവർക്ക്

കിട്ടില്ല. പിന്നെ നമ്മുടെ ആളുകൾ തന്നെയല്ലേ സമരത്തെ അനുകൂലിച്ച് മുന്നിലുള്ളത്."

കോടമഞ്ഞുപെയ്യുന്ന ഒരു വൈകുന്നേരമാണ് ആദിദേവ് ആതിരപ്പള്ളിയിൽ എത്തുന്നത്... കുന്നിൻചെരുവുകൾ പിന്നിട്ട് വാഹനം പിന്നെയും കുറേദൂരം മുന്നോട്ടുപോയി. ഇറക്കവും കയറ്റവും എഞ്ചിന്റെ ശബ്ദവ്യതിയാനങ്ങളിൽ വന്ന മുഴൽ താരാട്ടുപോലെ തോന്നി. റെയിൽവെ സ്റ്റേഷനിൽനിന്നും സർക്കാർ ജീപ്പിൽ കയറിയത് മുതൽ മരംപെയ്യുന്ന പ്രകാശച്ചീളുകൾക്കിടയിലൂടെ ഓരോ തണൽ വഴികളും തന്റെ മനസ്സിൽ മായാതെ പതിഞ്ഞ ഇടമായിരുന്നുവല്ലോ എന്ന് അയാൾ ഓർത്തു.

ആതിരപ്പള്ളി ഡാമിന്റെ നിർമ്മിതിക്കുവേണ്ടിയുള്ള പഠനവിഭാഗത്തിലെ എഞ്ചിനീയർ തസ്തികയിൽ ഒരു ഒഴിവുണ്ടെന്ന് വിജയൻ കർത്ത പറഞ്ഞപ്പോൾ കാടും മലഞ്ചെരിവുമല്ലേ ഫോട്ടോഗ്രാഫിയോടുള്ള തന്റെ വർദ്ധിച്ചുവരുന്ന പാഷനൊരു ശമനമാകുമല്ലോ എന്നു കരുതിയാണ് ആദിദേവ് സമ്മതിച്ചത്. പട്ടണത്തിൽ മാത്രം ജനിച്ചുവളർന്ന ഒരാൾക്ക് കാടും കാട്ടരുവികളും ഇടതൂർന്ന മരങ്ങൾക്കകത്തൂടെയുള്ള ഒറ്റയടിപ്പാതയും കാട്ടുചോലകളും എത്രമേൽ ഇഷ്ടപ്പെടുമെന്നറിഞ്ഞിട്ടും യാത്ര പുറപ്പെടാൻ തോന്നിയതിന് പിറകിൽ മറ്റെന്തോ ഒരു ഉൾവിളിയുണ്ടായിരുന്നു. ആരോടും പറയാതെ കാലങ്ങളായി ഉള്ളിന്റെയുള്ളിൽ കാത്തുസൂക്ഷിച്ചുവെച്ച ഒരു പിടികിട്ടാ പ്രണയത്തിന്റെ തിരിശേഷിപ്പുകൾ... എപ്പോഴും സ്വപ്നത്തിൽ ഒരു മിന്നായം പോലെ തെളിഞ്ഞുപോകുന്ന കാടും കാട്ടരുവികളും...

വാഴച്ചാൽ ചെക്ക്പോസ്റ്റിൽനിന്നും പിന്നെയും ഏറെദൂരം പിന്നിട്ടു തമിഴ്നാട് ബോർഡറിൽ തളിരിലകൾ പുതച്ച തേയിലത്തോട്ടങ്ങൾ നിറഞ്ഞ കുന്നിൻചെരുവിനോട് ചേർന്നുള്ള ആളൊഴിഞ്ഞ ബംഗ്ലാവിലാണ് ഇനിയുള്ള കാലം കഴിയേണ്ടത്... ബ്രിട്ടീഷുകാരുടെ കാലത്ത് പണികഴിപ്പിച്ച പഴക്കംചെന്ന ഒരു ബംഗ്ലാവും അതിനോടു ചേർന്ന ഒന്നുരണ്ടു കോർട്ടേഴ്സുകളും മാത്രമേയുള്ളൂ.

"തൊട്ടടുത്ത് ഒരു ടവറുള്ളതിനാൽ നല്ല റേഞ്ച് കിട്ടും സാർ."...

അതുകേട്ടപ്പോൾ ആദിദേവിന് വല്ലാത്ത സന്തോഷം തോന്നി. എവിടെ പോയാലും ആദ്യം തിരയുന്നത് നെറ്റ് കണക്ഷനാണല്ലോ.

കുട്ടിക്കാലത്ത് എന്നോ അപ്പാവുടെ കൂടെ മലകടന്നെത്തിയ ഓർമ്മകൾ ഇപ്പോഴും മനസ്സിലുണ്ട്... കൂടെ വേറെയും സർവ്വേ ഓഫീസർമാർ ഉണ്ടായിരുന്നു... പരിസ്ഥിതിലോല പ്രദേശങ്ങൾ കണ്ടെത്തി പഠനം നടത്തി റിപ്പോർട്ട് സമർപ്പിക്കാൻ കേന്ദ്രസർക്കാർ നിയോഗിച്ചതായിരുന്നു അപ്പാവെ. ഇന്നുള്ളപോലെ റബ്ബറൈസ് ചെയ്ത റോഡുകളോ സൈൻബോർഡുകളോ ഉണ്ടായിരുന്നില്ല... ഉരുളൻകല്ലുകളും കാട്ടുവള്ളികളും നിറഞ്ഞു നിന്നിരുന്ന ശരിക്കും ഒരു കാട്ടുപ്രദേശം.... പ്രകാശത്തിന്റെ നേർത്ത കിരണങ്ങൾ പോലും പുൽനാമ്പുകളെ സ്പർശിക്കാത്ത ഭീമാകാരാകൃതിയിൽ പടർന്നുപന്തലിച്ച മരങ്ങൾ. ഡാമിനെതിരെ ഉയർന്നു

വരുന്ന പ്രതിഷേധങ്ങൾ കണ്ടില്ലെന്ന് നടിക്കാനാവില്ല. ഇവർക്കിടയിൽ ഒരാളായി കാടന്മാരെയും മറ്റു ആദിവാസികളെയും പറഞ്ഞു ബോദ്ധ്യപ്പെടുത്തുക എന്നത് ഒരു വലിയ യത്നം തന്നെയാണ്.

ചെയ്തുകൊണ്ടിരിക്കുന്ന പ്രോജക്ടിന്റെ വഴികൾ തേടിനടന്ന് ഒരു ആശയവും തെളിഞ്ഞു വരാതെ വിഷമിച്ചിരിക്കുന്ന അവസരത്തിലാണ് സുഹൃത്തിന്റെ സുഹൃത്തുപേജിൽ ആതിരയുടെ പ്രൊഫൈൽ ചിത്രം ശ്രദ്ധയിൽ പെടുന്നത്. ഇതുപോലെ കോടമഞ്ഞുപെയ്യുന്ന ഒരു വൈകുന്നേരമാണ് അയാൾ ആദ്യമായി ആതിരയുടെ മെസ്സഞ്ചറിലേക്ക് ഹായ് അയക്കുന്നത്... അതും ഒരുപാട് ആലോചനകൾക്ക് ശേഷം. അപ്പോഴും പച്ച കത്തി നിന്നിരുന്ന അവളിൽനിന്നും യാതൊരു പ്രതികരണവും ഇല്ലാതിരുന്നതുകൊണ്ട് നിരാശയൊന്നും തോന്നിയില്ല. രാത്രിയും പകലുമായി വെറുതെ അവളുടെ പ്രൊഫൈൽ ചിത്രങ്ങളിലൂടെ ഓട്ടപ്രദക്ഷിണം നടത്തി... നിരാശ തന്നെയായിരുന്നു ഫലം.

ഒരു വാൽനക്ഷത്രംപോലെ അവൾ മിന്നിമറഞ്ഞങ്ങ് പോകും. പിറ്റേന്നും മഞ്ഞും മഴയും പുണർന്നുപെയ്യുന്ന ആ വൈകുന്നേരം അവളുടെ മെസ്സഞ്ചറിൽ പച്ച തെളിഞ്ഞു. ഹൃദയം വല്ലാതെ മിടിച്ചു. ഇതുപോലൊരു അനുഭവം മുമ്പ് ഉണ്ടായിട്ടുണ്ടോ എന്നറിയില്ല.

ആതിരയുടെ ആ പ്രൊഫൈലിൽ നോക്കിയിരുന്ന് പിറ്റേന്ന് ഹായ് എന്ന് ടൈപ്പ് ചെയ്തു. ആതിരയുടെ പേജിലൂടെ സഞ്ചരിക്കുക എന്നത് മഴപെയ്തിറങ്ങിയ കാട്ടുവഴികളിലൂടെയോ കോടമഞ്ഞിറങ്ങിയ താഴ്വരയിലൂടെയോ യാത്രപോവുക എന്നാണ്... നീണ്ടുവിടർന്ന കരിനീല മിഴികളിലെ തണുപ്പ്, ചിരിക്കുമ്പോൾ ദൃശ്യമാകുന്ന വെളുത്തപല്ലുകൾ.

ആൾ ഓൺലൈനിൽ ഉണ്ട്.... ക്രൂരനായ... നിഷ്കളങ്കൻ എന്ന സുന്ദരമായ പ്രൊഫൈൽ ചിത്രം കണ്ടിട്ടുപോലും ഈ പെൺകുട്ടി ഒന്നും പറയുന്നില്ലല്ലോ...

അപ്പോഴാണ് അവളുടെ ടൈം ലൈനിൽ കണ്ട മറ്റൊരു ചിത്രം ആദിദേവന്റെ ശ്രദ്ധയിൽ പതിഞ്ഞത്... അവളുടെ പോസ്റ്റുകൾക്കൊക്കെ കാടും കാട്ടുപച്ചയുമായി ഒരു വല്ലാത്ത അനുഭവ ദൃശ്യതലങ്ങളുണ്ട്... പക്ഷേ, അവൾ എവിടെയാണെന്നോ ഏതെല്ലാം കോളേജുകളിലാണ് പഠിച്ചതെന്നോ എവിടെ ജോലി ചെയ്യുന്നു എന്നോ ഉള്ള വിവരങ്ങളൊന്നുമില്ല.

"താങ്കളെ പോലെ ഒരു ഉന്നത സ്ഥാനത്തിരിക്കുന്ന ഒരാളെങ്ങനെ ആതിരപോലെയൊരു ആദിവാസി പെൺകുട്ടിയെ.." ഐ ജി കസ്തൂരി സംശയക്കണ്ണുകളാൽ ചോദിച്ചു.

"ഓരോ പെൺകുട്ടിക്കും അവരുടേതായ സൗന്ദര്യമുണ്ട്. ആതിരയുടെ സൗന്ദര്യം അവളുടെ നിലപാടുകളാണ്."

ഇടയ്ക്കൊക്കെ ശക്തമായ ചില കുറിപ്പുകൾ കാണാം. തീഷ്ണമാണ് അവളുടെ ഭാഷ, ചുവന്ന സമരക്കൊടികൾക്ക് താഴെ വിടർന്ന കണ്ണുകളിലെ കനൽകത്തും നോട്ടം.. ഒരിക്കൽ ആതിര പോസ്റ്റുചെയ്ത ഇടുക്കി അണക്കെട്ട് കണ്ടപ്പോൾ ഹൃദയാന്തരങ്ങളിലെവിടെയോ നഷ്ടപ്രണയ

ത്തിന്റെ തീരാവേദന... കൊല്ലുമ്പനെക്കുറിച്ച് വായിച്ചറിഞ്ഞതിന് ശേഷം ഇടയ്ക്കിടെ സ്വപ്നത്തിൽ അദ്ദേഹം കടന്നുവരുന്നു... അറിയില്ല എന്താണതങ്ങനെയെന്ന്... നൂറ്റാണ്ടുകൾക്ക് മുമ്പേ ഈ ഭൂമിയിലെവിടെയോ ജീവിച്ചിരുന്നുവെന്നും, ഈ താഴ്‌വാരത്തൂടെ സ്വച്ഛന്ദം ഒഴുകുന്ന പെരിയാർ നദീതീരമായിരുന്നുവെന്നും ആരോ പറയുന്നപോലെ...

ഹായ് എന്ന മെസ്സജിന് താഴെ എൻ സി സി കേഡറ്റായി കോളേജ് ജീവിതം പരിശുദ്ധമാക്കിയ ഈഗോയിസ്റ്റായ ചെറുപ്പക്കാരൻ ഒരിക്കൽ കൂടി ഒരു കമന്റ് എഴുതി ചേർത്തു.. അത് എഴുതുമ്പോഴും മോതിരവിരലുകൾ വല്ലാതെ വിറച്ചിരുന്നു... തൊണ്ട വരളുന്ന പോലെ... എന്തിനാണ് താനിങ്ങനെ ഭയപ്പെടുന്നത്... ഈ താമസസ്ഥലത്ത് മുറിയിൽ തന്നെ കൂടാതെ മറ്റാരും ഇല്ലല്ലോ...

"ഈ ചിത്രം ആതിരപ്പള്ളിയിൽനിന്നും എടുത്തതല്ലേ..?" എന്ന് വെറുതെയൊരു ഏറുവാക്ക് പറഞ്ഞു...

"അല്ല, ഇത് ഇടുക്കി അണക്കെട്ടാണ്... എന്റെ മുതുമുത്തച്ഛന്മാർ താമസിച്ചിരുന്നത് അവിടെയായിരുന്നു. അന്ന് ഞങ്ങൾക്ക് ഞങ്ങളുടേതായ ഒരു കാടുണ്ടായിരുന്നു. ഡാം നിർമ്മിതിയുടെ ഏതോ കാലത്ത് അമ്മ അവിടെനിന്നും കുടിയേറി വന്നതാണ് ആതിരപ്പള്ളിയിലേക്ക്."

മുത്തച്ഛനായ കൊലുമ്പൻ പറഞ്ഞിരുന്നത്രെ... കുറവനും കുറത്തിയുടെയും ശാപമോക്ഷത്തിനായി ഇരുമലകൾ തമ്മിൽ ബന്ധിപ്പിച്ച് മനുഷ്യർ അണക്കെട്ടുണ്ടാക്കുമെന്ന്, അന്നതൊരു ആവശ്യമായിരുന്നു.

അത്രയേറെ മനോഹരമായിരുന്നു ആ ചിത്രം. കരിമ്പാറയിൽ വെള്ളച്ചാട്ടത്തിലേക്ക് നോക്കി നിൽക്കുന്ന ആതിര... ആകാശ നീലിമയിൽ അവളുടെ ചുരുണ്ട തലമുടികൾ പാറിപ്പറന്നിരുന്നു. ഈ ചിത്രത്തിനായി അവൾ നിന്നുകൊടുക്കുമ്പോൾ വടക്കൻ കാറ്റ് വീശിയിരിക്കണം. ഇച്ചിൽപിടിച്ച പാറപ്പുറത്ത് സുഹൃത്തുക്കൾക്കൊപ്പം ചേർന്നിരിക്കുന്ന മറ്റൊരു ചിത്രം... വെള്ളം പതഞ്ഞൊഴുകി വീഴുന്ന പാറക്കെട്ടുകൾക്ക് മീതെ ആകാശനീലിമയോടൊപ്പം യാദൃച്ഛികമായി തെളിഞ്ഞ മഴവില്ലുകൾ. അവളുടെ വസ്ത്രത്തിലെ തെരഞ്ഞെടുപ്പ് ഉള്ളിനെ വല്ലാതെ സ്പർശിച്ചു.. കാട്ടുപച്ചയുടെ നിറമുള്ള പാവാടയും ബ്ലൗസും ഇളംപച്ച ദാവിണിയും.. കാട്ടുതേനിന്റെ നിറമുള്ള അവൾ സുന്ദരിയായിരിക്കും. സ്ത്രീ സമ്പർക്കങ്ങൾ കുറവാണെങ്കിലും ഊഹങ്ങളൊന്നും തെറ്റാറില്ല..

ആ ചോദ്യവും അവൾ വേഗത്തിൽ കണ്ടു... കൈവിരലുകൾ കീബോർഡിൽ താളം പിടിച്ചെങ്കിലും തുടരെ മറ്റൊരു മെസ്സേജ് കൂടി അയക്കാനുള്ള ഒരുതരം ഈഗോ അനുവദിച്ചില്ല... ക്ലാസിലെ സുഹൃത്ത് പറഞ്ഞത് ഓർമ്മയിൽ തെളിഞ്ഞു..

"ഈഗോയുള്ളവർക്ക് പറഞ്ഞതല്ല മോനേ പ്രണയവും പെൺപിള്ളാരുടെ മനസ്സറിയലും..." പൊടുന്നനെ ഞാനൊന്ന് ഞെട്ടി... സന്തോഷാധിക്യത്താൽ ലാപ്ടോപ്പിനെ മുറുകെ പുണർന്നു. ഒരു തംസപ്പ്... പിന്നെയൊരു സ്മൈലി... പറഞ്ഞറിയിക്കാനാവാത്ത ആഹ്ലാദം... എനിക്ക്

അവിടെനിന്നും എഴുന്നേറ്റ് നൃത്തം ചെയ്യണമെന്ന് തോന്നി.

"ഈ ഗാഡ്ഗിൽ എന്നുപറഞ്ഞാ എന്താ..? ഞങ്ങക്കേറെ സുപരിചിതമായ പേരാണിത്." കൗതുകമാർന്ന അവളുടെ ചാറ്റ് മെസ്സേജ്.

"ഞങ്ങളുടെ കുടുംബപ്പേരാണത്. ആദിദേവ് ഗാഡ്ഗിൽ എന്നാണ് എന്റെ മുഴുവൻ പേര്. കുട്ടിയായിരിക്കുമ്പോ അപ്പാവുടെ കൂടെ ആതിരപ്പള്ളിയിലും വാഴച്ചാലിലും വന്നിട്ടുണ്ട്. ഇത്രയേറെ പ്രകൃതിരമണീയമായ ഒരിടം ഞാനെന്റെ ജീവിതത്തിൽ കണ്ടിട്ടില്ല."

അപ്പാവുടെ കൂടെ മലകയറി ക്ഷീണിച്ച അന്നുരാത്രി ഊരുമൂപ്പന്റെ ക്ഷണപ്രകാരം കാടന്മാരുടെ ഊര് കാണാൻ പോയി... പഴങ്ങളും കുത്തരി ചാക്കുകളും കസവുമുണ്ടും സമ്മാനമായി കരുതിയിരുന്നു. പകരം ജീപ്പിലടുക്കിവെച്ച പച്ചക്കറികളുടെ വ്യത്യസ്തത കണ്ട് അത്ഭുതപ്പെട്ടു. ജീപ്പു വന്നു നിൽക്കുന്നത് കണ്ടപ്പോൾ ഓടിയെത്തിയ പാവാടയും ജമ്പറുമണിഞ്ഞ മണ്ണിന്റെ നിറമുള്ള ആ പെൺകുട്ടി. മുജ്ജന്മ സാഫല്യമെന്നോണം ആ പെൺകുട്ടി കണ്ണിൽനിന്നും മറഞ്ഞുപോകുന്നത് വരെ ഞങ്ങളെ നോക്കി നിന്നു.

വീണ്ടും തംസപ്പ്... സ്മൈലി... അതിന് പിന്നെ സമയം ഏറെയൊന്നും എടുത്തില്ല..

"ഇതാണെന്റെ മലയോര ഗ്രാമം... ആതിരപ്പള്ളി."

എല്ലാ വൈകുന്നേരങ്ങളിലും അവൾ ഓൺലൈനിൽ പ്രത്യക്ഷമായി... ഓരോ ദിവസവും ഞങ്ങൾ പുതിയ പുതിയ കാര്യങ്ങളെക്കുറിച്ച് പരസ്പരം ആശയവിനിമയങ്ങൾ നടത്തി... കൂടുതലും പ്രകൃതിയെ കുറിച്ചും കാടിനെക്കുറിച്ചുമായിരുന്നു. എന്റെ ഇഷ്ടവിഷയം തന്നെ അവളും സംസാരിക്കുന്നു എന്നത് ഞങ്ങളെ കൂടുതൽ നേരം സംവദിക്കാൻ പ്രേരിപ്പിച്ചു. കുറവൻ കുറത്തി മലകളുടെ ഐതീഹ്യം ആതിരയാണ് എന്നോട് പറഞ്ഞത്. ആ നിമിഷങ്ങളൊക്കെ എന്നിലുണ്ടാക്കിയ ആഹ്ലാദം എത്രയാണെന്ന് പറഞ്ഞറിയിക്കാൻ പറ്റാത്തതായിരുന്നു... ഓരോ നിമിഷവും ആതിര ഓരോ അനുഭവമായിരുന്നു.

"ആതിരപ്പള്ളിയിൽ ഡാം പണികഴിപ്പിക്കണമെന്ന ആവശ്യം ഉയർന്നുവന്നപ്പോൾ തുടങ്ങിയതാണ് അതിനെ എതിർത്തുകൊണ്ടുള്ള കാടന്മാരുടെ സമരം." ഐ ജി കസ്തൂരി മിന്റ് ചാലിച്ച ലൈം ടീ നുണയുന്നതിനിടയിൽ അയാളോട് പറഞ്ഞു.

പരിസ്ഥിതിക്ക് സംഭവിക്കാൻ പോകുന്ന മാറ്റത്തെക്കുറിച്ച് ആര് വേവലാതിപ്പെടാൻ. സർക്കാറിനും രാഷ്ട്രീയക്കാർക്കും വേണ്ടത് വികസനമാണ്. കാടിനെ ചുറ്റിപ്പറ്റി നൂറ്റാണ്ടുകളായി നിലനിന്നിരുന്ന ഒരു സംസ്കാരം എന്നെന്നേക്കുമായി ഇല്ലാതെയാകും... ചിലപ്പോഴൊക്കെ അവളുടെ ആവലാതികൾ കേട്ടിരിക്കുമ്പോൾ സങ്കടം തോന്നും. കണ്ണുകൾ നിറയും... പക്ഷേ, തന്റെ നിയോഗം അവരെ പറഞ്ഞു മനസ്സിലാക്കുക എന്നതാണെന്നോർക്കുമ്പോൾ...

"ആ നിയോഗം പൂർത്തിയാക്കി ഈ കാടിറങ്ങാൻ കഴിയുമെന്ന്

തോന്നുന്നുണ്ടോ..? ഇതിപ്പോൾ ഊരുമൂപ്പത്തിയെയാണ് കാണാതായിരിക്കുന്നത്." പറച്ചിലിനിടയിൽ ഐ ജി കസ്തൂരിയുടെ ചോദ്യം അയാളെ തെല്ലൊന്ന് അമ്പരപ്പിച്ചു.

മലമുഴക്കിപക്ഷി പെൺപക്ഷിയെ തെരയുന്നതുപോലെ ആതിരയുടെ പോസ്റ്റുകൾ ഞാൻ അരിച്ചുപെറുക്കി. കാട്ടരുവിപോലെ ആതിരയെ പ്രണയിക്കാൻ തുടങ്ങി. പാരിസ്ഥിതിയാഘാത പഠനറിപ്പോർട്ടിൽ അപ്പാവു എഴുതിച്ചേർത്ത ആതിരയുടെ മലയോര ഗ്രാമത്തിനെക്കുറിച്ചൊക്കെ ആതിര മുഖപുസ്തകത്തിൽ എഴുതിയിട്ടുണ്ട്.

അപ്പോഴും പേഴ്സണൽ ഐ പാഡിൽ അവളുടെ മനോഹരമായ ചിത്രങ്ങൾ. ആ ചിത്രങ്ങളിലൊക്കെ കാടിന്റെ വന്യതയും സൗന്ദര്യവും വഴിഞ്ഞൊഴുകിയിരുന്നു... ഒരുവാക്കുപോലും ഉരിയാടാതെ അവൾ എവിടെയാണ് അപ്രത്യക്ഷമായത്.. വിഷാദം വല്ലാതെ മനസ്സിനെ ബാധിക്കുമ്പോൾ വെറുതെ ആ ചിത്രങ്ങളൊക്കെ സൂം ചെയ്തു നോക്കും... അവളുടെ ദാവണിയിൽ പറ്റിപ്പിടിച്ചിരുന്ന ചെറുപ്രാണികൾ മുതൽ കട്ടെനെറുമ്പുകൾ വരെ അപ്പോൾ ജീവൻവെക്കും. സൂം ചെയ്യുമ്പോൾ കട്ടെനെറുമ്പുകളും പഴുതാരയുമൊക്കെ പേടിപ്പെടുത്തുന്ന തേറ്റകളുള്ള കാട്ടുമൃഗങ്ങളായി തോന്നും. അവയ്ക്കൊക്കെ അവൾ പറയാറുള്ള ഭൂമാഫിയക്കാരുടെ ഭീകരമുഖംപോലെ തോന്നിക്കും. മരങ്ങൾ ഇടതൂർന്നു വളരുന്ന ആ പ്രദേശത്തിന്റെ എല്ലാ കോണുകളിലും പച്ചപ്പിന്റെ തണുപ്പ് അവളുടെ ഭാവങ്ങളിൽ പ്രകടമായിരുന്നു... എവിടെയാണ് മണ്ണുമാന്തി യന്ത്രങ്ങൾകൊണ്ട് കുഴിയുണ്ടാക്കി ഭൂമിയിലെ പാറകളുടെയും മണ്ണിന്റെയും കാഠിന്യം അളന്നെടുത്ത് റിപ്പോർട്ടിൽ എഴുതിച്ചേർക്കേണ്ടത്.

പ്ലസ്ടുവിന് പഠിക്കുമ്പോഴാണ് വീണ്ടുമൊരിക്കൽ അപ്പാവുന്റെ കൂടെ ആതിരപ്പള്ളിയിൽ വരുന്നത്. ആതിര അവളുടെ സ്കൂൾ കൂട്ടുകാരോടൊത്ത് നടന്നുതീർത്ത മലഞ്ചെരുവുകൾ... വെള്ളച്ചാട്ടത്തിന്റെ താഴേക്ക് ചെങ്കുത്തായ ഇറക്കങ്ങൾ താണ്ടുന്ന വീഡിയോ ക്ലിപ്പുങ്ങുകൾ... അന്നത്തെ വൈകുന്നേരം ഞാൻ കാട് കണ്ടുനടന്നു. വെള്ളച്ചാട്ടത്തിന്റെ ഇരുപാർശ്വങ്ങളിലുമായി സ്ഥിതിചെയ്യുന്ന നിബിഡവനങ്ങൾ അപൂർവ്വ ജൈവ സമ്പത്തിന്റെ നിലവറയാണ്... ഇരുൾ മരങ്ങൾക്കിടയിലൂടെ പ്രകാശം പൊഴിക്കുന്ന ഇലയരടുകൾക്കിടയിൽ ആതിരപ്പള്ളി ഒരു വനദേവതയെപ്പോലെ തോന്നിച്ചു.

കൃഷ്ണപ്പരുന്തുകൾ കൂടുകൂട്ടിയ മഹാവൃക്ഷങ്ങളുടെ കൊമ്പുകൾ കാറ്റത്ത് ഇളകിയാടി... ചീവീടുകളുടെ സംഗീതം പകലിലും രാത്രിയെ ദ്യോതിപ്പിച്ചു... അവൾ ചെലവഴിച്ച ഈ പ്രദേശത്താണ് ഡാം അനുയോജ്യമെന്ന് റിപ്പോർട്ട് സമർപ്പിക്കാൻ മനസ്സ് അനുവദിക്കില്ല. ഇവിടം വിട്ടുപോകാനുമാവില്ല... സിംഹവാലൻ കുരങ്ങുകളുടെ ഒരുകൂട്ടം തങ്ങൾ നിന്നിരുന്ന പാറക്കെട്ടുകൾക്കിടയിലെ മരങ്ങളിലിരുന്ന് ഞങ്ങളെ കൺതുറുച്ചു നോക്കി എന്തൊക്കെയോ അപശബ്ദങ്ങൾ പുറപ്പെടുവിച്ചു... കുട്ടിത്തേവാങ്കുകളുടെ കാതടിപ്പിക്കുന്ന ശബ്ദം ഞങ്ങളെ വല്ലാതെ ഭയപ്പെടുത്തി...

ക്യാമറയും ബൈനോക്കുലറുകളും കണ്ടിട്ടാണെന്ന് തോന്നുന്നു. മലയണ്ണാനുകൾ പാതിയുമ്പിവെച്ച പൈങ്ങ അടക്കകൾ ഉപേക്ഷിച്ചു എങ്ങോട്ടോ ചാടിയോടി...

കൂടെയുണ്ടായിരുന്ന വഴികാട്ടികളായ മലയന്മാരുടെ കണ്ണുകളിലെ ആർദ്രത എനിക്കപ്പോൾ വായിക്കാൻ കഴിഞ്ഞു... ഈ കുന്നിൻ ചെരുവിലാണ് മലയന്മാരുടെ ഊരുകൾ... ഒരു ഡാം വന്നാൽ തീർച്ചയായും മലയന്മാരുടെ ഊരുകൾ എന്നെന്നേക്കുമായി നാമാവശേഷമാകും... പാവങ്ങൾ അതൊക്കെ അറിയുന്നുണ്ടാകുമോ... ഉദ്യോഗസ്ഥന്മാരുടെ ഭയപ്പെടുത്തലിൽനിന്നും താൽക്കാലിക രക്ഷയ്ക്കായി മാത്രമാണ് അവർ തങ്ങളെ അനുഗമിക്കുന്നതും വഴികാട്ടികളാകുന്നതും... അവരുടെ ഉന്നമനത്തിനായി കൂടെ നിൽക്കേണ്ട സർക്കാർപോലും നിലപാടുകളിൽ വെള്ളം ചേർക്കുന്നു... ഒരു പുഴയെ തന്നെ വഴിതിരിച്ചു വിടുക... ഒരു മിന്നായം പോലെ വെള്ളത്തിന്റെ ഒഴുക്കിനെതിരെ നീന്തിത്തുടിക്കുന്ന വെള്ളിവാളയെന്ന ഒരിനം മത്സ്യം അപകടം മനസ്സിലാക്കി വെള്ളത്തിലേക്ക് ഊളിയിട്ടു... പെട്ടെന്നാണ് ഞങ്ങളുടെ ശ്രദ്ധയിൽ അതു പതിഞ്ഞത്... കുറെ ആളുകൾ ജീപ്പിൽനിന്നും മൃതപ്രായമായ ഒരു പെൺകുട്ടിയെ ചുമന്നെടുക്കുന്നു. കാട്ടുചോലയിലേക്ക് വലിച്ചെറിയുന്നു.. ക്യാമറ ഉപേക്ഷിച്ച് ചെങ്കുത്തായി ഒഴുകുന്ന വെള്ളത്തിലേക്കെടുത്തു ചാടി... ആഴങ്ങളിലെവിടെയോ വെച്ച് ആ പെൺകുട്ടിയുടെ വിടർന്ന മുടിയിൽ പിടുത്തം മുറുക്കി. കുത്തൊഴുക്കിൽ താഴേക്ക് പോകുന്നതിന് പകരം വെള്ളച്ചാട്ടത്തിനകത്തെ പാറക്കെട്ടിലേക്ക് അവളുമായി നീന്തിക്കയറി.

ആതിര താൻ ഇത്രയും കാലം തേടി നടന്നത് ഇവൾക്ക് വേണ്ടിയായിരുന്നുവല്ലോ...

ഇരുൾ മൂടിയ കാട്ടുവഴികളിൽ മരങ്ങൾ ധ്യാനനിരതരായി നിന്നു. കുന്നുകൾ ഉഴുതുമാറ്റാൻ കേന്ദ്ര സർക്കാരിന്റെ സമ്മതം കാത്തുകെട്ടിക്കിടക്കുന്ന ജെ സി ബികൾ പ്രാർത്ഥനാ കരങ്ങളുയർത്തി നിൽക്കുകയാണെന്ന് തോന്നും. പ്രകൃതി മുഴുവൻ ആതിരയുടെ തിരിച്ചുവരവിനായി കാത്തിരിക്കുന്നു. കാറ്റ് വഴിമാറിയ ചില നേരങ്ങളിൽ അറിയാതെ കുളിരുകോരുന്ന നിമിഷങ്ങളിൽ ഞാൻ ആതിരയെക്കുറിച്ചും അവരുടെ ഊരിനെക്കുറിച്ചും മാത്രമാണ് അപ്പോൾ ഓർത്തത്.

“മാഡം യഥാർത്ഥത്തിൽ ആതിര മരിച്ചിട്ടില്ല. അവളങ്ങനെ മരിക്കേണ്ടവളല്ല, ഓരോ ജീവിതത്തിനും ഓരോ നിയോഗങ്ങളുണ്ട്. വെള്ളച്ചാട്ടത്തിലൂടെ പ്രവേശിച്ചാൽ വെളിവാകുന്ന ഗുഹയിൽ ആതിര ജീവിക്കുന്നുണ്ട്. ബുദ്ധപൂർണ്ണിമാ നാളിൽ കാടന്മാർ തീരുമാനിച്ചപോലെ ആതിര ഊരുമൂപ്പത്തിയായി സ്ഥാനാരോഹണം ചെയ്യും. അതിന് സാക്ഷിയായി ആതിദേവെന്ന ഞാൻ അവൾക്കൊപ്പം ഉണ്ടാകണം. പിന്നീട് ഒരു ദുഷ്ടശക്തിക്കും ആതിരപ്പള്ളിയിൽ നിർമ്മാണ പ്രവർത്തനം സാദ്ധ്യമാകില്ല.”

ശിലായുഗത്തിലെന്നോ വേർപിരിഞ്ഞുപോയ കുറത്തിയുടെ പ്രാണേശ്വരൻ കുറവനാണ് തന്റെ മുന്നിലിരിക്കുന്ന ആദിദേവെന്ന് ഐ ജി കസ്തൂരി ഐ പി എസിന് തോന്നി.

നിമിതയുടെ നിമിഷങ്ങൾ

സോണിയ ഷിനോയ് പുൽപ്പാട്ട്

നാലുമണി അലാറം കേട്ടപ്പോൾ മുതൽ നിമിതയുടെ ഹൃദയം ഒരു ക്ലോക്കായി മാറി. ടിക് ടിക് എന്ന ശബ്ദം ഉച്ചത്തിലായി. വേഗതയും കുറച്ചു കൂടിയോയെന്ന് സംശയം തോന്നും. വീടകത്തിലൂടെ നിമിത പറക്കുകയാണ്. കിച്ചൺ സിങ്കിൽ പാത്രങ്ങൾ തേച്ചിട്ടത് കഴുകുന്നതിനിടയിൽ രണ്ടടുപ്പിലായി വെന്തിരിക്കുന്ന കഞ്ഞിയും ചെറുപയറും വാങ്ങി വയ്ക്കുന്നു; പയറു താളിക്കാനുള്ള ചെറിയുള്ളിയും വെള്ളുള്ളിയും മുളകും കുനുകുനെ അരിഞ്ഞു വയ്ക്കുന്നു. ബാക്കി പാത്രങ്ങളും കഴുകി മാറ്റി, ധൃതിയിൽ കുളിമുറിയിലേക്കുള്ള പോക്കിൽ മേശപ്പുറത്ത് താൻ തന്നെ നിരത്തിയിട്ട പുസ്തകങ്ങൾ പെറുക്കി ഷെൽഫിലാക്കുന്നു; ഇതിനിടയിലും പതിവുപോലെ, മറ്റേതോ ലോകത്തുള്ള, മറ്റാരോടൊക്കെയോ, ചിലതൊക്കെ ചോദിക്കുകയും ചിലതൊക്കെ പറയുകയും ചെയ്യുന്നുണ്ട്.

'സാഹിത്യ കേരളവും സ്ത്രീയും' എന്ന വിഷയത്തിൽ സർഗ്ഗ സമിതി സംഘടിപ്പിക്കുന്ന ചർച്ചയിലെ സംവാദകരിൽ ഒരാളായി പങ്കെടുക്കാൻ പോകാനുള്ള തിരക്കാണ്. വൈകുന്നേരം ആറുമണിക്കാണ് പ്രോഗ്രാം ആരംഭിക്കുന്നത്. അഞ്ചരയ്ക്കെങ്കിലും പുറപ്പെട്ടാലെ സമയത്ത് എത്തൂ. അത്താഴപ്പണി ഏതാണ്ട് ഒതുക്കിയിട്ടുവേണം ഒരുങ്ങാൻ. സാധാരണ പരിപാടികൾ പോലെ, ആറുമണിയെന്നാൽ ഏഴുമണി കണക്കാക്കി പോകാൻ പറ്റില്ല. കൃത്യം ആറുമണിക്ക് തന്നെ പ്രോഗ്രാം തുടങ്ങുമെന്ന് അഥവാ തുടങ്ങണമെന്ന് നിമിതയ്ക്കറിയാം. അല്ലെങ്കിലും ആണുങ്ങൾ സംഘടിപ്പിച്ചുചെയ്യുന്ന പെൺപക്ഷ പരിപാടികൾ എല്ലാം അങ്ങനെയാണ്. കൃത്യസമയം പാലിക്കും. സമയത്ത് തുടങ്ങി, സമയത്ത് അവസാനിക്കും. കാരണങ്ങൾ നിരവധിയാണ്.

ഒന്നാമത്തെ കാരണം, സംഘാടകർക്ക് അവർ ക്ഷണിച്ച 'വിശിഷ്ടാ

തിഥി'കളെയല്ല കാത്തിരിക്കേണ്ടത്. പകരം, അവർവിളിച്ച 'ഒരുവിധം സംസാരിക്കുന്ന സ്ത്രീകൾ' മാത്രമാണ് പങ്കെടുക്കാനുള്ളത്. കാണാനും കേൾക്കാനുമുള്ള കൊച്ചു സദസ്സായി എത്തിച്ചേരാനുള്ളവരും അങ്ങനെ തന്നെ.

രണ്ടാമത്തെ കാരണം, പെണ്ണുങ്ങളെല്ലാം സമയം എണ്ണിക്കൂട്ടി കൈയിൽ കരുതി നടക്കുന്നവരാണ്. പുരുഷന്മാരെപ്പോലെ 6 മണിയുടെ പരിപാടിക്ക് 7 മണിക്കെത്തി, 8 മണിക്ക് തുടങ്ങി, 10 മണിക്കും തീരാതെ, 11 മണിക്ക് ആളൊഴിയുമ്പോൾ ഔദ്യോഗിക ചടങ്ങുകൾ അവസാനിപ്പിച്ച്, 12 മണിവരെ പിന്നെയും അനൗദ്യോഗിക വർത്തമാനവും കൂട്ടുകൂടലും കഴിഞ്ഞ്, എപ്പോഴെങ്കിലും വല്ലപാടെ വീടെത്തിയാൽ പോരാ... പെണ്ണുങ്ങൾക്ക് വെറുതെ കളയാൻ ഒട്ടും നേരമില്ല. കാലാകാലങ്ങളായി ഒരു പണിയുമില്ലാത്തവരുടെ പണികളായി ഏല്പിക്കപ്പെട്ടിരിക്കുന്ന ആയിരക്കണക്കിന് പണികളുടെ ഉത്തരവാദിത്വമുള്ളവർ.

ഇപ്പോൾ തന്നെ, അത്താഴപ്പണിയൊക്കെ ഒരു പണിയാണോ? അത് തീർത്തിട്ട് ഇറങ്ങണം എന്ന് നിമിതയോട് ആരെങ്കിലും നിർബ്ബന്ധം പറഞ്ഞിട്ടാണോ? ഒരു നേരത്തെ ആഹാര പ്രശ്നം കൈകാര്യം ചെയ്യാൻ ദീപന് കഴിയില്ല എന്നാണോ? അല്ലേയല്ല. അതങ്ങനെ, ഒരു ഉത്തരവാദിത്വപ്പെട്ട തോന്നലാണ് നിമിതയ്ക്ക്. നിമിതയ്ക്ക് മാത്രമല്ല ഇനിയും ലോകത്തുള്ള കോടാനുകോടി പെണ്ണുങ്ങൾക്ക് അതങ്ങനെയാണ്. 'വർഗ്ഗപരമായി ആർജ്ജിച്ചുപോന്ന അപകർഷതയുടെ പൂരിപ്പിക്കൽ' എന്നൊക്കെ ശ്വേത പറയും. 'ഏതു വലിയ ഡോക്ടറായാലും, എഞ്ചിനീയറായാലും വെറുതെയൊരു ഭാര്യയായാലും പച്ച നെല്ലിക്ക ചതച്ചിട്ട മീൻകറി വയ്ക്കുന്നവരാണ് തങ്ങൾ എന്ന പരമ്പരാഗതത്വം സ്ഥാപിക്കൽ' എന്നൊക്കെ രേഖ പറയും. അങ്ങനെ പറഞ്ഞ ആരോടോ ഉള്ള അമർഷമാണതെന്ന് പ്രത്യേകം പറയാതെ തന്നെ ആ മുഖവാഭം വിളിച്ചറിയിക്കും.

"വേവിച്ചു വച്ച ചെറുപയർ ഒന്നു താളിച്ചെടുക്കണേ... ഉച്ചയ്ക്കത്തെ ബീറ്റ്റൂട്ട് തോരൻ ബാക്കിയുള്ളത്, ഓവനിൽ 30 സെക്കന്റ് ചൂടാക്കിയെടുക്കണേ... അച്ചാറു കുപ്പി മകളുടെ അടുത്തുനിന്ന് മാറ്റിവയ്ക്കാൻ മറക്കല്ലേ..." തുടങ്ങിയ അഭ്യർത്ഥനകൾ ദീപനു മുന്നിൽ വച്ചുകൊണ്ട് നിമിത ഇറങ്ങി. ഏറെ ഇഷ്ടത്തോടെ വാങ്ങിയ, ഇളംപച്ചയിൽ നിറയെ പൂക്കൾ തുന്നിയ സാരിയുടുക്കണമെന്ന് വിചാരിച്ചതാണ്. എന്നത്തേയുംപോലെ അവസാന നിമിഷം തനിക്ക് ചേരുന്നില്ല എന്ന തോന്നലിൽ തീരുമാനം മാറ്റി. വേറൊരു സാരിയുടുക്കാൻ സങ്കടം സമ്മതിക്കാത്തതുകൊണ്ട് മഞ്ഞനിറത്തിൽ കാല്പാദത്തോളം ഇറക്കമുള്ള ചുരിദാർ തന്നെയിട്ടിട്ടുണ്ട്.

ലിഫ്റ്റിറങ്ങുമ്പോൾ പതിവുപോലെ സുശീൽ നായരും കൂട്ടരും ലോണിൽ ഉണ്ടാകുമെന്നും അവരെന്തെങ്കിലും ചൊറിഞ്ഞ വർത്തമാനം പറയുമെന്നും നിമിത വിചാരിച്ചു. ഇന്ന്, പക്ഷേ, സുശീലൻ നായർ ഒറ്റയ്ക്കായതുകൊണ്ടാവാം, ഡയലോഗില്ലാത്ത ഒരു പ്രത്യേക ഭാവം മാത്രമേ, അയാളുടെ ദേവാസുര മുഖത്ത് നിമിതയ്ക്കായി തെളിഞ്ഞുള്ളൂ.

അതോടെ, കാലങ്ങളായി കാത്തുവച്ചിരുന്ന 'തനിക്കെന്താടോ?' എന്ന കൂർത്തു മൂർത്ത രൂക്ഷനോട്ടം നായർക്കുനേരെ കൊളുത്തിയിടാൻ നിമിതയ്ക്ക് ഒരിക്കൽക്കൂടി അവസരം കിട്ടി. സിൽബന്തികൾ ഒപ്പമുണ്ടെങ്കിൽ പുലിയെപ്പോലെയും ഒറ്റയ്ക്കാണെങ്കിൽ വെറും പൂച്ചയെപ്പോലെയും പകർന്നാടുന്ന വെറും കടലാസുപൂക്കളാണ് ഈ 'ലോൺ ഗാങ്' ('പുല്ലന്മാർ' അഥവാ Lawn Gang എന്ന് രേഖയാണ് ഇവർക്ക് പേരിട്ടത്) എന്ന് പലപ്പോഴായി നിമിത മനസ്സിലാക്കിയതാണ്. അത് വാസ്തവമാണ് എന്ന് തെളിയിച്ചുകൊണ്ട് സുശീൽ നായർ മുഖംതാഴ്ത്തി ഫോണിൽ എന്തിനോ വേണ്ടി തോണ്ടിക്കൊണ്ടിരുന്നു.

പാർക്കിങ്ങിൽ നിമിത കാർ ഓൺ ചെയ്യുമ്പോൾ സമയം കൃത്യം 5.28 pm. റേഡിയോയിൽ 'നദിയും മലരും ഒരു കുടുംബം' എന്ന് യേശുദാസ് പാടിത്തുടങ്ങുന്നതേയുള്ളൂ. വഴി കൃത്യമായി അറിയാമെങ്കിൽ നിമിത റേഡിയോയ്ക്കൊപ്പം ഉറക്കെ പാട്ടുംപാടി വണ്ടിയോടിക്കും. സ്വപ്നത്തിലൂടെയെന്നപോലെയോ, ആകാശത്തിലൂടെയെന്നപോലെയോ, ഒക്കെ തോന്നുന്ന ആനന്ദാനുഭവമാണ് നിമിതയ്ക്ക് അത്. അറിയാത്ത വഴിക്കാണ് പോകുന്നതെങ്കിൽ, റേഡിയോയടക്കം എല്ലാ ശബ്ദങ്ങളും പരമാവധി ഒഴിവാക്കി ഗൂഗിൾ ലേഡിക്ക് മാത്രമായി കാതും മനസ്സും നൽകിയാണ് യാത്ര. എന്നിട്ടും പലതവണ വഴിതെറ്റിയിട്ടുണ്ട്. വഴിത്തിരിവുകളുടെ ഓരത്തെത്തുമ്പോൾ അനാവശ്യമായി അവസാന നിമിഷത്തിലുണ്ടാകുന്ന ചില ചിന്താക്കുഴപ്പങ്ങളാണ് നിമിതയുടെ വഴികളെ തെറ്റിക്കുന്നതെന്നാണ് ശ്വേത, എന്തിനു ദീപൻപോലും കുറ്റപ്പെടുത്തുന്നത്. ഏതായാലും നാളുകളായി പോയി ശീലിച്ചതുകൊണ്ട്, പരിപാടി നടക്കുന്ന എം ജെ ഹാളിലേക്കുള്ള വഴി നിമിതയ്ക്ക് മനഃപാഠമാണ്.

'പവിഴമഴയേ...' എന്ന് പാടി വിളിക്കാൻ എന്തൊരു ബുദ്ധിമുട്ടാണെന്ന് ഓർത്ത്, 'ചെരാതുകൾ തോറും നിൻ തീയോർമ്മയായ്...' എന്ന് സിത്താരയ്ക്കൊപ്പം അലിഞ്ഞ് ചേർന്ന്, കൃത്യം 26 മിനിറ്റുകൊണ്ട്, 5.54 ന് നിമിത എം ജെ ഹാളിനു പുറത്തെത്തി. വളരെ സൂക്ഷ്മമായി കാർ പാർക്ക് ചെയ്ത് ഇറങ്ങുമ്പോൾ സർഗ്ഗ സമിതി എക്സിക്യൂട്ടീവ് അംഗം സിയാദും ഭാര്യ ഫെബിനയും ഒപ്പമെത്തി.

"ഈ പെണ്ണുങ്ങളുടെ പാർക്കിങ് സർക്കസുകൾ കാണാൻ നല്ല രസാണ് ട്ടോ."

"ഏതു സർക്കസ്? എന്തു സർക്കസ്?"

ഭർത്താവിന്റെ ആഗോള തമാശകേട്ട് അടക്കത്തിലും ഒതുക്കത്തിലും ബദ്ധപ്പെട്ട് ചിരിക്കുന്ന ഫെബിനയുടെ കൈയിൽ നിമിത അനുതാപത്തോടെ മെല്ലെ തൊട്ടു.

32 ാമത്തെ വയസ്സിൽ ആദ്യമായി വളയം കൈകൊണ്ടു തൊട്ട ഒരാളുടെ വേഗക്കുറവ്/വെപ്രാളം മൂന്നു വർഷം കഴിഞ്ഞിട്ടും പലപ്പോഴും പാർക്ക് ചെയ്യുമ്പോൾമാത്രം തനിക്കുണ്ട് എന്നതു ശരിയാണ്. അത് തന്റെ മാത്രം പ്രശ്നമാണ്. എന്നാൽ രേഖ, ഷെജീന, ആശ, അപർണ്ണ,

രെഞ്ചു, ജിൻസി എന്നുവേണ്ട, സമിതിയിൽ തന്നെയുള്ള, എണ്ണി പറഞ്ഞാൽ തീരാത്ത മറ്റു പെൺ ഡ്രൈവർമാർ കാറോടിക്കുന്നതു കണ്ടാൽ ഹോ, രോമാഞ്ചം വരും. 'എസ്' എന്ന ഇംഗ്ലീഷ് അക്ഷരം കാലിഗ്രഫി ചെയ്യുംപോലെയാണ് തൊട്ടുമുന്നിലെ ബിൽഡിങ്ങിൽ താമസിക്കുന്ന റീമ പാർക്കു ചെയ്യുന്നത്. എത്രവട്ടം നോക്കി നിന്നിട്ടുണ്ടെന്നോ! സിയാദിന്റെ തന്നെ ഓഫീസിൽ സെയിൽസിൽ ജോലി ചെയ്യുന്ന പൂജയുടെ ഡ്രൈവിങ്ങിനെ പറ്റി സിയാദു തന്നെ ഒരിക്കൽ പറഞ്ഞത്, 'വെള്ളത്തിലൂടെ ഒരു ഡോൾഫിൻ മത്സ്യം പുളഞ്ഞു പോകുന്നതുപോലെ മനോഹരം' എന്നാണ്. 'ഇവർക്കൊക്കെയിടയിൽ നിന്ന് ഒരു നിമിതയെ മാത്രം ചൂണ്ടിക്കാട്ടി പെണ്ണുങ്ങളെ മൊത്തം പരിഹസിക്കാൻ നാണമില്ലെടോ?' എന്നൊക്കെ ചോദിക്കണമെന്നാണ് നിമിതയുടെ ആഗ്രഹം. പക്ഷേ, അർത്ഥഗർഭമെന്ന മട്ടിൽ ഒന്ന് ചിരിക്കുക മാത്രം ചെയ്തു. അവസരം കിട്ടുമ്പോഴൊക്കെ, അഥവാ കിട്ടാത്തപ്പോൾ ഉണ്ടാക്കി, പെണ്ണുങ്ങളെ ഇകഴ്ത്തി പരിഹസിക്കുന്നതിൽ മിടുക്കരായ കുറേപ്പേരെ കാണാൻ തുടങ്ങിയിട്ട് കാലമേറെയായി. ഇത്തരക്കാരോടൊന്നും തർക്കിച്ചിട്ട് കാര്യമില്ല. ഇപ്പോഴാണെങ്കിൽ തർക്കിച്ചു കളയാൻ നേരവുമില്ല.

ഹാളിനകത്തേക്ക് കയറുമ്പോൾ മുഖ്യ പ്രഭാഷക-ശ്വേതയടക്കം പറയാനും കേൾക്കാനുമുള്ള അത്യാവശ്യം ആളുകൾ എത്തിയിട്ടുണ്ട്. "നമുക്ക് തുടങ്ങാൻ പറഞ്ഞാലോ?" നിമിതയെക്കണ്ട പാടെ ശ്വേത എഴുന്നേറ്റു. ഓറഞ്ചിൽ ചുവപ്പു ബോർഡറുള്ള ലിനൻ സാരി ഒതുക്കി പിടിച്ച് കത്തിയൊഴുകുന്ന തീ പോലെ അടുത്തേക്ക് വന്നു. "അതെ. അതു വേണം. രേഖയെവിടെ? അലക്സെവിടെ?"

സർഗ്ഗ സമിതി കൺവീനർ അലക്സാണ് ഇന്നത്തെ പരിപാടിയുടെ മുഖ്യ ചുമതലക്കാരൻ. ഇക്കാര്യം പ്രത്യേകം എടുത്തുപറയാൻ കാരണമുണ്ട്. സാധാരണഗതിയിൽ സർഗ്ഗസമിതി പെൺപക്ഷ പരിപാടികൾ നടത്തുമ്പോൾ അത് പൂർണ്ണമായും സ്ത്രീകൾ ചെയ്യട്ടെ എന്നൊരു ഔദാര്യ ഭാവമുണ്ടാവാറുണ്ട്. ഇത്തവണ പക്ഷേ, ശ്വേത വട്ടം ഉടക്കി. "സ്ത്രീകളുടെ വിഷയങ്ങളെന്നാൽ ഒരുമാതിരി അടുക്കളക്കാര്യത്തിലെന്ന പോലെ സ്ത്രീകൾക്കു മാത്രമായി ഒതുക്കാനൊന്നും ഇനി പറ്റില്ല. വിഷയം സ്ത്രീകളെ സംബന്ധിക്കുന്നതാണെങ്കിൽ, പറയാനും കേൾക്കാനും സംഘടിപ്പിക്കാനും സ്ത്രീകൾ വരട്ടെ, തങ്ങൾക്ക് അതിൽ കാര്യമില്ല എന്ന തോന്നൽ തന്നെ സ്ത്രീ വിരുദ്ധമാണ്. ഇത് പൊതു വിഷയമാണ്. പുരുഷന്മാരുടെയും പങ്കാളിത്തം ഉണ്ടായേ പറ്റൂ." ഏതായാലും ആ നിർദ്ദേശത്തെ ഖണ്ഡിക്കാൻ ആർക്കും ന്യായങ്ങൾ ഇല്ലാതെ വന്നതോടെ മറ്റെല്ലാ പരിപാടിയുമെന്നപോൽ കൺവീനർ സംഘാടകനായി തന്നെ ഇന്നത്തെ പരിപാടിയും തീരുമാനിക്കുകയായിരുന്നു.

'അല്ലെങ്കിലും ഈ പെണ്ണുങ്ങൾ ഇങ്ങനെയാണ്.' അലക്സ് ഉറക്കെ ആത്മഗതം പറഞ്ഞു. 6 മണിക്ക് തുടങ്ങുമെന്ന് പറഞ്ഞിട്ട് 6.05 ആകുമ്പോഴേക്കും തന്നെ 'തുടങ്ങാറായില്ലേ?' 'തുടങ്ങിയാലോ?' എന്ന് ചോദിച്ചു

തുടങ്ങും. എങ്ങനെയും 6.15 നു തുടങ്ങിപ്പിക്കും. മുഖ്യപ്രഭാഷണം 30 മിനിട്ടാണ് സംസാരിക്കേണ്ടതെങ്കിൽ 20 മിനിറ്റ് സംസാരിച്ച്, അവസാനത്തെ 5 മിനിറ്റ് സംഗ്രഹിച്ച് അവസാനിപ്പിക്കും. പിന്നീട് വരുന്ന ഓരോരുത്തരും പൊതുവെ, തങ്ങൾക്ക് സംസാരിക്കാനുള്ള 10 മിനിറ്റിനെ 5 മുതൽ 8 മിനിറ്റായി ചുരുക്കും. അങ്ങനെ പരിപാടി സമയബന്ധിതമായി തീർക്കേണ്ട ബാദ്ധ്യത ഓരോ പെൺ പങ്കെടുക്കലുകാർക്കും ഉണ്ട്. ചുരുക്കത്തിൽ, 8 മണിക്ക് കഴിയുമെന്ന് പറയുന്നത് 8.30 നെങ്കിലും കഴിപ്പിക്കും.

"നിങ്ങളൊക്കെ ഇങ്ങനെയായാലോ നിമിതേ? ഒരു സ്ത്രീപക്ഷ പരിപാടിക്കെങ്കിലും അതിന്റേതായ ഒരു സ്വാതന്ത്ര്യമൊക്കെ എടുക്കേണ്ടേ? നിങ്ങളൊരു അരമണിക്കൂർ വൈകിയെന്നു കരുതി ദീപൻ ഒന്നും പറയില്ല. ഞങ്ങളും മനുഷ്യരാടോ..!"

"ഹയ്യോ.. എന്തൊരു ഔദാര്യം! അലക്സിന്റെ ഭാര്യേടെ ഭാഗ്യം!" അലക്സിന്റെ ശാക്തീകരണം കേട്ട് ശ്വേത പൊട്ടിച്ചിരിച്ചു.

രേഖ എത്തിയിരുന്നില്ല. അവളുണ്ടായിരുന്നെങ്കിൽ, "അതുകൊണ്ടാവും, ല്ലേ, അലക്സ് ഭാര്യയെ കൂടെ കൂട്ടാത്തത്?" എന്ന് ചോദിക്കുമായിരുന്നു എന്ന് നിമിത പെട്ടെന്ന് ഓർത്തു.

എന്നാൽ ആ അർത്ഥത്തിൽ എന്ന മട്ടിൽ "ജീന വന്നില്ലേ, അലക്സ്?" എന്നാണ് നിമിത പക്ഷേ, ചോദിച്ചത്.

"ഇല്ല, അവൾക്കിങ്ങനെയൊള്ള പരിപാടിക്കൊന്നും പങ്കെടുക്കാൻ താല്പര്യോല്ല, ജോലി, കുട്ട്യോൾടെ പഠിത്തം, പിന്നെ, ഞങ്ങളുടേതായ ചെറിയ ചില കൂട്ടുചേരലുകൾ. ഇതൊക്കെയാണ് അവൾടെ ലോകം." നിമിതയുടെ ചോദ്യത്തോട് ഒട്ടും ചൂളിയില്ലെന്ന് മാത്രമല്ല, അഭിമാനിയായ ഭർത്താവായി അലക്സ് തലയുയർത്തി നിന്നു. "ബെസ്റ്റ്..!" നിമിതയെ നോക്കി കണ്ണിറുക്കി ചിരിച്ചുകൊണ്ട് ശ്വേത അടക്കം പറഞ്ഞത് അയാൾ കണ്ടില്ല.

അതേസമയം, അയാൾ പറഞ്ഞതിലെ പുച്ഛച്ചുവ നിമിതയ്ക്ക് വേഗം തിരിഞ്ഞു. ഇത് അലക്സിന്റെ മാത്രം ചുവയല്ലെന്നു പ്രസ്തുത പ്രമുഖ സാംസ്കാരിക സംഘടനയുടെ തല മുതൽ വാലുവരെയുള്ള വിവിധ സ്ഥാനങ്ങളിൽ ഇരിക്കുന്നവരും അതു കഴിഞ്ഞുള്ളവരുമടക്കം 90 ശതമാനം പേരും ഈ ചുവയുള്ളവരാണെന്നും നിമിതയ്ക്കറിയാം. ശ്വേതയ്ക്കുമറിയാം. പക്ഷേ, എന്തുചെയ്യാം? ഇതൊക്കെ കേൾക്കുമ്പോൾ ശ്വേതയ്ക്ക് സഹതാപം കൊണ്ട് ചിരിയാണ് വരുന്നതെങ്കിൽ, നിമിതയ്ക്ക് നിരാശകൊണ്ട് കരയാനും തോന്നും. രേഖയാവട്ടെ, രോഷംപൂണ്ട് മുഖമടച്ച് മറുപടിയും നൽകും. കഴിഞ്ഞ ആഗസ്ത് 15 ന് നിമിഷിയുടെ സ്വാതന്ത്ര്യദിനാചാരണത്തിനു ശേഷം നിമിതയ്ക്കൊപ്പം അവളുടെ ഫ്ളാറ്റിലേക്ക് പോകുമ്പോൾ ലോണിൽ വച്ച് അവരെ ചൊറിഞ്ഞു നോക്കിയ സുശീൽ നായരും കൂട്ടാളികളുമാണ് രേഖയുടെ വാക്കിന്റെ മൂർച്ച നേരിട്ട അവസാന ഇരകളെന്നാണ് നിമിതയുടെ തോന്നൽ.

"ഓ... നിമിത, വൈകിയല്ലോ, ഇന്നെന്തായിരുന്നു ചർച്ച? ഭർത്താക്കന്മാരെ മര്യാദ പഠിപ്പിക്കാനുള്ള വഴികളെക്കുറിച്ചാ?"

ഒരു പണിയുമില്ലാതെ താഴെ ലോണിൽ കുത്തിയിരുന്ന് വഴിയേ പോകുന്നവരോട് ഒന്നും രണ്ടും പറഞ്ഞ് രസിച്ചിരിക്കുന്ന സുശീൽ നായർക്കും അയാളുടെ വളവളിപ്പ് കേട്ട് വിടലച്ചിരി ചിരിക്കുന്ന ഫിറോസ് ഖാൻ, രതീഷ് ഉടുപ്പി എന്നിവർക്കും മുഖമടച്ച് മറുപടി കൊടുക്കണമെന്ന് ഓരോ തവണയും നിമിത ആഗ്രഹിക്കാറുള്ളതാണ്. പക്ഷേ, തീരെ ഇഷ്ടപ്പെടാത്ത ഒരു നോട്ടമോ, അവജ്ഞയോ തിരിച്ചെറിയാൻ മാത്രമേ ഇതുവരെ കഴിഞ്ഞിട്ടുള്ളൂ. അല്ലെങ്കിലും നിമിതയുടെ പ്രതികരണങ്ങൾ വല്ലാതെ തണുപ്പനാണെന്ന് ശ്വേത, എന്തിന് ദീപൻ പോലും കുറ്റപ്പെടുത്താറുണ്ട്.

"അല്ല. അയല്പക്കങ്ങളിലേക്ക് മാത്രം നോക്കിയിരുന്ന് ചുമ്മാ ചൊറിയുന്ന അമ്മാവന്മാരെ കൈകാര്യം ചെയ്യേണ്ട വിധത്തെക്കുറിച്ചായിരുന്നു."

ചാട്ടുളി പോലെയാണ് രേഖയുടെ മറുപടി വീണത്. അതും തിരിഞ്ഞു നോക്കി പ്രതിഷേധിക്കണമോ വേണ്ടയോ എന്ന് നിമിത ആലോചിക്കുന്ന ആദ്യ നിമിഷത്തിൽ തന്നെ.

"എപ്പോഴാ തുടങ്ങുന്നത്?" വിടർന്ന വട്ടമുഖത്തിന് ചേരാത്ത പോലെ, നനുത്ത ചുണ്ടുകൾ പിന്നെയും കൂർപ്പിച്ച് അനുപമയും ഓടിയെത്തി. നമ്മൾ നേരത്തെ പറഞ്ഞ കോടാനുകോടി പെണ്ണുങ്ങളിൽപ്പെട്ട ഒരുവളാണ്. എഞ്ചിനീയറാണെങ്കിലും തരം പോലെ പച്ചനെല്ലിക്കയോ പച്ചമാങ്ങയോ കുടമ്പുളിയോയിട്ട മീൻകറി നിർബ്ബന്ധമായും വച്ച് കുടുംബജീവിതം കാക്കേണ്ടവൾ. 'നമ്മളൊക്കെ എവിടെയെത്തി, എന്തു നേടിയെന്നു പറഞ്ഞിട്ടും എന്തുകാര്യം?' എന്ന് സങ്കടപ്പെടുന്നവൾ. 'നീയൊക്കെ ജോലിക്കു പോകുന്നതും ആപ്പീസറു ചമയുന്നതും കെട്ടിയവന്റെ ഔദാര്യമാണെന്ന് എന്നും ഓർമ്മിപ്പിക്കവർക്കിടയിൽ ജീവിക്കുന്നവൾ.

"എപ്പോൾ തുടങ്ങിയാലും കൊള്ളാം. എപ്പോഴാ കഴിയുന്നത്?" മീരയുടെ ചോദ്യത്തോട് പക്ഷേ, ആരും പ്രതികരിച്ചില്ല. നമ്മൾ നേരത്തേ പറഞ്ഞ കോടാനുകോടി പെണ്ണുങ്ങളിൽ പെട്ട മറ്റൊരുവളാണ്. അക്കൗണ്ടിങ് ഓഫീസറാണെങ്കിലും തരംപോലെ പച്ചനെല്ലിക്കയോ പച്ചമാങ്ങയോ കുടമ്പുളിയോയിട്ട മീൻകറി വച്ച് കുടുംബജീവിതം കാക്കുകയാണ് ആത്യന്തികമായ തന്റെ ഉത്തരവാദിത്വമെന്ന് വിചാരിക്കുന്നവൾ. 'സ്വന്തം' ഉത്തരവാദിത്വങ്ങൾ' മറന്ന്, പെണ്ണുങ്ങൾ എവിടെയെത്തി, എന്തു നേടിയെന്നു പറഞ്ഞിട്ടും കാര്യമൊന്നുമില്ല. അതൊന്നുമൊരു മിടുക്കല്ല. സ്ത്രീയെന്ന നിലയിലുള്ള 'കടമകൾ' കൂടി നിർവ്വഹിക്കാൻ കഴിയുമ്പോഴാണ് ഒരു സ്ത്രീ വിജയിക്കുക എന്നാണ് മീരയുടെ മതം. ഈ വിധത്തിൽ മീരയുടെ സംസാരമെത്തുമ്പോഴൊക്കെ ശ്വേത പതിവുള്ള സഹതാപച്ചിരി ചിരിക്കും. നിമിതയ്ക്ക് നിരാശയിൽ തൊണ്ടയോളം സങ്കടം കുടുങ്ങും. രേഖയാണെങ്കിൽ നിശ്ചയമായും മീരയുമായി തീരാത്ത തർക്ക

മുണ്ടാക്കും.

സ്ത്രീകളുടേതു മാത്രമായി അങ്ങനെ ഉത്തരവാദിത്വങ്ങൾ ഇല്ലെന്നും ഇത്തരം തോന്നലുകളൊക്കെ മാറ്റാൻ ആദ്യം സ്ത്രീകൾ സ്വയം തയ്യാറാവണമെന്നുമൊക്കെ ആവർത്തിക്കേണ്ടിവരുന്നതിലെ നിസ്സഹായതയാണ് ശ്വേതയുടെ ചിരി. എന്നാൽ, മീര സ്വയം അങ്ങനെ വിചാരിക്കുന്നതിൽ ഒരു തെറ്റുമില്ലെന്ന് നിമിത അനുനയം പറയും. പക്ഷേ, അതുമാത്രമാണ് ശരിയെന്ന്, തന്റെ മാത്രമല്ല, മുഴുവൻ പെണ്ണുങ്ങളുടെയും ആത്യന്തികമായ ഉത്തരവാദിത്വം ഇങ്ങനെ പച്ചനെല്ലിക്കയുടെ ചതവു നിലയിൽ തീർപ്പാക്കേണ്ടതാണെന്ന് മീര പറയുമ്പോഴാണ് സംഗതി പ്രശ്നമാകുന്നത്.

“അതേയ്... പറയ്, എപ്പോഴാ കഴിയുന്നത്?”

“എപ്പോഴായാലും പ്രശ്നമില്ലല്ലോ, എന്നത്തേയുംപോലെ മീരയ്ക്കിന്നും 8 മണിക്ക് പോകാല്ലോ. പിന്നെന്താ? സുനിലിനോട് പറഞ്ഞോളൂ.” നിമിത മീരയോട് മയപ്പെട്ടു.

ഭർത്താവിനെ വിളിച്ച് വിവരമറിയിക്കാനാണ് മീരയ്ക്ക് ഈ തിടുക്കം. വരുന്ന സമയവും പോകുന്ന സമയവും കൃത്യമായി അറിയിക്കണം. അതനുസരിച്ച് അയാൾ അവളെ കൂട്ടിക്കൊണ്ടുപോകാൻ വരും. പറഞ്ഞ സമയത്ത് ഇറങ്ങാൻ പറ്റാതെ വന്നാൽ, അതോടെ അന്ന് കുടുംബത്തിലെ പച്ച നെല്ലിക്ക മീൻചട്ടി തകരുമെന്ന് ഉറപ്പ്.

അപ്പോഴേക്കും രേഖ എത്തി. “തുടങ്ങുവാണ്... വാ...” എന്ന് അവൾ അനുപമയെ കൂട്ടി വേദിയിലേക്ക് നടന്നു.

കാര്യങ്ങൾ ഇങ്ങനൊക്കെയാണെങ്കിലും “ആവശ്യത്തിനും അതിൽ കൂടുതലും സ്വാതന്ത്ര്യം സുനിലേട്ടൻ എനിക്ക് തരുന്നുണ്ട്. അതാണെന്റെ വിജയം” എന്ന സന്ദേശമാണ് മീര ചുറ്റുമുള്ള സ്ത്രീകൾക്ക് എപ്പോഴും നൽകുന്നത്. അതുകൊണ്ടുതന്നെ, ശ്വേതയ്ക്കും നിമിതയ്ക്കും രേഖയ്ക്കും മാത്രമല്ല, സമിതിയിലെ സ്ത്രീകളിൽ പലർക്കും വിയോജിപ്പുണ്ട്. മീര ഫോണെടുത്ത് ഭർത്താവിനോട്, ‘എവിടെയാ? എപ്പോഴാ വരുന്നത്? വൈകുമോ?’ എന്നൊക്കെ സംസാരിക്കുന്ന ഭാവം കാണുമ്പോൾ തന്നെ ‘ഭക്തമീര’യെന്ന് പിറുപിറുത്ത് രേഖ മുഖംതിരിക്കും. അത് മീരയ്ക്കും നന്നായറിയാം. പക്ഷേ, അനുപമയ്ക്ക് ഈ കാഴ്ച പലപ്പോഴും ആശ്വാസമായി തോന്നിയിരുന്നു

“ആ സുനിലേട്ടൻ നല്ല മനുഷ്യനാ രേഖേ? എന്റെ രാഹുലനോട് ഇങ്ങനെ, എവിടെയാ? എപ്പോഴാ വരുന്നത്? എന്നൊക്കെ ചോദിച്ചാൽ തിന്നാൻ വരുന്ന പോലെയാണ്. ഞാനെന്താ നാടുവിട്ടുപോകുവാണോ? എന്നൊക്കെ ദേഷ്യപ്പെടും.” അനുപമ സങ്കടപ്പെട്ടു.

“ഉം.. നല്ല മനുഷ്യനാണ്. നിന്റെ രാഹുലനെപ്പോലെ ‘ഞാനെന്താ നാടുവിട്ടുപോകുവാണോ?’ എന്ന് ദേഷ്യപ്പെടുകയേ ഇല്ല. പകരം ‘എങ്ങോട്ടാണെന്നോ എപ്പോ വരുമെന്നോ പറയാൻ പറ്റില്ല മോളൂ... എന്തായാലും വൈകും. ഞങ്ങളൊരുമിച്ച് കഴിച്ചിട്ട് വന്നോളാം. നീയും പിള്ളേരും കെട

ന്നോളൂ.' എന്ന് സ്നേഹത്തോടെ പറയും. എന്നാൽ ഭാര്യയെ അനങ്ങാൻ വിടുന്നുണ്ടോ? നീയൊന്നാലോചിക്ക്. എങ്ങോട്ടാണെന്നോ എപ്പോ വരുമെന്നോ പറയാൻ കഴിയാതെ ഒരിടത്ത് പോകാൻ മീരയ്ക്കോ നിനക്കോ എനിക്കോ പറ്റുമോ? അതുപോട്ടെ പ്രോഗ്രാം കഴിഞ്ഞിറങ്ങാൻ, അഞ്ചു മിനിറ്റ് വൈകിയാലോ, നല്ലവനായ പാവം സുനിലേട്ടൻ താണ്ഡവമാടും അത്രേയുള്ളൂ. വളരെ നല്ലതല്ലേ.?" അനുപമ മിണ്ടിയില്ല.

"മീരയ്ക്കും കാറുണ്ട്. ഓഫീസിൽ പോകാൻ മാത്രേ ഉപയോഗിക്കുന്നുള്ളൂ. മറ്റെവിടെയും സുനിലിന് സമയമുള്ളപ്പോൾ, അയാൾക്കൊപ്പമാണെങ്കിൽ പോകാം. അല്ലെങ്കിൽ ഭർത്താവ് കൊണ്ടുവിടും. തിരിച്ചും കൊണ്ടുവരും. അയാൾക്ക് സൗകര്യമില്ലാത്ത ഏത് അവസരമായാലും ശരി, കുടുംബമാണ് വലുത് എന്ന പേരിൽ ഒഴിവാക്കിക്കോണം. എന്നുവച്ചാൽ ഭർത്താവില്ലാതെ വന്നാൽ കുടുംബത്തിന് തേയ്മാനം വന്നെന്ന് ആരെങ്കിലും വിചാരിച്ചാലോ..? കരുതലാണ്. അല്ലാതെ ഉടമാധികാരമല്ല കേട്ടോ." രേഖയ്ക്ക് അരിശം പിടിച്ചു.

"ദാ... ഇതുതന്നെയാ പ്രശ്നം. എവിടെയാ? എങ്ങോട്ടാ പോകുന്നെ? എപ്പോഴാ വരുന്നേ...? എന്നൊക്കെ ചോദിച്ച് എന്തിനാ ആളുകളെ ഇങ്ങനെ ബുദ്ധിമുട്ടിക്കുന്നേ?"

ഒരു പിടിവള്ളി കിട്ടിയ ആവേശത്തിൽ അലക്സ് വീണ്ടും ശബ്ദമുയർത്തി.

"ഒരു തമാശ കേട്ടിട്ടില്ലേ? കൊളമ്പസ്സിന്റെ ഭാര്യ ഉണ്ടായിരുന്നെങ്കിൽ അങ്ങേര് അമേരിക്ക കണ്ടുപിടിക്കില്ലായിരുന്നു എന്ന്. രാവിലെ യാത്രയ്ക്കായി പുറത്തേക്കിറങ്ങുമ്പോൾ എങ്ങോട്ടാ? എന്തിനാ പോകുന്നത്? എപ്പോൾ തിരിച്ചുവരും? ഇപ്പോൾ പോയില്ലെങ്കിലെന്താ കുഴപ്പം? ഞാനും വരട്ടെ. എന്നൊക്കെ ചോദിച്ച് സ്വൈര്യം കെടുത്താൻ പെമ്പറന്നോത്തി കൂടെ ഉണ്ടായിരുന്നേൽ കൊളംബസ് എന്തു ചെയ്യുമായിരുന്നു? പിന്നാണോ നമ്മുടെ പാവം, രാഹുലനും സുനിലുമൊക്കെ? ഹ... ഹ... ഹ..."

"അതെയതെ... ഭാര്യ കൂടെയില്ലാത്ത പുരുഷന്മാര് ഡെയിലി എത്ര രാജ്യങ്ങളാ പുതിയതായി കണ്ടെത്തിക്കൊണ്ടിരിക്കുന്നത്, ല്ലേ?" എന്ന് ശ്വേതയും

"ഇനി, പെണ്ണുങ്ങളും കൂടി കുറെ രാജ്യങ്ങൾ കണ്ടെത്തിക്കളഞ്ഞാലോ എന്നോർത്താണോ അവരോട് ഈ ചോദ്യങ്ങളൊക്കെ ഇങ്ങനെ നിരന്തരം ചോദിച്ചോണ്ടിരിക്കുന്ന്?" എന്ന് രേഖയും

"ഒരു നാലഞ്ചു രാജ്യങ്ങൾ പെണ്ണുങ്ങൾ കണ്ടത്തെട്ടേന്നേ..." എന്ന് കൊടുക്കുന്നുണ്ടായിരുന്നു.

അമേരിക്ക ഒന്നും കണ്ടുപിടിക്കണ്ട. നാട്ടിൽത്തന്നെ, എന്നും സ്കൂളിലേക്കും കോളേജിലേക്കും പോകുന്ന വഴിയിൽ കാണാറുണ്ടായിരുന്ന, ചെക്കന്മാർ മാത്രം പോയിരുന്ന് കൂട്ടംകൂടി സൊറ പറഞ്ഞിരുന്ന ആ ചെങ്കുത്തായ കുന്നിന്റെ മുകളിൽ വരെയെങ്കിലും ഇഷ്ടപ്രകാരം ഒന്ന് ചെന്നെത്താൻ പറ്റിയിരുന്നെങ്കിൽ എന്ന് നിമിത മനസ്സിലോർത്തു. 'പല്ലാർക്കാട്ട്

നാലാം വാർഡിലെ ശബരിമല'യെന്നാണ് സുജയ ആ കുന്നിനെ വിശേഷിപ്പിച്ചിരുന്നത്. അന്നൊക്കെ കുന്നിന്മുകളിലേ കാഴ്ചകളെപ്പറ്റി വാതോരാതെ കേട്ടുകേൾവികൾ പറഞ്ഞ് ഒപ്പം നടന്നിരുന്നത് സുജയായിരുന്നു. ആ പ്രദേശത്തെ ആൺകുട്ടികളുടെയും മുതിർന്ന പുരുഷന്മാരുടേതുമായ ചെറിയ ചെറിയ കൂട്ടങ്ങൾ അവിടെ എപ്പോഴും സജീവമായിരിക്കും. പഴയ ഒരു വലിയ മരം ഒടിഞ്ഞു ദ്രവിച്ച്, കുത്തനെ ഒരു കോട്ടപോലെ നില്ക്കുന്ന കാഴ്ച താഴെനിന്ന് കാണാൻ ഗംഭീരമായിരുന്നു. അതിനപ്പുറത്തെ താഴ്ച്ചയും താഴ്ച്ചയിലെ കാഴ്ചകളും എന്തായിരിക്കും എന്ന് ആ വഴിപോകുമ്പോൾ ഒക്കെ നിമിത ആലോചിക്കും. നിമിത മാത്രമല്ല, ആ വഴിയേ കടന്നുപോയിരുന്ന ഓരോ പെൺകുട്ടിയും അത് ആലോചിച്ചിട്ടുണ്ടാകണം. "സ്ത്രീകൾക്ക് പ്രവേശനമില്ല" എന്ന് എവിടെയും എഴുതിയൊന്നും വച്ചിട്ടില്ല. എന്നിട്ടും സ്ത്രീകളാരും ഒരു ചുള്ളിയൊടിക്കാൻ പോലും അങ്ങോട്ട് കടന്നുകയറാൻ ശ്രമിച്ചിരുന്നില്ല. ചുരുക്കം ചിലർ എപ്പോഴൊക്കെയോ അതിനു ശ്രമിച്ചപ്പോഴൊക്കെയും 'ഒരുമ്പെട്ടോള്' എന്ന വിശേഷണവും കിട്ടിയിരുന്നു.

"അപ്പോൾ പെങ്കുട്ട്യോൾക്ക് കാണാനും പോകാനും കൂട്ടംകൂടാനും എവിടെയാ ഉള്ളത്?"

"പെങ്കുട്ട്യോൾ കൂട്ടംകൂടാൻ നടക്കാണോ? കുടുംബത്ത് പോയിരുന്നോണം നിഷേധി!"

'ഒരുമ്പെട്ടോള്, നിഷേധി' എന്നീ വിളികളൊന്നും സുജയയെ പേടിപ്പിക്കാൻ പോന്നതായിരുന്നില്ല. "അങ്ങനെ, കണ്ടോരും കേട്ടോരുമൊക്കെ പറയണതും നോക്കിയിരുന്നാർന്നേൽ എനിക്ക് ഹർഡിൽസിനു സ്റ്റേറ്റിലേക്ക് സെലക്ഷൻ കിട്ടുവായിരുന്നോ?" അത് നേരാണ്. സ്കൂളിലും കോളേജിലുമൊക്കെ കായിക മത്സരങ്ങൾക്ക് പങ്കെടുക്കുന്നത് സുജയയുടെ അച്ഛനോ ചേട്ടനോ ഇഷ്ടമായിരുന്നില്ല. "പഠിക്കുന്ന കാലത്തല്ലേ ള്ളു. ഇപ്പോഴത്തെ ഇഷ്ടോം സന്തോഷോല്ലേള്ളൂ... അവള് ചെയ്തോട്ടെ.." എന്ന അമ്മയുടെ കാലുപിടിത്തങ്ങൾക്ക് മനസ്സില്ലാമനസ്സോടെ കണ്ണടയ്ക്കുന്നെന്നു മാത്രം.

നോക്കണം, സ്ത്രീകളുടെ ജീവിതത്തെക്കുറിച്ച്, അവരുടെ സന്തോഷത്തെക്കുറിച്ച് അമ്മമാർക്കും അച്ഛന്മാർക്കും ചേട്ടന്മാർക്കും അവരവർക്കു തന്നെയുമുള്ള കൃത്യമായ നിശ്ചയമെന്തെന്ന്. "ആരെ കേൾപ്പിക്കാനാണെടീ?" എന്ന അച്ഛന്റെ ചോദ്യത്തിനു മുന്നിൽ ശോഷിച്ചില്ലാതായിപ്പോയ അമ്മയുടെ മനോഹരമായ പാട്ടുകൾ നിമിതയുടെ കാതുകളിലും അമ്മയുടെ മനസ്സിലും എന്നുമുണ്ട്. എല്ലാം ഒരുതരം പൊരുത്തപ്പെടലുകളും വിട്ടൊഴിയലുകളുമാണെന്ന് അറിഞ്ഞുകൊണ്ടുള്ള, അതിനേക്കാൾ ഗംഭീരമായ അഭിനയങ്ങളാണ് ഓരോ സ്ത്രീയുടെയും ജീവിതമെന്ന് അമ്മ പറയാതെ പറയും.

നാട്ടുകാരിൽ പലർക്കും ഓട്ടക്കാരി/ചട്ടക്കാരി എന്നൊക്കെയൊരു പുച്ഛം ഒളിഞ്ഞും തെളിഞ്ഞും സുജയയോടുണ്ടായിരുന്നു. നിമിതയുടെ

വീട്ടിൽ നിന്നുള്ള ഇടവഴിയിലൂടെ മത്സരിച്ചോടി പൊതുവഴിയിലേക്കു കയറി കിതച്ചുയർന്ന് നിമിതയെ കാത്തുനില്ക്കുന്ന ഓരോ ദിവസവും അവളുടെ ഉയർന്നുതാഴുന്ന നെഞ്ചിലേക്ക് നോക്കി ആരെങ്കിലും ചോദിക്കും. "ശരിക്കും നീ ഏതാ ഇനം സുജേ? ഓട്ടോ ചാട്ടോ?" അരയ്ക്കു കൈകുത്തി ഒന്നുകൂടി ഞെളിഞ്ഞു നിന്ന് ചോദിച്ചയാളുടെ കണ്ണിൽത്തന്നെ നോക്കി.

"ഓട്ടവും പറ്റും ചാട്ടവും പറ്റും. എന്തേയ്?" എന്ന് അവൾ ഉറപ്പിച്ചു നില്ക്കും.

പല്ലാർക്കാട്ടെ നാലാം വാർഡിൽ മാത്രമല്ല, അക്കാലത്ത്, (ഇക്കാലത്തും കാണും) ഏതു നാട്ടിലും അങ്ങനെ വാർഡുകൾ തോറും ശബരിമലകൾ ഉണ്ടായിരുന്നിരിക്കണം. പല്ലാരക്കുന്നിനു നേരെയുള്ള നിമിതയുടെ കൗതുകം തീരാത്ത നോട്ടംകണ്ട്, ഒരു ദിവസം സുജയ പറഞ്ഞു. ''നിനക്ക് പോണോ? ഞാൻ കൊണ്ടോകാം.'' പോകണമെന്നോ വേണ്ടെന്നോ നിമിത പറഞ്ഞില്ല. ഒരിക്കലെങ്കിലും ഒന്ന് കയറി കാണണമെന്ന് നിമിതയ്ക്ക് മനസ്സിൽ ആശയുണ്ട്. പക്ഷേ, ആളുകളെന്തു വിചാരിക്കും..? "ആളുകളെന്തു വിചാരിച്ചാലെന്താ? നീ പോടീ.."

ഓരോ തവണയും ഹർഡിൽസ് പ്രാക്ടീസ് ചെയ്യുന്നതിനു തൊട്ടു മുൻപുള്ള സൂക്ഷ്മമായ ജാഗ്രതയോടെ അവൾ കുന്നിന്മേലേക്കുള്ള ഓരോ ചരിവുകളെയും സശ്രദ്ധം നിരീക്ഷിച്ചു വന്നു. ഒരിക്കൽ പരീക്ഷ കഴിഞ്ഞ് നേരത്തെ വരുന്ന ഒരു ദിവസം, ചുറ്റും ആരുമില്ലെന്ന ഉറപ്പിൽ, നിമിതയുടെ വിലക്കിനെ വകവയ്ക്കാതെ കുന്നിന്മേലേക്ക് ഒറ്റയോട്ടമായിരുന്നു. എങ്ങോട്ട് ഓടണമെന്ന് ഓർത്ത് അന്തം വിട്ട് നിമിത ചില നിമിഷങ്ങളിൽ അവിടെത്തന്നെ നിന്ന് ചുറ്റും നോക്കി. എന്നിട്ട് വീട്ടിലേക്ക് ഓടി. ഏതായാലും കുന്നിൻപുറത്തെ കാഴ്ചകൾ കാഴ്ച കാണാനുള്ള അവസരമൊന്നും അന്ന് സുജയയ്ക്ക് കിട്ടിയില്ല. കുന്നിന്മുകളിലെ പഴയ മരത്തിന്റെ ദ്രവിച്ചടർന്ന ഉൾഭാഗത്ത് പുകവലിച്ചിരുന്ന ചെക്കന്മാർ അവളെ കണ്ട് അന്തംവിട്ടു. അവളാണെങ്കിൽ അവരെക്കണ്ട് വന്ന വേഗത്തിൽ തന്നെ തിരിച്ചോടിക്കളഞ്ഞു.

ഈ സംഭവത്തോടെ, 'ഒരുമ്പെട്ടോളാ'യി മാറിയ സുജയയുടെ ജീവിതത്തിൽ ഉണ്ടാകുന്ന മാറ്റങ്ങൾ നിമിത സങ്കടത്തോടെ നോക്കിക്കണ്ടു. വീടിനടുത്തുള്ള ഒരു കുന്നിന്മുകളിലേക്ക് കടന്നു കയറാനുള്ള കേവലമൊരു ശ്രമം, ഒരു പെൺകുട്ടിയുടെ ജീവിതം തന്നെ മാറ്റിക്കളഞ്ഞത് എങ്ങനെയെന്നത് ഇപ്പോൾ ആലോചിക്കുമ്പോൾ നിമിതയ്ക്ക് അവിശ്വസനീയമായി തോന്നി. വിവരമറിഞ്ഞ് വീട്ടിൽ അച്ഛനും ചേട്ടനും ആളോഹരി വീതം അവളെ തല്ലിക്കെടുത്തി. അടുത്തവർഷം ഇനി പഠിക്കണമെങ്കിൽ അത് വീട്ടിലിരുന്ന് മതിയെന്ന് തീരുമാനമായി. സംസ്ഥാന കായികമേളയ്ക്ക് പോകേണ്ടിയിരുന്ന ഹർഡിൽസ് താരത്തിന് വീട്ടിലെ കട്ടിളപ്പടി കടക്കാൻ പോലും ത്രിതല സമ്മതപത്രം വേണമെന്ന നിലയായി. വാർത്ത പരത്തിക്കൊടുക്കുന്ന അഭ്യുദയകാംക്ഷികൾ അമ്മാതിരി

പറഞ്ഞു കേൾപ്പിച്ചുകാണുമെന്ന് സുജയ പറയും.

സുജയോട് കൂട്ടു തുടരുന്നത് നിമിതയുടെ വീട്ടിലാർക്കും താല്പര്യമുണ്ടായിരുന്നില്ല. നിമിതയ്ക്ക് മാത്രമല്ല. നാട്ടിലെ മിക്കവാറും പെൺകുട്ടികൾക്ക് അവളോട് കൂട്ടുകൂടാൻ വിലക്കുണ്ടായിരുന്നു. പെൺമക്കൾ എന്തെങ്കിലും തറുതല പറഞ്ഞാൽ, "ആ സുജേ കണ്ട് പഠിച്ചാലുണ്ടല്ലോ." എന്നു തുടങ്ങുന്ന ശകാരങ്ങളും അക്കാലത്ത് പ്രചാരത്തിൽ വന്നു.

സുജയയ്ക്ക് പക്ഷേ, അതിലൊന്നും കൂസലുണ്ടായിരുന്നില്ല. ആദ്യമൊക്കെ നോട്സ് വാങ്ങാൻ എന്ന പേരിൽ നിമിതയുടെ വീട്ടിലേക്കു അവൾ വരാറുണ്ടായിരുന്നു. എന്നാൽ വീട്ടുകാരുടെ ഇരുണ്ട മുഖഭാവങ്ങൾ കൊണ്ടാവും, ആ വരവും പതുക്കെ നിലച്ചത് നിമിതയെ അസ്വസ്ഥപ്പെടുത്തി. ഏതായാലും സ്പോർട്സ് ഡേയ്ക്ക് രണ്ടാഴ്ച ബാക്കിയുള്ളപ്പോൾ രണ്ടും കല്പിച്ച് നിമിത സുജയയെത്തേടി അവളുടെ വീട്ടിലേക്ക് ചെന്നു.

"നീയെന്തിനാ ഇങ്ങനെ വീട്ടിൽത്തന്നെയിരിക്കുന്നത്? പുറത്തിറങ്ങരുതെന്ന് പറഞ്ഞിട്ടുണ്ടോ? ഞാൻ നോട്ട്സ് കൊണ്ടന്നിട്ടുണ്ട്. നമുക്ക് പരീക്ഷ എഴുതണം ട്ടാ."

"ഓ... ഈ നാട് നന്നാവില്ല. ഞാനും വീട്ടീന്ന് ഇറങ്ങിയാ അന്നേരം തൊട്ട് കേൾക്കണത് ഒറ്റച്ചോദ്യാണ് എങ്ങോട്ടാ..?"

"വീട്ടുകാര് മാത്രാണോ കാണണ കാണണ നാട്ടാരും ചോദിക്കും എങ്ങോട്ടാ, ന്ന് എനിക്ക് പൊരുത്തം വരും."

"ഉം... പെരുത്തു വരുമ്പോൾ 'ബർമ്മയ്ക്ക്.' എന്ന് നീ കൂസാതെ പറയുന്നുമുണ്ടല്ലോ. പിന്നെന്താ?" രണ്ടാളും അടക്കി ചിരിച്ചു.

സുജയ സ്പോർട്സ് ഡേയ്ക്ക് വന്നില്ല. സംസ്ഥാനമേളയ്ക്കും അവൾക്ക് പങ്കെടുക്കാനായില്ല. പക്ഷേ, പരീക്ഷയടുക്കുമ്പോൾ വലിയ ആവേശത്തിലായിരുന്നു. പരീക്ഷയ്ക്ക് ഒരുമിച്ചുള്ള വരവിലും പോക്കിലുമാണ് അവളുടെ ബർമ്മ ഡയലോഗ് നിമിത നേരിട്ട് കേൾക്കുന്നത്. അവൾക്കങ്ങനെ കാര്യമായി ഒരിടത്തും പോകാൻ അനുവാദമില്ലെന്ന് അറിയുന്നതുകൊണ്ടുതന്നെ പറ്റുന്ന നാട്ടുകാരെല്ലാം ആ ചോദ്യം ചോദിച്ചുകൊണ്ടിരുന്നു. ക്രമേണ, ആരെങ്കിലും ചോദിക്കും മുൻപേ അവൾ അങ്ങോട്ട് പറയും. "ഒന്ന് ബർമ്മയ്ക്ക് പോകുവാ.." എന്ന്

"എങ്ങോട്ടാ?" എന്ന ഒറ്റച്ചോദ്യം കൊണ്ട്, വിലക്കുകളുടെ 100 മീറ്റർ ഹാർഡിൽസ് മുന്നിലുയരുന്ന മായാജാലം പെണ്ണുങ്ങൾ മാത്രേ നേരിട്ടിട്ടുള്ളൂ എന്ന് സുജയ എന്നും പറയും.

റിസൾട്ട് വന്നപ്പോൾ മുതൽ ഇനി സർട്ടിഫിക്കറ്റ് എന്നുവരും എന്നന്വേഷിച്ച് ഇടയ്ക്കിടെ നിമിതയെ തിരക്കിയെത്തും. അവളുടെ ഉത്സാഹം കണ്ട്, "നീ ഇനി പഠിക്കുന്നുണ്ടോ?" എന്ന് ചോദിക്കാൻ നിമിത ധൈര്യപ്പെട്ടില്ല. നേരത്തെ ഹാൾ ടിക്കറ്റ് വാങ്ങാൻ പോകുന്ന ദിവസം സുജയയെ കൂട്ടാൻ അവളുടെ വീട്ടിൽ പോയപ്പോൾ, "പരീക്ഷയ്ക്ക് പോണെങ്കിൽ ആയിക്കോ... അതോടെ നിർത്തിക്കോണം" എന്ന് നിമിതയുടെ

മുന്നിൽ വച്ചാണ് അച്ഛൻ പറഞ്ഞത്.

എന്നാൽ, സർട്ടിഫിക്കറ്റ് വാങ്ങാൻ പോയപ്പോൾ സുജയ പതിവില്ലാത്ത എന്തോ വലിയ ആലോചനയിലായിരുന്നു. അത് എന്തിനായിരുന്നെന്ന് തിരിച്ചുപോകാൻ അവൾ കൂടെയില്ലാതെ വന്നപ്പോഴാണ് നിമിത തിരിച്ചറിഞ്ഞത്.

കോളേജിനടുത്തുള്ള കടയിൽ സർട്ടിഫിക്കറ്റിന്റെ ഫോട്ടോസ്റ്റാറ്റ് എടുത്തു തിരിച്ചിറങ്ങി ഒരു 100 മീറ്റർ നടന്ന്, ഒപ്പം പഠിക്കുന്നവരെക്കണ്ടു സംസാരിച്ചു നിൽക്കുമ്പോഴാണ് "കടയിൽ നിന്ന് പഴ്സെടുക്കാൻ മറന്നല്ലോ. നീ നിൽക്ക് ഞാൻ പോയിട്ടുവരാം" എന്നു പറഞ്ഞു സുജയ ഓടിപ്പോയത്. ഓരോരുത്തരും ഇനി എന്തുചെയ്യാൻ പോകുന്നുവെന്ന കൂട്ടുകാരുടെ കൂട്ടപ്പൊരിച്ചിലിൽ അഞ്ചും പത്തും മിനിറ്റുകൾ കടന്നുപോയതിനു ശേഷമാണ് ഇവളിതെന്തെടുക്കുവാ? എന്ന് ആലോചിച്ചുള്ളൂ. കടയിലേക്ക് വീണ്ടും ചെന്നു കയറിയപാടെ "നിമിതയ്ക്ക് തരാൻ സുജ തന്നേല്പിച്ചതാണ്" എന്നു പറഞ്ഞ് വിമല ചേച്ചി ഒരു പുസ്തകം തന്നു. അതേ നിമിഷം നിമിതയുടെ ശരീരത്തിലൂടെ ഒരു കൊള്ളിയാൻ മിന്നിപ്പുളഞ്ഞു കടന്നുപോയി.

"എവിടേക്കെന്നോ എന്തിനെന്നോ നീ കൂടി എന്നോട് ചോദിക്കുന്നത് കേൾക്കാൻ എനിക്കിഷ്ടമില്ല. അതുകൊണ്ട് പറയാതെ പോകുന്നു. നമ്മള് കാണും. നിന്റെ സുജ." എന്ന് ഒറ്റവരിയിൽ ധൃതിയിൽ എഴുതിയ ഒരു കുറിപ്പ്. ഏറെ പ്രിയപ്പെട്ട സുഹൃത്തിന് ആ കുറിപ്പ് മാത്രം ബാക്കി വച്ച് അവളെങ്ങോട്ടാണ്, എങ്ങനെയാണ്, എന്തിനാണ് മറഞ്ഞുപോയതെന്ന് നിമിതയ്ക്ക് ഇന്നും അറിയില്ല.

നിമിതയുടെ കൈയിൽ ചുരുട്ടിപ്പിടിച്ച ആ കുറിപ്പും, വീട്ടിൽ സുജയ അമ്മയ്ക്ക് എഴുതിവച്ചിരുന്ന ഒരു കത്തും ഇല്ലായിരുന്നെങ്കിൽ എന്താകുമായിരുന്നു എന്നോർക്കുമ്പോൾ നിമിത ഇപ്പോഴും ഞെട്ടും. "ആർടെ കൂടെയാടീ നിന്റെ ഒരുമ്പെട്ടോള് പോയത്?" എന്ന അലർച്ചകളോട് "അവളൊറ്റയ്ക്കാണ്, അവളൊറ്റയ്ക്കാണ്" എന്ന് ചിതറിക്കരഞ്ഞിരുന്ന അമ്മ പിന്നെപ്പിന്നെ 'അവൾ ബർമ്മയ്ക്ക് പോയിട്ടുണ്ടാകും' എന്ന സങ്കടത്തിലേക്ക് ചേർന്നത് നിമിത എത്രയോ തവണ വിങ്ങി വിങ്ങി കണ്ടുനിന്നിട്ടുണ്ട്. അമ്മയുടെ സങ്കടത്തിൽ ചേരാൻ വേറാരുമില്ലല്ലോ എന്നോർത്ത് നാട്ടിൽ പോകുമ്പോൾ എല്ലാവർഷവും അവരെമാത്രം എങ്ങനെയും കാണാറുണ്ട്.

ഇങ്ങനെയൊക്കെയുള്ള ആയിരം പതിനായിരം പെണ്ണുങ്ങളോട് കോർക്കാനാണ്, കൊളംബസിന്റെ കഥയും കൊണ്ടുവരുന്നത്, മണ്ടന്മാർ, പെട്ടെന്ന് തൊട്ടടുത്ത കസേരയിൽ നിന്ന് നിമിതയെ തൊട്ടുവിളിച്ച് മീര സംസാരിക്കാനായി എഴുന്നേറ്റു. ഒരു ഞൊടിയിൽ വേദിയുടെ വർത്തമാനത്തിലേക്ക് തിരിച്ചെത്തിയ നിമിത ക്ലോക്കിൽ നോക്കിയപ്പോൾ സമയം 7.45 ആകുന്നു. ആലോചനയ്ക്കിടയിൽ എന്തൊക്കെയോ കേട്ടു പോയതല്ലാതെ, ശ്വേതയടക്കം ആരും സംസാരിച്ചത് മുഴുവനായും ശ്രദ്ധിച്ചി

ല്ലല്ലോ, എന്ന് നിമിതയ്ക്ക് കുണ്ഠിതം തോന്നി.

“അതുകൊണ്ട് മാധവിക്കുട്ടിയുടെ തുറന്നെഴുത്തുകളെക്കുറിച്ച് ഇവിടെ പുളകം കൊള്ളുന്നവർ ഒന്നാലോചിക്കണം. എന്തുകൊണ്ടാണ്, എന്തിനാണ്, അത് അവരുടെ സ്വന്തം അനുഭവങ്ങളാണെന്ന് നിങ്ങൾ വാശിപിടിക്കുന്നത് എന്ന്. സർഗ്ഗധനയായ ഒരു സാഹിത്യ സ്ത്രീ പ്രതിഭയുടെ ഭാവനാവൈഭവത്തെ നിങ്ങൾക്ക് അംഗീകരിക്കാൻ കഴിയുന്നില്ല എന്നല്ലേ, അതിനർത്ഥം? ഒന്നു ചിന്തിക്കൂ... ലോകത്ത് ഒരു ഭർത്താവിനും അംഗീകരിക്കാൻ കഴിയാത്ത വിധം. രതികാമനകളെ അവതരിപ്പിച്ച ഒരു ഭാര്യയെ ആ ഭർത്താവ് ഒരിക്കലും തള്ളിപ്പറഞ്ഞില്ലെങ്കിൽ അതിന്റെ അർത്ഥമെന്താണ്? അവർ എഴുതിയതെല്ലാം വെറും ഭാവനകളാണെന്ന സത്യം ആ ഭർത്താവിന് അറിയാമായിരുന്നു എന്നാണ്. ഭർത്താവിന്റെ ഉപാധികളില്ലാത്ത പിന്തുണ അവരെ തീവ്ര ജ്വലിതയായ എഴുത്തുകാരിയാക്കുകയായിരുന്നു. പക്ഷേ, നമ്മുടെ വായനാ സമൂഹമോ അവരെ രതിയുടെ തുറന്നെഴുത്തുകാരി എന്ന് ഇക്കിളിയോടെ ഓർക്കുന്നു. സാഹിത്യ കേരളമേ ലജ്ജിക്കൂ..”

മീര പറഞ്ഞു പടരുകയാണ്. എങ്ങോട്ടാണ് ആ പടർച്ചയെന്ന് നിമിതയ്ക്ക് ബോദ്ധ്യമായി. വേദിയിലും സദസ്സിലുമുള്ള എല്ലാവർക്കും ബോദ്ധ്യമായി.

രേഖ–മോഡറേറ്റർ– മൈക്ക് കൈയിലെടുത്തു. “മാധവിക്കുട്ടി സത്യസന്ധയായിരുന്നോ? തുറന്നെഴുത്തുകൾ അവരുടെ തന്നെ അനുഭവമായിരുന്നോ? എന്നതൊന്നും വായനക്കാരന്റെ പ്രശ്നമാവേണ്ട കാര്യമല്ല. എഴുതുന്നത് എഴുത്തുകാരന്റെ/കാരിയുടെ അനുഭവമോ ഭാവനയോ ആകാം. ആകാതിരിക്കാം. പക്ഷേ, സ്ത്രീകളെഴുതുമ്പോൾ, അതിൽ അവരുടെ അനുഭവമന്വേഷിച്ചു പോകുന്നത് കാലങ്ങളായുള്ള നമ്മുടെ ശീലക്കേടിന്റെ കുഴപ്പമാണ്. ഒപ്പം അവരെഴുതിയത് ഭാവന മാത്രമാണെന്ന് വരുത്തിത്തീർക്കാനുള്ള ചിലരുടെ വാശിയും അത്ര നിഷ്ക്കളങ്കമല്ല. രതിയുടെ വൈവിദ്ധ്യങ്ങൾ അനുഭവിക്കുന്ന/അനുഭവിച്ചിട്ടുള്ള സ്ത്രീ മോശക്കാരിയാണെന്നും അങ്ങനൊരാളെ ഭർത്താവ് അംഗീകരിക്കില്ലെന്നും അതുകൊണ്ട് എഴുത്തുകാരിയുടേത് ഭാവനയാണെന്നും പിന്നെയും പിന്നെയും വാദിക്കാനുള്ള ശ്രമങ്ങളെ ആർക്കും തിരിച്ചറിയാൻ കഴിയുന്നില്ലെന്നാണോ വിചാരം? ഭർത്താവിന്റെ പിന്തുണയും പ്രോത്സാഹനവും വിശാലതയും കൊണ്ടുമാത്രം എഴുത്തുകാരിയായ ഒരാളെന്ന് മാധവിക്കുട്ടിയെ ചുരുട്ടിവയ്ക്കാൻ ഒരുപറ്റം വായനാസമൂഹം ശ്രമിക്കുന്നത് അവരെ അപമാനിക്കുന്ന കാര്യമാണെന്ന് പറയാതെ വയ്യ.”

രേഖ മൈക്ക് നിമിതയ്ക്ക് കൈമാറി. അവസാന സംവാദകയായി നിമിത ചർച്ചയുടെ അവസാനഘട്ടത്തിലേക്ക് കടന്നു.

“തുറന്നെഴുത്തിലെ സത്യമോ ഭാവനയോ എന്നതല്ല, അതിനെക്കാൾ അവർ ധീരയായിരുന്നു എന്ന തോന്നലാണ് എനിക്ക്. സ്വയം ദ്രവിച്ച് തീരുമ്പോൾ പോലും പരിപ്പ് കരിയുന്നതിനെപ്പറ്റി ആധി പിടിക്കാൻ ശീലിക്ക

പ്പെട്ട പെണ്ണുങ്ങളെക്കുറിച്ച് അവർ സമൂഹത്തോട് ഉറക്കെപ്പറഞ്ഞല്ലോ.. പ്രേമത്തിനുവേണ്ടി പുരുഷന്റെ കാൽക്കൽ ചുരുണ്ടു കിടക്കുന്ന വെറും പട്ടിയാണ് പലപ്പോഴും സ്ത്രീയെന്ന് അവർ ഉറക്കെപ്പറഞ്ഞല്ലോ. അത് അവരുടെ ധൈര്യമായിരുന്നു."

നിമിതയുടെ ശബ്ദം ഇടറിത്തുടങ്ങി. നാശം... ഇപ്പോൾ താൻ ഇമോഷണൽ ആകുമെന്നും കരഞ്ഞു കുളമാക്കുമെന്നും നിമിതയ്ക്ക് തോന്നി. ഇടർച്ചയെ മറികടക്കാൻ നിമിത ശബ്ദമുയർത്തി.

"ഒന്നോർത്തുനോക്കൂ... ഉടമയുടെ ഇഷ്ടങ്ങളിൽ അനുസരണക്കേടു കാട്ടിയാൽ അടികൊണ്ട് മോങ്ങേണ്ടിവരുന്ന വളർത്തു പട്ടികളായിക്കൂടിയാണ് നമുക്കിടയിൽ ഇപ്പോഴും നിറയെ സ്ത്രീകളുള്ളത്. അതുപറയാൻ നമുക്കാർക്കും ഇന്നും കഴിയുന്നില്ലല്ലോ.. ഈ ജന്മത്തു കഴിയുകയുമില്ല..!

അതുകൊണ്ട്, അവർ പറഞ്ഞതെന്തോ അതെല്ലാം അവരുടെ ധൈര്യമായിരുന്നു. ധൈര്യം ഒന്ന് മാത്രമായിരുന്നു അവർ ആരെക്കാളും ധീരയായിരുന്നു." എന്തിനെന്നറിയാതെ നിമിത വിങ്ങിപ്പോയി.

ഒരു നിമിഷം, നിശ്ശബ്ദം, എപ്പോഴും സംശയിച്ച് സൗമ്യമായി സംസാരിക്കുന്ന നിമിതയുടെ ഭാവമാറ്റം ആരും പ്രതീക്ഷിച്ചില്ലെന്ന് തോന്നി. ശ്വേതയും രേഖയും അനുപമയും മീരയും അലക്സും സിയാദും ഫെബിനയും പകച്ചിരുന്നു. സദസ്സ് മരവിച്ചു. വേദിയിലും സദസ്സിലുമുള്ള കാറ്റുപോലും പതറിനിന്നു. അന്നേരം മൗനത്തിന്റെ ഒരു പുതപ്പ് വന്ന് അവരെയാകെ മൂടി. അതിനടിയിൽ അവരുടെ മനസ്സിന്റെ ഒച്ചകൾ വാക്കുകളില്ലാതെ കലമ്പി.

അതിമൗനം പൂണ്ട നിശ്ശബ്ദതയ്ക്കിടയിൽ ഹാളിന്റെ വലതുഭാഗത്ത് ക്ലോക്കിൽ അലാറമില്ലാഞ്ഞിട്ടും എട്ടുമണിയുടെ സൂക്ഷ്മമായ മിടിപ്പ് നിമിത മാത്രം കേട്ടു. അടുത്ത നിമിഷം തിരിഞ്ഞ് മീരയെ നോക്കി. നിമിത പറഞ്ഞു.

"പ്രിയപ്പെട്ടവരേ... ഞാൻ ദീർഘിപ്പിക്കുന്നില്ല. ശ്രീമതി മീരയ്ക്ക് വ്യക്തിപരമായി ചില തിരക്കുകളുള്ളതിനാൽ ഉടൻ പോകേണ്ടതുണ്ട്. സദസ്സിന്റെ അനുവാദത്തോടെ മീര വേദി വിടുകയാണ്." യാന്ത്രികമായി എഴുന്നേറ്റ് സദസ്സിലേക്ക് കൈകൂപ്പി മീര മെല്ലെ വേദിയിൽ ഇറങ്ങി നടന്നു.

"ഇന്നത്തെ ചർച്ചയുടെ വിശദാംശങ്ങൾ ചുരുങ്ങിയ വാക്കുകളിൽ ക്രോഡീകരിച്ചുകൊണ്ട് മോഡറേറ്റർ രേഖ ഇനി സംസാരിക്കുന്നു. അതിനുശേഷം നന്ദി സമർപ്പണത്തോടെ നമുക്ക് ഈ സദസ്സ് സമയബന്ധിതമായി അവസാനിപ്പിക്കേണ്ടതുണ്ട്."

ഹാളിന് പുറത്തേക്ക് നടക്കുമ്പോൾ പിന്നിൽ മുഴങ്ങിക്കേട്ട വാക്കുകളിൽ നിമിതയുടെ സമയബോധം മീരയെ അത്ഭുതപ്പെടുത്തി...

പാളങ്ങൾ

അനു ലാനിഷ്

വിരസമായി നീണ്ടു നിവർന്നുകിടക്കുന്ന പാളങ്ങൾ കുട്ടിക്കാലം മുതൽക്കേ ഇവ എന്നെ പിന്തുടരുകയല്ലേ? ബാല്യത്തിൽ റെയിൽവേ ക്വാട്ടേഴ്സിന്റെ പിറകിലൂടെ പായുന്ന തീവണ്ടിയെ നോക്കി കൈവീശും, പിന്നീട് നിശ്ചലമായി കിടക്കുന്ന ആ പാളങ്ങളെ നിർനിമേഷയായി ഒരു നിമിഷം കണ്ണെടുക്കാതെ നോക്കിനിൽക്കും.

വിവാഹം കഴിഞ്ഞു എത്ര എത്ര വാടകവീടുകൾ മാറിയിരിക്കുന്നു! എല്ലാ വീടുകൾക്കും അരികിൽ കാണാം എനിക്ക് ചുറ്റും കറുത്ത നാഗങ്ങളെപ്പോലെ നിവർന്നും വളഞ്ഞും പുളഞ്ഞും എന്നെ വിടാതെ പിന്തുടരുന്ന പാളങ്ങൾ. ചിലപ്പോൾ അവ എന്നെ വരിഞ്ഞുമുറുക്കും, ഫണമുയർത്തി നിർദയം ദംശിക്കും.

ഇപ്പോൾ താമസിക്കുന്ന വീടിന്റെ ഓരത്തുള്ള പാളങ്ങൾ ചേർന്നു 10 മിനിറ്റു നടന്നാൽ ഓഫീസിൽ പോകാനുള്ള തീവണ്ടി എത്തുന്ന റെയിൽവേസ്റ്റേഷനിൽ എത്താം.

ഇന്ന് തിങ്കളാഴ്ച. എത്ര നേരത്തെ എഴുന്നേറ്റ് ഒരു യന്ത്രത്തെപ്പോലെ ദിനചര്യകൾ ചെയ്താലും, മിക്കവാറും വൈകിയാണ് ഓഫീസിൽ എത്താൻ പറ്റുക. സമയത്തിന്റെ സൂചികയിൽ നോക്കിയുള്ള ഓട്ടപ്പാച്ചിലാണ് എന്നും. ഇന്ന് പാതി ഓടിയും പാതി നടന്നും തിരക്കിട്ട് സ്റ്റേഷനിൽ എത്തിയപ്പോൾ പതിവ് ട്രെയിൻ അന്ന് വൈകിയെ വരൂ അത്രേ.

പ്ലാറ്റ്ഫോമിലെ തുരുമ്പെടുത്ത് ദ്രവിച്ച ബെഞ്ചിൽ ഇരുന്ന് വീണ്ടും പതിവ് പാളങ്ങളിലേക്ക് നിർവ്വികാരമായി നോക്കിയിരുന്നു.

കുട്ടിക്കാലത്ത് ഈ പാളങ്ങളിൽ സൂര്യന്റെ കിരണങ്ങൾ തട്ടുമ്പോൾ എത്ര രസമായി തോന്നുമായിരുന്നു. ദൂരെനിന്നും തീവണ്ടി എത്തുന്നുണ്ടോ എന്നു പാളത്തിൽ ചെവിവെച്ചു ശബ്ദത്തിനായി കാതോർക്കു

മായിരുന്നു ഞാനും എന്റെ ഏട്ടനും. എവിടെ നിന്നോ പാഞ്ഞെത്തുന്ന തീവണ്ടി നോക്കി തുള്ളിച്ചാടും പക്ഷേ, ഇന്ന് എനിക്കതിന്റെ ശബ്ദം കേൾക്കുമ്പോൾ ഭയമാണ്. നടുക്കമാണ്, ഹൃദയം രണ്ടായി പിളർന്നു പോകുംപോലെ, ഒരു ഭീകരസത്വം എന്നെ കാർന്നുതിന്നുംപോലെ.

നെഞ്ചിലേക്കു ആഴ്ന്നിറങ്ങുന്ന കഠാരപോലെയുള്ള ആ ചൂളം വിളി കേൾക്കുമ്പോൾ ഞെട്ടിയുണരുന്ന എത്ര രാത്രികൾ!!!

അപ്പോൾ രാത്രിയുടെ നിശ്ശബ്ദതയിൽ എവിടെനിന്നോ പതിയെ ഒഴുകിയെത്തുന്ന എന്റെ അമ്മയുടെ തീരാത്ത തേങ്ങലുകൾ. എന്റെ അച്ഛന്റെ വിളറിയ മുഖം. ഉത്തരംകിട്ടാത്ത പല ചോദ്യങ്ങളിലും നീറി നീറി ഒന്നു ഉച്ചത്തിൽ കരയാൻപോലും പറ്റാതെ ഒരു തണുത്തുറഞ്ഞ ജീവനുള്ള മരപ്പാവയെപ്പോലെ ഉറങ്ങാതെ കഴിച്ചുകൂട്ടിയ എത്രയോ രാത്രികൾ!!

വെളുത്ത തുണിയിൽ കെട്ടിപ്പൊതിഞ്ഞെത്തിയ എന്റെ ഏട്ടന്റെ മൃതശരീരത്തിന് ചുറ്റും തടിച്ചുകൂടിയ ജനങ്ങൾ അടക്കം പറയുന്നതിൽ ചില വാക്കുകൾ ഇപ്പോഴും കൂരമ്പുപോലെ ഹൃദയത്തിൽ തറച്ചുനില്ക്കുന്നു. തന്റെ മകൻ ഒരിക്കലും ആത്മഹത്യ ചെയ്യില്ലെന്ന് ഉറച്ച് വിശ്വസിച്ച എന്റെ അച്ഛൻ, മരണകാരണം തിരക്കിയുള്ള അന്വേഷണങ്ങൾക്കിടയിൽ എവിടെയോ മനസ്സിന്റെ താളം തെറ്റിയോ എന്നു സംശയിച്ചുപോയിട്ടുണ്ട് ഞാൻ.

മനസ്സ് ഒരു കടിഞ്ഞാണില്ലാത്ത കുതിരയെപ്പോലെ വീണ്ടും ഭൂതകാലത്തെ ഏതോ തെരുവിലേക്ക് പാഞ്ഞുപൊയ്ക്കൊണ്ടേയിരുന്നു.

കുട്ടിക്കാലത്ത് സ്കൂൾ വിട്ടുവരുമ്പോൾ നെല്ലിമരത്തിന്റെ ചോട്ടിൽ സൈക്കിളുമായി കാത്തുനിൽക്കുന്ന എന്റെ ഏട്ടന്റെ കൈയിൽ എന്നും എനിക്ക് തരാൻ ഒരുപിടി നാരങ്ങാമിഠായി ഉണ്ടായിരുന്നു. സൈക്കിളിന്റെ മുന്നിലിരുത്തി സ്കൂളിലെ കുരുത്തംകെട്ട കുട്ടികളുമായുള്ള വഴക്കുകൾ വിവരിക്കുമ്പോൾ എത്ര വിവേകത്തോടെയാണ് ഏട്ടൻ എനിക്ക് ഉപദേശം തരിക. എല്ലാവരേയും ഉപദേശിക്കുന്ന, പ്രായത്തിൽ കവിഞ്ഞ പക്വതയുള്ള എന്റെ ഏട്ടന് എന്താണ് യഥാർത്ഥത്തിൽ സംഭവിച്ചത്?

നീറിപ്പുകയുന്ന ഓർമ്മകളിൽനിന്നും എന്നെ കുലുക്കിവിളിച്ചുണർത്തി വർത്തമാനകാലത്തെത്തിച്ചത് റെയിൽവേ സ്റ്റേഷനിലെ ഉച്ചത്തിലുള്ള അറിയിപ്പാണ്. കാത്തിരുന്ന തീവണ്ടി ഉടനെ എത്തിച്ചേരുമെന്ന അറിയിപ്പ് മുഴുമിപ്പിക്കുവാൻ അനുവദിക്കാതെ അതാ ഞാനിരിക്കുന്ന ബഞ്ചിന്റെ പിന്നിൽനിന്നും മറ്റൊരു ശബ്ദം. ഒരു വെളുത്ത കട്ടിയുള്ള ചതുരക്കടലാസ് നീട്ടിപ്പിടിച്ചുകൊണ്ടു എന്നെ നോക്കി പുഞ്ചിരിതൂകി നിൽക്കുന്ന ഒരു വൃദ്ധ. വെളുത്ത നനുനനുത്ത നരച്ച തലമുടി വൃത്തിയായി കോതി വെച്ചിരിക്കുന്നു. വാർദ്ധക്യം ബാധിച്ചുവെങ്കിലും ആ മുഖത്ത് എന്തൊരു പ്രസന്നതയാണ്. അവർ നീട്ടിയ കടലാസുകഷണം വാങ്ങി ഞാനും ഒരു വിടർന്ന പുഞ്ചിരി തിരികെ സമ്മാനിച്ചു.

കടലാസ്സിൽ പച്ചയക്ഷരത്തിൽ 'Good Samaritan' എന്നെഴുതിയി

രിക്കുന്നു. ഓ ഇതൊക്കെ എത്ര കണ്ടിരിക്കുന്നു. പൈ പിരിക്കുന്നതിനുള്ള ഇതുപോലെയുള്ള എത്ര ഉപാധികൾ! ഞാൻ പുരികമൽപ്പം പൊക്കി പണം എടുക്കാനൊരുങ്ങിയപ്പോൾ എന്നെ തടുത്തുകൊണ്ട് പതിഞ്ഞ ശബ്ദത്തിൽ അവർ പറഞ്ഞു.

"ആ കാർഡ് ശരിക്കു വായിച്ചു നോക്കൂ." അവരുടെ വിറയാർന്ന ശബ്ദവും ചെറുമന്ദഹാസവും ഞാൻ ഒരു നിമിഷം ഇമവെട്ടാതെ നോക്കി നിൽക്കുമ്പോൾ ദൂരെനിന്ന് തീവണ്ടി എന്തൊക്കെയോ പരിഭവം പറഞ്ഞു കൊണ്ട് ചീറിപ്പാഞ്ഞെത്തി. അവരുടെ പ്രായത്തെ മാനിച്ചുകൊണ്ട് ഞാൻ ആ കാർഡ് ഭദ്രമായി സഞ്ചിയിൽ സൂക്ഷിച്ചുവെക്കുന്നതായി ഭാവിച്ചു.

തീവണ്ടിയിൽ കയറി ജനാലയ്ക്കരുകിലുള്ള ഇരിപ്പിടത്തിൽ മെല്ലെ ഇരുപ്പുറപ്പിച്ച് ഞാൻ വെറുതെ ഒന്നു പുറത്തേക്ക് പാളി നോക്കി. ആ വൃദ്ധ അവിടെ ഉണ്ടാവല്ലേ എന്നാഗ്രഹിച്ചു. തീവണ്ടി മെല്ലെ നീങ്ങി തുടങ്ങിയിരുന്നു. അതാ മായാത്ത പുഞ്ചിരിയുമായി അവർ എന്നെത്തന്നെ നോക്കി നിൽക്കുന്നു. കണ്ണിൽനിന്നും മറയുന്നുവരെ അവരുടെ പുഞ്ചിരി എന്റെ കാഴ്ചയെ ഉടക്കിനിന്നു.

തീവണ്ടിക്കുള്ളിൽ യാത്രക്കാരുടെ സ്ഥിരം മുറുമുറുപ്പ് ഉയർന്നു. 'ഇന്നും ലേറ്റ് ആയി. ശ്ശോ നാശം! ആത്മഹത്യ ചെയ്യണമെങ്കിൽ ഈ ട്രെയിൻ മാത്രമേ ഉള്ളോ! ഇങ്ങനെ തുടങ്ങുന്ന വേറെയും ശാപവാക്കുകൾ.

ശരീരം വേണ്ട എന്നു തോന്നുമ്പോൾ ഒടുക്കാനുള്ള ഒരു സംവിധാനമായി കുപ്രസിദ്ധി ആർജിച്ചതാണല്ലോ തീവണ്ടിപ്പാളങ്ങൾ. അങ്ങനെ പല ചിന്തകളിലും ആടിയുലഞ്ഞ് ഞാൻ ഓഫീസ് എത്തിയതറിഞ്ഞില്ല. അതെ പഴയ കെട്ടിടം, പഴകി ദ്രവിച്ച ഫയലുകൾ. ജീവിതപ്രശ്നങ്ങളിൽ ഉഴലുന്ന കോലംകെട്ട മനുഷ്യരുടെ ജീർണ്ണിച്ച, രക്തംവറ്റിയ, കണ്ടു മടുത്ത മുഖങ്ങൾ. ഹോ! എന്തൊരു മടുപ്പ്!

ഒടുവിൽ എങ്ങനെയൊക്കെയോ ഘടികാരം ഒരു പതിനായിരം വട്ടം നോക്കി നോക്കി വൈകുന്നേരം ആക്കി– ഇനി വീട്ടിലേക്കുള്ള പാച്ചിൽ. വീണ്ടും റെയിൽവേസ്റ്റേഷൻ. അതേ രക്തദാഹികളായ, പാളങ്ങൾ, തീവണ്ടിയിലെ ഉന്തും തള്ളും, അതിനിടയിൽ ഇരിപ്പിടം ലഭിക്കുക എന്ന സൗഭാഗ്യം ലഭ്യമാക്കുമ്പോൾ പഴയകാല ഹിന്ദി ചലച്ചിത്രഗാനങ്ങൾ ശ്രവിക്കാനുള്ള ദുരാഗ്രഹം ഉടലെടുക്കും— ചെറിയൊരു സ്വർഗ്ഗം തേടിയുള്ള പലായനം.

സഞ്ചിയിൽനിന്നും സംഗീതമാസ്വദിക്കാനുള്ള ഉപാധികൾ എടുക്കുമ്പോൾ രാവിലെ ധൃതിയിൽ ബാഗിലേക്ക് തിരുകിയ കട്ടിയുള്ള ചതുരക്കടലാസും കൂടെപ്പോന്നു. തിരിച്ചും മറിച്ചും അറിയാതെ അതിലെ അക്ഷരങ്ങളിലൂടെ കണ്ണോടിച്ചു 'Good Samaritan' നിങ്ങളുടെ ആത്മമിത്രം നിങ്ങളുടെ ശബ്ദം കേൾക്കാൻ കാത്തിരിക്കുന്നു. കൂടെ ഒരു ഫോൺ നമ്പറും. ആത്മമിത്രം പോലും!!! ഇങ്ങനെ നിഴൽപോലെ കൂടെക്കൂടിയ

ആത്മമിത്രങ്ങളിൽ നിന്നും തിക്താനുഭവങ്ങൾ ഉണ്ടായ ചരിത്രം എങ്ങനെ വിസ്മരിക്കാനാവും.

വൈകിട്ട് വീട്ടിലെത്തിയപ്പോൾ ആകെ ക്ഷീണിച്ചിരുന്നു. ചാരുകസേരയിലേക്ക് ചാഞ്ഞ് ഒന്നു മെല്ലെ കണ്ണടച്ചപ്പോൾ വീണ്ടും ആ വൃദ്ധയുടെ പുഞ്ചിരിക്കുന്ന മുഖം മനസ്സിലേക്കോടിയെത്തി. എന്തൊരു ഊഷ്മളതയാണ് അവരുടെ ചിരിക്ക്, ഇനി അവരാണോ ഈ ആത്മമിത്രം?

ഫോൺ, സന്ദേശങ്ങൾ അയയ്ക്കാനും പാട്ടുകേൾക്കാനും മാത്രം ഉപയോഗിക്കാനാണ് എനിക്കിഷ്ടം. പരസ്പരം കുത്തിനോവിക്കാനും പരിഹസിക്കാനുമായുള്ള കുറേ സുഹൃത്തുക്കളുടെ വാട്സ് ആപ്പ് കൂട്ടായ്മകളിൽനിന്നും ഞാൻ തന്ത്രപൂർവ്വം മാറിനില്ക്കും. ആരേയും വിളിക്കാറില്ല. ആരോടും മനസ്സ് തുറക്കാറില്ല എന്ന ദാരിദ്ര്യം ഉണ്ടെന്നുള്ള തിരിച്ചറിവ് പൊടുന്നനെ ഒരു ഇടിമിന്നൽ പോലെ എന്നിൽ പതിച്ചു. ശരിയാണ്. ഒരു വല്ലാത്ത ഏകാന്തത ഉണ്ട്. പക്ഷേ, ഈ ഒറ്റപ്പെടൽ ഞാൻ മനപ്പൂർവ്വം തെരഞ്ഞെടുത്തതല്ലേ? പിന്നെ എന്തിന് വ്യസനിക്കണം? വീണ്ടും ആ ചതുരക്കടലാസ് കഷ്ണം മനസ്സിന്റെ കോണിൽ ഒരിളക്കം സൃഷ്ടിക്കുന്നുണ്ട്. ഞാൻ എന്തിന് തികച്ചും അപരിചിതമായ ആ അക്കങ്ങൾ അമർത്തണം? തീർത്തും ബാലിശം. എങ്കിലും ഉള്ളിൽനിന്നും ഒരു തള്ളൽപോലെ, ഞാൻ ഫോൺ എടുത്തു. വീണ്ടും ആലോചന. എന്തിനാണ്? ആരെയാണ് ഞാൻ വിളിക്കുന്നത്? അറിയില്ല. എങ്കിലും വർഷങ്ങൾക്കുശേഷം ഒരു കൊച്ചുകുട്ടിയുടെ കൗതുകം എന്നെ പിടികൂടിയിരിക്കുന്നു. അക്കങ്ങൾ അമർത്തി ഞാൻ കാത്തിരുന്നു. അപ്പുറത്തുനിന്നും ഒരു സ്നേഹാർദ്രമായ സ്ത്രീശബ്ദം കേട്ടു. ഞാൻ ആദ്യം ഒന്നു മടിച്ചു. പിന്നെ സംസാരിച്ചു തുടങ്ങി. സമയം ഒരു മണിക്കൂർ എങ്ങനെ കടന്നുപോയെന്നറിയാതെ ഞാൻ അത്ഭുതപ്പെട്ടു!

ആ സംസാരം നിലയ്ക്കുമ്പോൾ ഞാൻ വീണ്ടും ഒരു കൊച്ചുകുട്ടിയായി മാറിയിരിക്കുന്നു. അനിർവ്വചനീയമായ ആഹ്ലാദം.

ഒരു പുതിയ ജീവിതം കിട്ടിയ അനുഭവം. മനസ്സിൽ കട്ടകൂടിയ കാർമേഘങ്ങളെല്ലാം പെയ്തൊഴിഞ്ഞിരിക്കുന്നു. ഇത് പുതിയതായി തുടങ്ങിയ പദ്ധതിയാണ്. അപ്പുറത്ത് കൗൺസിലർസ്, അപരിചിതർ. പറയാൻ മടിക്കുന്നതെന്തും തുറന്ന് പറയുമ്പോൾ ഒരു മുൻവിധിയുമില്ലാതെ കേട്ടിരുന്ന് ഒരു ആത്മമിത്രത്തെപ്പോലെ എല്ലാം സശ്രദ്ധം ശ്രവിക്കുന്ന ഒരു മനസ്സാക്ഷി സൂക്ഷിപ്പുകാരിയെന്നോ ഒക്കെ വിളിക്കാം. എത്ര ഉദാത്തമായ ആശയം. തികച്ചും സൗജന്യം. ഒന്നു സംസാരിക്കാനായി ആരുമില്ലാതെ വീർപ്പുമുട്ടിക്കഴിയുന്ന എത്രയോ ജന്മങ്ങളുണ്ട് നമുക്ക് ചുറ്റും!!!

ഈ ഒരു സേവനം മനസ്സിന്റെ മടിത്തട്ടിലെ എല്ലാ ഭാരവും ഇറക്കിവെയ്ക്കാനുള്ള ഒരിടം എത്ര ആവശ്യമാണ് സമൂഹത്തിന്! പരസ്പരം പങ്കുവയ്ക്കുമ്പോൾ ഒരു നിമിഷത്തെ തീവ്രമായ പല തീരുമാനങ്ങളും മാറിപ്പോയേക്കാം. എന്റെ ഈ അനുഭവം പങ്കുവയ്ക്കുമ്പോൾ മനസ്സിൽ ഒരു വലിയ പേമാരി പെയ്തൊഴിഞ്ഞിരിക്കുന്നു.

ഏട്ടന് വേണ്ടി കരയാതിരുന്ന കണ്ണുനീർ തുള്ളികളാണ് മഴയായി പെയ്തിറങ്ങുന്നതെന്ന് തോന്നാറുണ്ട്. പക്ഷേ, ഇപ്പോൾ മഴത്തുള്ളികൾ കാണുമ്പോൾ ഇനി വരുന്ന സൂര്യോദയത്തിൽ ഇവ മിന്നിത്തിളങ്ങുന്ന വൈരക്കല്ലുകൾ ആവാനുള്ളതാണെന്ന പ്രതീക്ഷയുളവാകുന്നു.

പിതൃത്വം

പ്രസീത കെ മരുതി

അമ്മയോടൊപ്പമുള്ള തന്റെ അവസാനത്തെ ഫ്ളൈറ്റ് യാത്രയാണിത്. തന്റെ തൊട്ടടുത്ത് കണ്ണടച്ചിരിക്കുകയാണമ്മ. സന്തോഷമാണോ സങ്കടമാണോ എന്ന് തിരിച്ചറിയാനാവാത്ത ഭാവം. വല്ലാത്ത ശാന്തതയാണ് ആ മുഖത്ത്.

ചിലപ്പോൾ തോന്നും ഏതോ ലോകത്താണെന്ന്. യാന്ത്രികമായി കാര്യങ്ങൾ ചെയ്യുന്നു. ആവശ്യത്തിന് മാത്രം സംസാരിക്കുന്നു. അമ്മയുടെ ഉറക്കെയുള്ള ശബ്ദം കേട്ടിട്ടേയില്ല. താനും കണ്ണടച്ചിരുന്നു. നാട്ടിലെത്താൻ അഞ്ചര മണിക്കൂറോളം പറക്കണം.

അമ്മയുടെ നീണ്ട 26 വർഷത്തെ പ്രവാസജീവിതം അവസാനിപ്പിച്ച് വരികയാണ്. എന്താവും അമ്മയുടെ മനസ്സിൽ. ഒരിക്കൽ മാത്രമാണമ്മ മനസ്സ് തുറന്നു തന്നോട് സംസാരിച്ചത്.

തന്റെ അമ്മ ഷെയ്ഖിന്റെ വീട്ടിലെ ജോലിക്കാരിയാണ്. അവിടുത്തെ പ്രായമായ മമ്മായെ നോക്കാൻ ഹോം നേഴ്സ് ആയി അറബി വീട്ടിൽ പോയതാണ്. അമ്മയുടെ ചെറുപ്രായത്തിൽ തന്നെ. ആ കുടുംബത്തിന് അമ്മയെ ഒത്തിരി ഇഷ്ടമാണെന്നു പറഞ്ഞുകേട്ടിട്ടുണ്ട്. അതുകൊണ്ട് തന്നെയാവണം ആ 'മമ്മാ' മരിച്ചിട്ടും അമ്മയെ അവിടെത്തന്നെ നിർത്തിയത്. അവിടുത്തെ ഒരു അംഗത്തെപ്പോലെ.

ഇരുപത്തിയാറു വർഷത്തിനിടയിൽ അമ്മ രണ്ടോ മൂന്നോ തവണയേ നാട്ടിൽ പോയിട്ടുള്ളു... അമ്മ ഗർഭിണിയായതും തന്നെ പ്രസവിച്ചതും വളർത്തിയതും ഇവിടെ തന്നെയായിരുന്നു. ഒരിക്കൽപോലും അച്ഛനാരാണെന്നു പറഞ്ഞിട്ടില്ല. അങ്ങനൊരാളെ അമ്മ തനിക്കു കാണിച്ചു തരികയോ ചെയ്തിട്ടുമില്ല.

അമ്മയുടെ മുഖത്ത് വായിച്ചെടുക്കാൻ പറ്റാത്തൊരു ഭാഗമാണ്.

തന്റെ അഞ്ചാമത്തെ വയസ്സിലാണ് അമ്മ തന്നെയുംകൊണ്ട് നാട്ടിൽ അമ്മമ്മയുടെ അടുത്തുവന്നത്..

അമ്മയ്ക്ക് കാര്യമായി ബന്ധുക്കൾ ഏറെയില്ല. ഒരനുജനും ഒരു അനുജത്തിയും അമ്മമ്മയും മാത്രം. കുഞ്ഞു പ്രായത്തിലെ അച്ചാച്ചൻ മരിച്ചുപോയിരുന്നത്രെ. പിന്നെ അമ്മമ്മ കഷ്ടപ്പെട്ടാണ് മക്കളെ പഠിപ്പിച്ചത്. അമ്മ ഗൾഫിൽ വന്നേപ്പിന്നെയാണ് വീട് വെച്ചതും അനിയത്തിയെ കെട്ടിച്ചുവിട്ടതും അനിയൻ പഠിച്ചു വല്യ ജോലിക്കാരനായതും ഒക്കെ.. മാസാമാസം കൃത്യമായി പൈസ വരുമായിരുന്നു എന്ന് അമ്മമ്മ പറഞ്ഞു. പലവട്ടം അമ്മയോട് ഇനി നിനക്കൊരു ജീവിതം വേണ്ടേ എന്ന് അമ്മാമ്മ ഓർമ്മിപ്പിക്കുമ്പോൾ അമ്മ വല്ലാത്തൊരു ഭാവത്തോടെ അമ്മമ്മയെ നോക്കും. ആ നോട്ടത്തിന്റെ അർത്ഥമൊന്നും അമ്മാമ്മയ്ക്കു മനസ്സിലായിട്ടില്ല എന്ന് എപ്പോഴും ചെറിയമ്മയോടും മാമനോടും പറയുന്നത് കേട്ടിട്ടുണ്ട്. അമ്മയുടെ കാര്യത്തിൽ അമ്മാമ്മയ്ക്കു നല്ല വിഷമമുണ്ട്. ഇനിയവൾക്കിങ്ങു തിരിച്ചു വന്നുകൂടായോ എന്ന് ചോദിക്കും. പക്ഷേ, അമ്മയോട് ചോദിക്കാൻ പേടിയാണോ? ആവോ..!

അറബി വീട്ടിലെ വല്യ തള്ളയുടെ രണ്ടു പെൺമക്കളാണ് നാദിയായും ബദ്രിയായും. നാദിയമമ്മായുടെ മക്കളാണ് മൻസൂറും റബീലയും. ബദ്രിയ മമ്മായുടെ കുട്ടികൾ ചെറുതാണ്. പിന്നെ ആ വല്യമ്മയ്ക്കു എത്ര ആൺമക്കൾ ഉണ്ടെന്നു കൃത്യമായി അമ്മയ്ക്ക് മനസ്സിലായിട്ടില്ല. വെള്ളക്കുപ്പായവുമിട്ടു പല പല വണ്ടികളിൽ വന്നു പോകുന്നത് കാണാമത്രേ!

അമ്മയോട് അവിടുത്തെ ബാബാ വലിയ സ്നേഹമൊന്നും കാണിച്ചിരുന്നില്ലത്രേ. അയാൾക്ക് വേറെ ഭാര്യയും മക്കളും ഉണ്ട്. വലിയ തള്ള മരിക്കുന്നതു വരെ അയാൾ വന്നുംപോയും ഇരുന്നു.

അമ്മയോട് ഏറെ സ്നേഹവും അടുപ്പവും കാണിച്ചിരുന്നത് നാദിയ മമ്മായാണ്. തന്നെയും അവർക്കു വലിയ കാര്യമാണ്. അവരുടെയെല്ലാ കുട്ടികളെയും നോക്കുന്നത് അമ്മയാണ്... അമ്മ അവരുടെയെല്ലാം മമ്മായാണ്.

നാദിയ മമ്മാ തനിക്കു ഫോണും ഉടുപ്പുകളും ഒത്തിരി സാധനങ്ങളും തന്നു വിട്ടിരുന്നു. തന്നെ അവിടെ തന്നെ പഠിപ്പിക്കാനും അവിടെ ഇന്ത്യൻ സ്കൂളിൽ ചേർക്കാനും പറഞ്ഞു. അമ്മ സമ്മതിച്ചില്ല..

നാട്ടിൽ തന്നെ ഒന്നാം ക്ലാസിൽ ചേർത്തു. താൻ സ്കൂളിൽ പോയി തുടങ്ങി. ഇംഗ്ലീഷ് മീഡിയം സ്കൂളിലാണ്. വണ്ടിയിലാണ് പോകുന്നതും വരുന്നതും.

അമ്മയ്ക്ക് പോകാനുള്ള ദിവസമെത്തി എന്നറിഞ്ഞപ്പോൾ എല്ലാവർക്കും വിഷമമായി.. അമ്മ ഇനി തിരിച്ചു പോകില്ലെന്ന് കരുതിയിരിക്കുകയായിരുന്നു എല്ലാവരുംതന്നെ. തനിക്കു അമ്മയെ പിരിയാൻ വിഷമമൊന്നും ഉണ്ടായില്ല. അമ്മ ഒരിക്കലും ഒരുപാട് സ്നേഹ പ്രകടനങ്ങൾ നടത്തീട്ടില്ല. ആവശ്യത്തിനു മാത്രമേ സംസാരിക്കുകയുള്ളൂ.. മൗന

ത്തിന്റെ ഒരു പുറം ചട്ടയണിഞ്ഞിരുന്നു..

തനിക്കും അമ്മമ്മയുടെ സ്നേഹവാത്സല്യങ്ങളേറ്റ് അവിടെ നിൽക്കാനായിരുന്നു ഇഷ്ടവും. അവിടെ കൂട്ടിലടച്ചു കിടക്കണം. മാസത്തിലൊരിക്കൽ പാർക്കിൽ കൊണ്ടുപോകും. ഇവിടെ തൊടിയിലും ആറ്റിലും പോയി കളിച്ചും കുളിച്ചും. എന്ത് രസമാണ്!! തന്നെ ഇവിടെ ആക്കിയിട്ടു പോകാൻ തന്നെയാണ് അമ്മയുടെയും തീരുമാനം... അതാണല്ലോ ഇവിടെ സ്കൂളിൽ ചേർത്തതും! അങ്ങനെ അമ്മ യാത്രയായി. പിന്നെ എല്ലാ ദിവസവും വിളിക്കും.

അങ്ങനെ കാലം കടന്നുപോയി. പിന്നെ തനിക്കു 15 വയസ്സുള്ളപ്പോൾ 10 ാം തരത്തിലെ പരീക്ഷയും കഴിഞ്ഞപ്പോഴാണ് വിസ വന്നത്, വിസിറ്റിനു അമ്മയുടെ അടുത്തു പോകാൻ. തനിക്കു വലിയ ഉത്സാഹമായിരുന്നു. അമ്മമ്മയ്ക്കും ആന്റിക്കും വിഷമമായി. 'മോൻ അവിടെ തന്നെ നിന്നേക്കല്ലേ" എന്ന് അവർ പറഞ്ഞു. താൻ വീണ്ടും കുവൈറ്റിലേക്ക്!! എയർപോർട്ടിൽ തന്നെകാത്ത് ഡ്രൈവർ തന്റെ പേരെഴുതിയ കാർഡുമായി നിൽക്കുന്നുണ്ടായിരുന്നു.

അങ്ങനെ താൻ വീണ്ടും സുൽത്താൻ വീട്ടിലെത്തി. അമ്മ ഇപ്പോൾ ഔട്ട് ഹൗസിലാണ്, കൂടെ രണ്ടു ആന്ധ്രാക്കാരികളും. അവിടെ തനിക്കായി ഒരു കട്ടിൽ കൊണ്ട് ഇട്ടിരുന്നു. അമ്മ തന്നെ കണ്ടുകെട്ടിപ്പിടിച്ചു നെറുകയിൽ മുത്തി. ഡ്രൈവർ തന്റെ ബാഗ് കട്ടിലിൽ വെച്ച് തന്നെ മറ്റേ വീട്ടിൽ വിളിച്ചോണ്ട് പോയി. അവിടുത്തെ പെണ്ണുങ്ങൾ ഇറങ്ങി വന്നു. അവരിൽ അമ്മയുടെ പ്രായമുള്ള ഒരാൾ തന്നെ നോക്കി. "മാഷാ അള്ളാ" എന്ന് പറഞ്ഞു എന്നിട്ടു അകത്തു കൂട്ടിക്കൊണ്ടുപോയി. അവിടെ വേറെയും പിള്ളേർ. ഭക്ഷണം കഴിക്കുന്നിടത്തു തനിക്കു പരിചയമില്ലാത്ത ഭക്ഷണ സാധനങ്ങൾ നിറച്ചു വെച്ചിരിക്കുന്നു. പഴങ്ങളും ജ്യൂസും മാത്രം കഴിച്ചു. പിന്നീട് അവർ ആരെയോ വിളിച്ചു തന്നെ കാണിച്ചു കൊടുത്തു ഫോണിൽ..!!

അമ്മയോടൊപ്പം ഉറങ്ങാൻ കിടന്നു. അമ്മയോട് പലതും ചോദിക്കാനുണ്ടായിരുന്നു. അമ്മാമ്മ ചോദിക്കാൻ പറഞ്ഞു വിട്ടിരുന്നു. എന്തോ ചോദിക്കാൻ തോന്നിയില്ല. അമ്മ വിശേഷങ്ങളൊന്നുംതന്നെ ചോദിച്ചുമില്ല. അവിടുത്തെ കാര്യങ്ങൾ തന്റെ തലയിൽ വിരലോടിച്ചുകൊണ്ട് പറഞ്ഞു. "ഇവിടത്തെ അമ്മൂമ്മ മരിച്ചു. അവരുടെ മകളാണ് നിന്നെ വിളിച്ചോണ്ട് പോയത്. അവരുടെയും അനിയത്തിമാരുടെയും പിള്ളേരുടെയും കാര്യങ്ങളാണ് താൻ ഇപ്പൊ നോക്കുന്നത്. നീ നന്നായി പഠിക്കണം. നല്ലൊരു ജോലി സമ്പാദിക്കണം. അവരൊക്കെ നിന്നോട് ഇവിടെ നില്ക്കാൻ പറയും. നീ കേൾക്കേണ്ട തിരിച്ചുപോയി പഠിച്ചു ജോലിക്കാരനായിട്ടു വേണം അമ്മയ്ക്ക് അങ്ങോട്ട് വരാൻ. അത് വരെ അമ്മ ഇവിടെ ജോലി ചെയ്യും." വളരെ ദൃഢതയോടെ അമ്മ സംസാരിച്ചു.

താൻ ഉറങ്ങി. പിറ്റേന്ന് പതിവ് പോലെ അമ്മ തന്റെ അടുത്തു വന്നിരുന്നു മുടിയൊക്കെ ചീകി തന്നു. പുഞ്ചിരിയോടെ 'എന്റെ മോൻ പൊടി

മീശക്കാരനായി' എന്ന് പറഞ്ഞു. 'മോനെ എനിക്ക് നിന്നോട് ഏറെ പറയാനുണ്ട്. അതിനുള്ള സമയമായി. നീയിന്നുവരെ അച്ഛനെക്കുറിച്ച് ചോദിച്ചു എന്നെ വിഷമിപ്പിച്ചിട്ടില്ല. അമ്മമ്മ മോനെ ആദ്യം കണ്ടപ്പോൾ ചോദിച്ചു നീ പ്രസവിച്ച കുഞ്ഞാണോയെന്ന്. അതെയെന്ന് തലയാട്ടി. ഇതിന്റെ തന്ത ഉണ്ടോ എന്ന്? ഞാൻ ഇല്ലെന്നു തലയാട്ടി. പിന്നെയാരും ഒന്നും അമ്മയോടും ചോദിച്ചില്ല. മോനെ എനിക്കറിയാം മോന്റെ മനസ്സിൽ ആകാംക്ഷയുണ്ടാവുമെന്ന്. അമ്മയോട് ചോദിക്കാനുള്ള വിഷമവും കാണും അല്ലെ..? ഇന്നോളം അമ്മയ്ക്കും അറിയില്ല അതാരാണെന്നും!!! ഒരു സ്വപ്നം പോലെയെന്ന് പറയാനാവില്ല.. കാണാത്തൊരു സ്വപ്നം പോലെ നീയെന്റെ വയറ്റിൽ പിറന്നു..!" അമ്മ ഓർത്തെടുക്കുന്നപോലെ തുടരുകയാണ്...

"എന്നത്തേയുംപോലെ രാവിലെ ഉണർന്നു ജോലികളൊക്കെ തുടങ്ങി. അവിടുത്തെ തള്ളയുടെ കാര്യങ്ങൾ, അവരുടെ ആഹാരം ഉണ്ടാക്കുക. കഴിപ്പിക്കുക. സമയാസമയങ്ങളിൽ മരുന്ന് കഴിപ്പിക്കുക, ദേഹം തുണിമുക്കി തുടയ്ക്കുക, തുണികൾ കഴുകി ഉണക്കുക, ആ മുറി വൃത്തിയാക്കുക. അമ്മയും ആ മുറിയിൽ തന്നെയാണ് ഉറക്കവും. മുറി തുടച്ചു കൊണ്ടേയിരിക്കുമ്പോഴാണ് തലക്കറക്കം പോലെ വന്നതും അവിടെ തളർന്നു വീണതും..

ആരൊക്കെയോ ഹോസ്പിറ്റലിൽ കൊണ്ടുപോയി. തിരിച്ചു വന്നപ്പോൾ ഇവിടുത്തെ പെണ്ണുങ്ങളും അമ്മമാരും കുരവയിടുന്നു... അവർക്കു എല്ലാം നേരത്തെ അറിയാവുന്നതുപോലെ എന്തോ നിഗൂഢമായൊരു സന്തോഷം എല്ലാവരിലും കണ്ടു, രണ്ടുപേർ വന്നുതന്നെ കൂട്ടിക്കൊണ്ട് പോയി ഒരിടത്തിരുത്തി. വിലകൂടിയ വസ്ത്രവും ആഭരണങ്ങളും അണിയിച്ചു. സുഗന്ധതൈലങ്ങൾ പൂശി... ചുറ്റിനും കുറച്ചു പെണ്ണുങ്ങൾ ചായയും ഗാവയും മധുര പലഹാരങ്ങളുമൊക്കെ. വിതരണം ചെയ്യുന്നു. ചിലരുടെ മുഖത്ത് അമർഷം പോലെയും കാണപ്പെട്ടു.

അപ്പോഴാണ് ആ തള്ളയുടെ മകൾ നാദിയ വന്നു തന്റെ വയറ്റിൽ ഉമ്മ വെച്ചു 'ഫീ ബേബി' എന്ന് പറഞ്ഞത്. അമ്മ അപ്പോൾ ഞെട്ടിത്തിരിച്ചു പോയി.. ദൈവമേ ഇതെങ്ങനെ? അതെ മോനെ... അങ്ങനെ എല്ലാ മാസവും ഡോക്ടർ വരും പരിശോധിക്കും. പ്രസവം അടുത്തു, ഹോസ്പിറ്റലിൽ കൊണ്ടുപോയി. മൂന്നാം ദിവസം നിന്നെയുംകൊണ്ട് ഇവിടെ വന്നു. ഈ ദിവസങ്ങളിലോ പ്രസവ സമയത്തോ ഒരു പുരുഷനെയും കണ്ടിട്ടില്ല.

വല്യ തള്ളയുടെ അടുത്തു ബാബ വന്നിരിക്കും പിന്നെ അവരുടെ ആൺമക്കളും പെൺമക്കളും എവിടുന്നൊക്കെയോ വന്നും പോയുമിരിക്കും. പ്രസവം കഴിഞ്ഞു മൂന്നു ദിവസം കഴിഞ്ഞു ഇവിടെ എത്തിയതിനു ശേഷം വല്യ തള്ളയുടെ കാര്യങ്ങൾ വീണ്ടും അമ്മ തന്നെയാണ് നോക്കുന്നത്. നിന്നെ ഒരിടത്തു കിടത്തും. ഒഴിവു കിട്ടുമ്പോൾ നിന്റടുത്തു വന്നിരിക്കും നീയും ശല്യക്കാരനായിരുന്നില്ല. വയർ നിറച്ചു പാല് കുടിച്ചു

ഉറങ്ങും. അതിനിടയിൽ അവിടുത്തെ ഓരോ അംഗങ്ങളും നിന്നെ കാണാൻ വരും. ചില ചടങ്ങുകൾ അവരുടേതായ രീതിയിൽ നടത്തി. മോനു അമ്മ പറയുന്നത് വിശ്വാസമാവുന്നില്ലേ? സത്യമാ മോനെ. മോന്റെ പതിനഞ്ചാം പിറന്നാളിന് മോനെ ഇവിടെ കൊണ്ടുവരണമെന്നാണ് നാദിയ മമ്മാ പറഞ്ഞിരിക്കുന്നത്. രണ്ടു ദിവസം കഴിഞ്ഞാണ് നിന്റെ പിറന്നാൾ ആഘോഷം ഇവിടെ പൊടിപൊടിക്കുമത്രേ." അപ്പോഴവന്റെ മനസ്സിൽ ഒരു സംശയം മുളപൊട്ടി. അവനതു അമ്മയോട് ചോദിക്കാതിരുന്നില്ല. "വേലക്കാരിയുടെ മകന്റെ പിറന്നാൾ അവരെന്തിനു ആഘോഷിക്കണം അമ്മെ??!!" "നീയിവിടല്ലേ മോനെ പിറന്നത് അതുകൊണ്ടാവും... ഈ സംശയം അമ്മയ്ക്ക് പണ്ട് നീ വയറ്റിൽ ഉണ്ടെന്നറിഞ്ഞ അന്ന് തോന്നിയിരുന്നതാണ്. അന്നത്തെ എല്ലാവരെയും ആഹ്ലാദവും സ്നേഹപ്രകടനങ്ങളും കണ്ടപ്പോൾ... അന്ന് മുതൽ ഇന്നോളം അവരൊക്കെ കാണിക്കുന്ന സ്നേഹം, നീ ജനിച്ച വർഷം മുതൽ നിന്റെ പേരിൽ അക്കൗണ്ടിൽ ഒരു തുക വർഷാവർഷം അവർ നിക്ഷേപിക്കുന്നു. അമ്മയുടെ ശമ്പളവും മാസാമാസം മുടങ്ങാതെ ബാങ്കിൽ ഇടുന്നുണ്ട്. പക്ഷേ, അമ്മയുടെ അക്കൗണ്ടിൽ നിന്നേ മോന്റെ കാര്യങ്ങൾക്കു വേണ്ടി ഇന്നേ വരെ അമ്മ ചെലവാക്കിയിട്ടുള്ളൂ. അത് അമ്മയ്ക്ക് നിർബ്ബന്ധമായിരുന്നു. മാത്രമല്ല അവരമ്മയെ മറ്റു ജോലിക്കാരെ പോലെയല്ല ആ വീട്ടിലൊരംഗത്തെ പോലെയേ നോക്കിയിട്ടുള്ളൂ...

അമ്മ ഈ വലിയ വീടല്ലാതെ മറ്റൊരു ലോകവും കണ്ടിട്ടില്ല.. ഇവിടുത്തെ തള്ളയേയുംകൊണ്ട് ഹോസ്പിറ്റലിൽ പോകുമ്പോൾ മാത്രമാണ് കാറിലിരുന്നു പുറംലോകം കാണുന്നത്. അപ്പോഴാണ് മൻസൂർ വന്നു തന്നെ അങ്ങോട്ടേക്ക് വിളിച്ചത്. താനവനോടൊപ്പം വലിയ വീട്ടിലേക്കു ചെന്നു. അവിടുത്തെ കുട്ടികളെല്ലാം തന്നെ കൗതുകത്തോടെ നോക്കുന്നു. നാദിയ മമ്മായുടെ ഒരു മകൾ തന്റൊപ്പം വളർന്നിരിക്കുന്നു. അവൾ റബീല, വളർന്നു സുന്ദരിയായിരിക്കുന്നു. അവളുടെ നുണക്കുഴി വിരിയുന്ന കവിളുകൾ വിടർന്നിരിക്കുന്നു. അവൾ തന്നെ വല്ലാതെ നോക്കുന്നു. എല്ലാവരും ഒരുങ്ങി പുറത്തേക്കു പോകാനുള്ള തയ്യാറെടുപ്പിലാണ്.

നാദിയ മമ്മായും അവരുടെ അനുജത്തി ബദ്രിയ മമ്മായും വന്നു തന്നോട് ഒരുങ്ങിവരാൻ പറഞ്ഞു; ഇന്ന് തന്റെ പിറന്നാൾ ആണെന്ന്. പുതിയ ഡ്രസ്സുകൾ അടങ്ങിയ വലിയ ബാഗ് തന്നു ഒക്കെ ഇട്ടോണ്ട് വരാനും പറഞ്ഞുപോയി.

താനൊരുങ്ങി വന്നു. എല്ലാവരും 'മാഷ അള്ളാഹ' എന്നും 'മബ്റൂക്' എന്നും പറഞ്ഞു.

മറ്റു പള്ളേരും കുറെ അമ്മമാരുമായി വലിയ രണ്ടു വണ്ടികളിൽ യാത്രയായി. നാദിയ മമ്മായുടെ ഭർത്താവ് അറബിയാണ് വണ്ടി ഓടിച്ചത്... മറ്റേ വണ്ടി അവിടുത്തെ ഡ്രൈവറും... വലിയൊരു മാളിലേക്കാണ് വണ്ടി ചെന്ന് നിന്നത്. വലിയൊരു ഹോട്ടൽ, വലിയൊരു ഹാൾ അവിടെ ഗാർഡൻ പോലെ ഇന്റീരിയർ ചെയ്തിരിക്കുന്നു. ഒരു സൈഡിൽ

ഫൗണ്ടെന്നും മറ്റെ സൈഡിൽ വട്ട മേശകളും ചുറ്റും കസേരകളും ഒരു സ്റ്റേജും ഉണ്ട്. വേറെയും ബന്ധുക്കളും വന്നു പരസ്പരം കെട്ടിപ്പിടിച്ചു. നാദിയ മമ്മിയുടെ മൂത്ത മകൻ മൻസൂർ ഒരു വലിയ പെട്ടി കൊണ്ടു വന്നു തന്റെ കൈയിൽ തന്നു ഹാപ്പി ബർത്ത്ഡേ വിഷ് ചെയ്ത് കെട്ടിപിടിച്ചു. ആ പെട്ടി സാമാന്യം കനമുള്ളതായിരുന്നു. മൻസൂർ അത് തുറന്നു അതിൽ സ്മാർട്ട് വാച്ചുകൾ, ഐഫോൺ, മാക്ബുക്ക്, ലാപ്ടോപ്പ്, കൂളിങ് ഗ്ലാസ്, സ്വർണ്ണനിറമുള്ള പേനകൾ, പെർഫ്യൂം ഒക്കെയുണ്ട്. താൻ അവനെ അതിശയത്തോടെ നോക്കിയപ്പോൾ അവൻ പറഞ്ഞു അവന്റെ അങ്കിൾ കൊടുത്തു വിട്ടതാണ് ഈ പിറന്നാൾ സമ്മാനം. അയാൾ സൗദിയയിലാണ്!!! എന്നും പറഞ്ഞു. ഇന്നിവിടേക്കു വരുന്നുണ്ട് എന്നും!!!

ആ ഹാളിൽ തന്നെ ഭക്ഷണ സാധനങ്ങളും ഒക്കെയെത്തി. എല്ലാവരും ഓരോ മേശയ്ക്കു ചുറ്റുമിരുന്നു... ആർക്കും ആരും ഒന്നും വിളമ്പി കൊടുക്കുന്നില്ല. ഒരു കോണിൽ വെച്ചിരിക്കുന്ന ഭക്ഷണം. ബുഫെ ആണ്. അവിടേക്കു പോയി എടുത്തുകഴിക്കണം. താനും ചെന്നു. തൊപ്പിയും കോട്ടുമിട്ടവർ പ്ലേറ്റ് എടുത്തു തന്റെ കൈയിൽ തന്നു. വരിവരിയായി വെച്ചിരിക്കുന്ന പാത്രങ്ങളിൽ നിന്നു വേണ്ടുന്നത് എടുത്തു കൊണ്ട് പോകണം. എല്ലാം തനിക്കൊരു പരിചയവും ഇല്ലാത്ത ഭക്ഷണം ഐസ്ക്രീമും പഴങ്ങളും ജ്യൂസും എടുത്തു... തന്റെ ടേബിളിൽ മൻസൂർ ഒപ്പം മുഖാമുഖം ഇരുന്നു. അവൻ നന്നായി കഴിക്കുന്നുണ്ട്. അപ്പോഴും താൻ ഓർത്തു അമ്മയെ എന്തേ കൊണ്ടുവന്നില്ല? തന്റെ അമ്മ നാദിയ മമ്മായേക്കാൾ സുന്ദരിയാണ്. തന്റെ ഒപ്പം അമ്മ കൂടി വേണമായിരുന്നു...

അവനൊന്നും കഴിക്കാൻ പറ്റിയില്ല. അവിടുത്തെ തീറ്റയും കുടിയും വൈകുന്നേരം വരെ നീണ്ടു. ഞങ്ങൾ പിള്ളേര് പുറത്തിറങ്ങി കറങ്ങാൻ പോയി ഫോട്ടോ എടുക്കലും ഒക്കെയായി. തന്റെ കൈയിലും ഫോണുണ്ട്. അമ്മയെ വിളിച്ചു. നേരം സന്ധ്യയായപ്പോൾ ഞങ്ങൾ വീണ്ടും പാർട്ടി ഹാളിലെത്തി. അവിടെ പാട്ടും ഡാൻസും കുടിയും തീറ്റയും പൊടിപൊടിക്കുകയാണ്. പിന്നെയാണൊരു ആരവം കേട്ടത്, കുറച്ചുപേർ പുറത്തെ വാതിൽ കടന്നു വരുന്നു. മുന്നിൽ വളരെ ഗാംഭീര്യം തോന്നിക്കുന്ന സുന്ദരനായ താടിവെച്ച, അറബിക്കുപ്പായമിട്ട ഒരാളും നിറഞ്ഞ ചിരിയോടെ ഉള്ളിൽ പ്രവേശിച്ചു... അയാൾ കടന്നുവന്നപ്പോൾ എല്ലാവരും എഴുന്നേറ്റു. അയാൾ ഇരുന്നതിനുശേഷം എല്ലാവരും ഇരുന്നു. മൻസൂറും റബീലയും മറ്റു പിള്ളേരും വലിയവരും നാദിയ മമ്മായുമൊക്കെ അയാളുടെ അടുത്തുചെന്ന് കൈ മുത്തുകയും എന്തോ സംസാരിക്കുകയും ചെയ്യുന്നുണ്ട്. എല്ലാവരും വളരെ സ്നേഹവും ആദരവും കാണിക്കുന്നുണ്ടായിരുന്നു. തന്നെയും വിളിച്ചുകൊണ്ട് മൻസൂറും റബീലയും അയാളുടെ അടുത്തുചെന്നു. അയാൾ റബീലയെയും തന്നെയും ചേർത്തണച്ചു മാറി മാറി നെറുകയിൽ മുത്തി. വല്ലാത്തൊരു സുഗന്ധം അയാൾക്ക്. എല്ലാവരും സ്റ്റേജിന്റടുത്തു ചെന്നു. വലിയൊരു മേശപ്പുറത്തു

വലിയൊരു കേക്ക്. തന്റെ ചിത്രമുള്ള കേക്ക്. അപ്പോഴാണ് താനത് കാണുന്നത്!!! ആ വന്ന മനുഷ്യൻ തന്നെയും റബീലയെയും മൻസൂറിനെയും കൂട്ടി അവിടെ നിർത്തി. താൻ പതിനഞ്ച് മെഴുകു തിരികളും അണച്ച് കേക്ക് മുറിച്ചു. തന്റെയും പിള്ളേരുടെയും വായിൽ അയാൾ കേക്ക് വെച്ചു തിന്നു. അയാൾ തന്നെ ചേർത്ത് നിർത്തി എല്ലാവരോടുമായി അറബിയിൽ സംസാരിച്ചു... അയാൾക്ക് ചുറ്റും എന്തോ ഒരു ചൈതന്യം അനുഭവപ്പെട്ടു. തന്നെ കെട്ടിപ്പിടിച്ചപ്പോഴും നെറുകയിൽ മുത്തിയപ്പോഴും വല്ലാത്തൊരു ഊഷ്മളത അനുഭവപ്പെട്ടു.

മൻസൂറിന്റെയൊക്കെ അങ്കിളാണ്. തന്നെയും അവരുടെ ഒപ്പം കാണുന്നു. സ്നേഹിക്കുന്നു, താൻ അവിടെ ജനിച്ച കുട്ടി ആയതുകൊണ്ടാവണം. പിന്നെ തന്റെ അമ്മാ അവരുടെയും മമ്മാ ആണല്ലോ. അമ്മയല്ലേ അവരെയെല്ലാം നോക്കുന്നത്. താൻ ഓർത്തു ഇതുവരെ ഈ മനുഷ്യനെ കണ്ടിട്ടില്ല. തനിക്കിപ്പോഴും ഓർമ്മയുണ്ട് അഞ്ചു വയസ്സിലെ കാര്യങ്ങൾ. അമ്മയോടൊപ്പം നാട്ടിൽ വരുന്നത് വരെ ഇങ്ങനൊരാളെ കണ്ടിട്ടില്ല. അങ്ങനെ ഓരോന്നും ചിന്തിച്ചു താൻ സ്ഥലകാലം മറന്നിരുന്നു. അപ്പോഴും ഹാപ്പി ബർത്ത്ഡെ മ്യൂസിക് കേൾക്കാം..

പാട്ടും ഡാൻസും തകർക്കുകയാണ്... ആ മനുഷ്യനും ഞങ്ങളോടൊപ്പം ഇരുന്നു. പിന്നെയും ഭക്ഷണം വന്നു. മെഴുകിതിരി വെട്ടത്തിൽ എല്ലാവരും ഇരുന്നു കാര്യങ്ങൾ പറയുകയും കഴിക്കുകയും ചെയ്തുകൊണ്ടിരുന്നു.. ആഹാരമൊക്കെ കഴിച്ചു പിരിയാൻ നേരമായി.

അപ്പോഴാണ് മൻസൂർ തന്റെ ഗിഫ്റ്റ് ബോക്സുമായി വന്നത്. മൻസൂർ പറഞ്ഞു "ഇദ്ദേഹമാണ് നിന്റെ ഗിഫ്റ്റ് തന്നത്" താനപ്പോൾ 'താങ്ക്യൂ അങ്കിൾ' എന്ന് പറഞ്ഞപ്പോൾ അയാൾ പൊട്ടിച്ചിരിച്ചു. അപ്പോൾ മൻസൂർ 'കാൾ ഹിം ബാബാ' എന്ന് പറഞ്ഞു.

അയാൾ തന്നെ വീണ്ടും ചേർത്തണച്ചു. മൂർദ്ധാവില് താടി ചേർത്ത് വെച്ചു. താനപ്പോൾ പതിയെ ബാബാ എന്ന് വിളിച്ചു...!

അയാളത് കേട്ടു തന്നെ ഒന്നുകൂടെ മുറുക്കെ പുണർന്നു. ഇതാണ് തന്റെ അച്ഛൻ!!!

അമ്മയ്ക്കറിയാത്ത, അമ്മ കണ്ടിട്ടില്ലാത്ത തന്റെ അച്ഛൻ!!! മൻസൂർ ഫോട്ടോസ് എടുക്കുന്നുണ്ട്. അമ്മയെ ആ ഫോട്ടോസ് കാണിക്കണം. ഇതാണ് തന്റെ ബാബാ എന്ന് പറയണം.! ഇവിടെല്ലാം ദുരൂഹമാണല്ലോ!! തന്റെ ജനനം പോലെ!!!

അയാൾ വീട്ടിലേക്കു വന്നില്ല. എല്ലാവരും അയാളോട് യാത്ര പറഞ്ഞു വണ്ടിയിൽ കയറാൻ നേരം തന്നെ വല്ലാതെ നോക്കി... ഞങ്ങൾ വീട്ടിലെത്തിയപ്പോൾ നേരം വല്ലാതെ ഇരുട്ടി. 'അമ്മ ഉറങ്ങിയിരുന്നില്ല. അമ്മേ ഞാൻ എന്റെ ബാബയെ കണ്ടു. നാളെ അമ്മയ്ക്ക് ഫോട്ടോ കാണിക്കാം. ഞങ്ങൾ കിടന്നുറങ്ങി. പിറ്റേന്ന് വെളുപ്പിനുണർന്നപ്പോൾ അമ്മ അവിടില്ല. അപ്പുറത്തു ജോലിയിലാവും... തന്റെ മനസ്സിൽ തലേന്നത്തെ കാര്യങ്ങളങ്ങനെ മിന്നിമറഞ്ഞുപോയി. ബാബയുടെ മുഖത്തെ

പുഞ്ചിരിയും ആ മണവും ആ ചൂടും താനിപ്പോഴും അറിയുന്നു...

അമ്മയ്ക്ക് മൻസൂറിന്റെ കൈയിലെ ഫോട്ടോ കാണിച്ചു. "അമ്മേ ഇതാണ് എന്റെ ബാബാ. അമ്മ കൗതുകത്തോടെ നോക്കി. തന്റെ ഒപ്പം നില്ക്കുന്ന ആ മനുഷ്യന്റെ കണ്ണുകളും തന്റെ കണ്ണുകളും ഒരുപോലെ... അമ്മ ഫോട്ടോയും തന്നെയും മാറി മാറി നോക്കി. അമ്മ അങ്ങനൊരാളെ കണ്ടതായി ഓർക്കുന്നേയില്ല... എന്ന് തലയാട്ടിക്കൊണ്ടു പുറത്തു പോയി. പതിനഞ്ചു വർഷം മുൻപത്തെ ആൾ ആവില്ലല്ലോ ഇപ്പോൾ, അതാവും.

തനിക്കു നാട്ടിലേക്ക് തിരിച്ചു വരാറായി.. ഈ തവണ അമ്മയും വരണം എന്ന് താൻ വാശി പിടിച്ചപ്പോൾ അമ്മ പറഞ്ഞു. "ഇപ്പൊ പറ്റില്ല മോനെ. മോൻ പഠിച്ചു വളർന്നു ജോലിക്കാരനാവുമ്പോൾ അമ്മ വരാം ഈ വീടാണ് നമുക്കെല്ലാം തന്നത്. ഈ ജോലിയാണ് ഏക ആശ്രയം... മോൻ പഠിച്ചു മിടുക്കനാവണം."

പിന്നെയും വർഷങ്ങൾ കഴിഞ്ഞു. തനിക്കിപ്പോൾ 24 വയസ്സായി. എം ബി എ കഴിഞ്ഞു. ഒരു മൾട്ടി നാഷണൽ കമ്പനിയിൽ മാനേജർ പോസ്റ്റിലാണ് നിയമനം.. രാവിലെ പതിവുപോലെ അമ്മയെ വിളിച്ചു. മോനെ നീ നാളത്തെ ഫ്ളൈറ്റിൽ ഇങ്ങു വരണമെന്ന് നിന്റെ നാദിയ മമ്മാ പറഞ്ഞു. ടിക്കറ്റും വിസയും അയച്ചിട്ടുണ്ട്. നീ മെയിൽ ചെക്ക് ചെയ്യൂ... എന്തോ സീരിയസ് കാര്യമാണെന്ന്..."

പിറ്റേന്ന് വൈകുന്നേരത്തെ ഫ്ളൈറ്റിനു തന്നെ പോയി... ഇത്തവണയും ഡ്രൈവർ എയർ പോർട്ടിൽ ഉണ്ടായിരുന്നു. പക്ഷേ, ചെന്നിറങ്ങിയത് പഴയ വീട്ടിലല്ല. ഒരു മൂന്നുനില ഫ്ളാറ്റിനു മുന്നിലാണ്. ഇതെന്താ ഇവിടെ എന്ന് ചിന്തിച്ചു. അകത്തു കയറിയപ്പോൾ നാദിയ മമ്മാ വന്നു തന്നെ ചേർത്തു പിടിച്ചു. അമ്മ അകത്തൂന്നു വന്നു. "ഇതെന്താ അമ്മെ ഇവിടെ" അമ്മ പതിയെ പറഞ്ഞു. 'ആ സുൽത്താൻ വീടൊക്കെ മൂന്നു വർഷം മുൻപേ മാറി..'

"ഞങ്ങൾ ഹോസ്പിറ്റലിലെത്തി" റബീല മെല്ലെ പറഞ്ഞു "വലിയൊരു അപകടമാണ് ഉണ്ടായത് ഇന്നലെയാണ് വെന്റിലേറ്ററിൽനിന്നും മാറ്റിയത്. നട്ടെല്ലിന് സാരമായ പരിക്കുണ്ട്... രണ്ടുവട്ടം ഹൃദയാഘാതവും ഉണ്ടായി.

"നിന്നെ കണ്ട സന്തോഷമാ ആ മുഖത്ത്.. ഇനി ആരെയും അടുത്തു നിർത്തില്ല. വീട്ടിലേക്കു പൊയ്ക്കോളൂ..." തനിക്കു പോരാൻ തോന്നിയില്ല ഒന്നു കൂടെ അടുത്തു ചെന്നപ്പോൾ ബാബ മയങ്ങിപ്പോയിരുന്നു. വിഷമിച്ചാണെങ്കിലും തിരിച്ചുപോന്നു. വല്ലാത്തൊരു തലവേദന അനുഭവപ്പെട്ടു.

അമ്മയുടെ മുറിയിൽ വന്നുകിടന്ന് ഉറങ്ങിപ്പോയി. രാത്രി എപ്പോഴോ അമ്മ വന്നു വിളിച്ചുണർത്തി. "ഉറങ്ങട്ടെ അമ്മ നല്ല ക്ഷീണം" എന്ന് പറഞ്ഞു. പിന്നെ അമ്മയും അപ്പുറത്തു ലൈറ്റ് അണച്ച് കിടന്നു. നേരം വെളുത്തു. കുളിച്ചു ഫ്രഷായി ഹോസ്പിറ്റലിൽ പോകണം. ബാബയെ

കാണണം. തനിക്കു ഇവിടെ ഡ്രൈവിങ് ലൈസൻസില്ല. അതുകൊണ്ട് ഡ്രൈവറിനെയും കൂട്ടിക്കൊണ്ട് പോകാമെന്നു വിചാരിച്ചു. അപ്പോഴാണ് ബാബയുടെ അനുജൻ വണ്ടിയുമായി ഇറങ്ങിയത് തന്നോടും അതിൽ കയറാൻ ആംഗ്യം കാണിച്ചു. ഞങ്ങൾ രണ്ടും ഹോസ്പിറ്റലിൽ എത്തി. ഞാൻ നേരെ ബാബ കിടന്നിരുന്ന മുറിയിലെത്തി. ബാബാ അതെ കിടപ്പു തന്നെ. പുതച്ചിരുന്ന പുതപ്പ് മാറ്റിയിരിക്കുന്നു. ദേഹം നെഞ്ചോളം ബാൻഡേജ് പോലെ ചുറ്റി പൊതിഞ്ഞിരിക്കുന്നു. കാലിനും ഒരു കൈക്കും ബാൻഡേജ് ഉണ്ട്. ബാബയെ ഒരു മെയിൽ നേഴ്സ് വന്നു ഡ്രസ് ചെയ്തു കിടത്തി. എല്ലാവരും പോയപ്പോൾ തന്നെ അടുത്തേക്ക് വിളിച്ചു. ഒരു കസേര വലിച്ച് ബാബയുടെ അടുത്തിരുന്നു. അദ്ദേഹം എന്നെ നിർന്നിമേഷനായി നോക്കിയിരുന്നു.

അദ്ദേഹം തന്നോടെന്തോ പറയാൻ വെമ്പുന്നുണ്ട്. താനതു മനസ്സിലാക്കി ബാബ എന്ന് പതിയെ വിളിച്ചു. അപ്പോഴദ്ദേഹം തന്നെ ദയനീയമായി നോക്കി. കണ്ണിൽ നീര് പൊടിഞ്ഞിരുന്നു. തല പതിയെ ചെരിച്ചു വെച്ചു എന്നിട്ടു പറഞ്ഞു തുടങ്ങി... "ഞാൻ വലിയ തെറ്റ് ചെയ്തു. നിന്റെ മമ്മായോടു വലിയ തെറ്റ് ചെയ്തു. ചെറുപ്പത്തിന്റെ വികൃതി എന്നു പറയാനാവില്ല. അതിക്രമം തന്നെയായിപ്പോയി." അദ്ദേഹം വല്ലാതെ തല ഇളക്കി. "അന്നെനിക്ക് പ്രായം ഇരുപത്തിയൊന്ന് വയസ്സ്. നിന്റെ മമ്മായും എന്റെ മമ്മായുടെ മുറിയിലാണ് കിടക്കുന്നത്. നിന്റെ മമ്മായെ കണ്ട നാൾ മുതൽ ഒരടുപ്പം തോന്നിയിരുന്നു ഞാനാണെങ്കിൽ കൊലുന്നനെയുള്ള ഒരു കൊച്ചുപയ്യൻ.. കുറെ കുരുത്തം കെട്ട കൂട്ടുകാരുണ്ടായിരുന്നു. അവരോടു ഈ ആഗ്രഹം പറഞ്ഞു വീട്ടിലെ പുതിയ ജോലിക്കാരിയോട് അഭിനിവേശം... അവരിലൊരാളാണ് മെഡിക്കൽ സ്റ്റോറിൽനിന്നും മയക്കാനുള്ള പഞ്ഞിയും മരുന്നും എത്തിച്ചു തന്നത്. എന്നും മമ്മായുടെ മുറിയിൽ പോയി അവരോടു കുശലം പറഞ്ഞു കൈമുത്തിയെ ഉറങ്ങാറുള്ളു. അന്ന് പതിവിലും വൈകിയാണ് ചെന്നത് മമ്മാ നല്ല ഉറക്കം നിന്റെ മമ്മായും പിന്നൊന്നും ചിന്തിച്ചില്ല. നിന്റെ മമ്മായെ ആ പഞ്ഞിയിലെ മരുന്ന് മൂക്കിനടുത്തു മണപ്പിച്ചു. അവർ ഉറക്കത്തിൽ തന്നെ മയക്കത്തിലായി ലൈറ്റും അണച്ച് അന്നു അവരെ ഞാൻ... ഈ ബാബയെ മോൻ വെറുക്കും അറിയാം. ഈ സത്യം നിന്നോട് പറയാതെ ഇനി വയ്യാ.. നിന്റെ മമ്മാ പാവമാ.. അവരൊന്നും അറിഞ്ഞിട്ടില്ല. ആ തെറ്റ് പിന്നെ ഞാൻ ആവർത്തിച്ചിട്ടില്ല. പക്ഷേ, നിന്റെ മമ്മാ ഗർഭവതിയാണെന്നറിഞ്ഞു. എന്റെ ചെറിയ മമ്മായും അമ്മായിമാരും അവരുടെ ഭർത്താക്കന്മാരടക്കമുള്ളവരെ സംശയിച്ചു. ഒടുവിലൊരു ദിവസം നിന്റെ മമ്മ തല കറങ്ങി വീണപ്പോൾ ഞാനാണ് എന്റെ ചെറിയ മമ്മയോട് എന്റെ തെറ്റ് ഏറ്റു പറഞ്ഞത്. അത് വലിയ കോളിളക്കമായി.. എന്നെ സൗദിയിലെ കുടുംബ വീട്ടിലേക്കു പറഞ്ഞു വിട്ടു.

ഞാനിനി എത്രനാൾ ഇങ്ങനെ കിടക്കും എന്നറിയില്ല ഈ അപകടം ആകസ്മികമല്ല മോനെ ഇതൊരു അപായപ്പെടുത്താലാണ്. ബിസി

നസിൽ ശത്രുക്കളുണ്ടേറെ. അതും കുടുംബ ബിസിനസാണല്ലോ. വല്ല്യ ബാവയുടെ ചേട്ടാനിയന്മാർ ഒക്കെയുള്ള കൂട്ട് ബിസിനസ്സുകൾ തട്ടിയെടുക്കാനുള്ള ശ്രമങ്ങൾ നടന്നുവരികയാണ്." ബാബ പറഞ്ഞു കൊണ്ടേയിരുന്നു. ഇടയ്ക്ക് നേഴ്സ്മാർ വന്നു നോക്കും. പോകും...

തന്റെ മനസ്സിൽ ഒന്നും ഉൾക്കൊള്ളുന്നുണ്ടായിരുന്നില്ല... തന്റെ പൈതൃകത്തിൽ തനിക്കു അഭിമാനം കൊള്ളാനായില്ല. പതിനഞ്ചാമത്തെ വയസ്സിൽ തന്റെ ബാബയോടു തോന്നിയ മതിപ്പു ഇപ്പോഴില്ല. അപകടം പറ്റിയെന്നറിഞ്ഞപ്പോൾ മനസ്സ് ഒന്ന് പിടഞ്ഞു. അത് രക്തബന്ധത്തിന്റെയാവും... പാവം തന്റെ അമ്മ... ജീവിതം ബലിയർപ്പിച്ചു. തന്റെ ബാബയോടു പറയാതെ അവനു വയ്യായിരുന്നു. "എന്റെ അമ്മയെ കൂടെ കൂട്ടാമായിരുന്നില്ലേ? എങ്കിലിപ്പോൾ അമ്മയിവിടെ ബാബയെ പരിചരിച്ചു കൂടെ കാണുമായിരുന്നു." പ്രായത്തിന്റെ ചോരത്തിളപ്പിൽ കാട്ടിക്കൂട്ടിയത് മകന്റെ രൂപത്തിൽ നിൽക്കുമ്പോൾ അവകാശപ്പെടാനാവില്ല.. ഇനി..

അമ്മയില്ലാതെ മകനുണ്ടാവില്ലെന്ന സത്യം. അറിയുക... അമ്മ പറയുന്നതാണ് അച്ഛൻ. ഇങ്ങനൊരാളെ അമ്മയ്ക്കറിയില്ല... അമ്മയെ അംഗീകരിക്കാത്ത ഒരു അപ്പനെ തനിക്കും വേണ്ട. തന്റെ അമ്മയുടെ അദ്ധ്വാനത്തിന്റെ ഫലമായാണ് താൻ വളർന്നതും ജീവിച്ചതും. തന്റെ അമ്മ ഹോമിച്ച ജീവിതം അത് തിരിച്ചു നൽകാനാവില്ല. പക്ഷേ, ഇനി ഇവിടെ അമ്മയെ വിട്ടിട്ടു പോകാനാവില്ല.. എന്റെ അമ്മയെ ഞാൻ കൊണ്ട് പോകും. ബാബയെന്നു പറയുന്ന ആൾ ഇപ്പോൾ നിസ്സഹായാവസ്ഥയിലാണ്... അത് മനസ്സിലാക്കുന്നു... ഇവരൊക്കെ വേറെ സംസ്കാരമാണ്. ബന്ധങ്ങളുടെ മൂല്യമറിയില്ല. പണത്തിന്റെ ധാരാളിത്തവും ഹുങ്കിലും ജീവിച്ചു പോകുന്നു... ഈ സംസ്കാരം തനിക്കു ഉൾക്കൊള്ളാനാവില്ല. തന്റെ അമ്മ കുടുംബത്തിന് വേണ്ടി ഇവിടെയെത്തി... സ്വയമറിയാതെ ചതിക്കപ്പെട്ടു. എങ്ങനെയോ ഇര ആയതിന്റെ പേരിലും സ്വയം ഒതുങ്ങി അപമാനിതയായി മനസ്സ് വ്രണപ്പെട്ട് ജീവിതം ഇവിടെ ഹോമിച്ചു. സ്വന്തം സ്വപ്നങ്ങൾ കുഴിച്ചു മൂടി.. താൻ പിറന്നതോടെ തനിക്കുവേണ്ടി ജീവിച്ചു. ഇനി അമ്മയ്ക്ക് മോചനം കൊടുത്തേ പറ്റൂ... താൻ ഉറച്ച തീരുമാനത്തോടെ അമ്മയുടെ അടുത്തെത്തി.

"അമ്മ, ഞാൻ ഈ തവണ പോകുമ്പോൾ അമ്മയും കൂടെ കാണും നമുക്ക് പോകാമമ്മേ..." അമ്മ തലയാട്ടി.

പിറ്റേന്ന് വീണ്ടും ആശുപത്രിയിലെത്തി. ബാബയ്ക്ക് തെല്ലു ആശ്വാസം ഉണ്ട്. ശാന്തനായി കാണപ്പെട്ടു... തന്നെ നോക്കി പുഞ്ചിരിച്ചു. താൻ തിരിച്ചു പോകുന്നത് പറയണമെന്ന് തീരുമാനിച്ചിരുന്നു.. അങ്ങനെ ആളൊഴിഞ്ഞ വേളയിൽ ബാബയുടെ അടുത്തിരുന്നു പതിയ പറഞ്ഞു "രണ്ടുമൂന്നു ദിവസത്തിനുള്ളിൽ മടങ്ങും. പുതിയ ജോലിയിൽ പ്രവേശിച്ചിട്ട് അധികനാളുകൾ ആയിട്ടില്ല. ഒരാഴ്ചത്തെ അവധിയെടുത്തു. അതിനി നീട്ടാനാവില്ല... പോകുമ്പോൾ അമ്മയെയും കൊണ്ടുപോകും." അപ്പോൾ ബാബയോന്നു ഞെട്ടി.

തന്റെ ഉറച്ച വാക്കുകൾ കേട്ടപ്പോൾ... ബാബാ വിളിച്ചിട്ടാവും നാദിയ മമ്മായും മൻസൂറും ചെറിയ മമ്മായും ബാബയുടെ അനിയനും റബീല യോടൊപ്പം ബാബയുടെ അടുത്തെത്തി. ഓരോരുത്തരായി നെറുകയിലും കൈയിലും ഉമ്മ വെച്ചു ആശംസകൾ നേർന്നു.

പിന്നെ നാദിയ മമ്മയെയും തന്നെയും മാത്രം അവിടിരിക്കാൻ ആംഗ്യം കാണിച്ചു. ബാക്കിയുള്ളവർ പുറത്തേക്കും പോയി. ബാബാ പറഞ്ഞു. "ഇവൻ തിരിച്ചു പോവുകയാണെന്ന് പറയുന്നു. എനിക്കിനി പഴയതുപോലെ തകർന്ന ഈ ശരീരം വെച്ചു ബിസിനസ് നടത്താൻ പറ്റില്ല. കുവൈറ്റിലും സൗദിയയിലുമൊക്കെയായി വ്യാപിച്ചു കിടക്കുന്ന ബിസിനസുകൾ നീയും മൻസൂറും ചെറിയ ബാബയും ഏറ്റെടുക്കണം. നീ എം ബി എ കാരനാണ്. നിനക്ക് അതിനുള്ള വിദ്യാഭ്യാസവും ഉണ്ട്. ഇവരെല്ലാം നിന്റെ കൂടെ കാണും. വേറൊരു ആഗ്രഹവും പറയാം. "റബീ ലായ്ക്കു നിന്നോട് ഇഷ്ടമാണ്. അവളെ നീ വിവാഹം കഴിക്കണമെന്നാണ് ഞങ്ങളുടെയും ആഗ്രഹം." തന്റെ മനസ്സിൽ അമർഷമാണ് ഉണ്ടായത്. എങ്കിലും പ്രകടിപ്പിച്ചില്ല. "നീ ജനിച്ച സുൽത്താൻ വീട് പുതുക്കി. അത് ബാബയുടെയാണ്. നിങ്ങൾ അങ്ങോട്ട് മാറി താമസിക്കണം.

മൻസൂറിന് സന്തോഷമായി അവൻ തന്നെ ആശ്ലേഷിച്ചു. മൻസൂർ പറഞ്ഞു. "നീ കൂടെയുണ്ടാവുന്നതിൽ എനിക്ക് വിഷമമില്ല. റബീല ഡോക്ടർ ആയി. ഞങ്ങളുടെ ബാബാ വേറെ കെട്ടി. ഇപ്പൊ ഉള്ളത് മമ്മാ യുടെ കെട്ടിയവൻ ആണ്. അതിൽ രണ്ടു അനിയന്മാരും ഉണ്ട്. ഇപ്പൊ നമ്മൾ രണ്ടും ഒരുപോലെയാണ്. ഫലത്തിൽ ബാബയില്ലാത്തവർ. നിന്റെ അവകാശത്തിൽ ഞാൻ കൈകടത്തുന്നില്ല. ഞാൻ കാണും ആ സുൽത്താൻ വീട്ടിൽ നിന്റെ ബാബയുടെ ബിസിനസ് നോക്കിനടത്തി. നിനക്കെപ്പോ വേണമെങ്കിലും എല്ലാം ഏറ്റെടുക്കാം." നാദിയ മമ്മയോട് മൻസൂർ കാര്യങ്ങൾ പറഞ്ഞു. അവർ ശാന്തയായി തന്റെ അടുത്തു വന്നു "ഇപ്പോൾ ഇങ്ങനെയൊരു തീരുമാനത്തിൽ പോകരുത്. എന്നെങ്കിലും നിനക്ക് തിരിച്ചു വരുമ്പോൾ അവകാശങ്ങൾ കിടക്കട്ടെ. നിന്റെ ബാബാ സുഖം പ്രാപിച്ചു തിരിച്ചുവരട്ടെ. നിന്റെ അമ്മയെ ഇനി ഇവിടെ പിടിച്ചു നിർത്തുന്നില്ല. അവളെ നീ നാട്ടിൽ കൊണ്ടുപോകു. നീയെന്റെ മകനായേ ഞാൻ കണ്ടിട്ടുള്ളൂ, നിന്റെ അമ്മ എന്റെ ചേച്ചിയും. നിനക്കെപ്പോഴും ഇവിടെ വരാം. ആർക്കും നിഷേധിക്കാനാവാത്ത അവകാശമാ അത്.

നിന്റെ ബാബയെ വെറുക്കരുത്. യൗവന തീക്ഷ്ണതയിൽ പറ്റി യൊരു തെറ്റ് അവൻ ഏറ്റു പറഞ്ഞു. അറിഞ്ഞപ്പോൾ ഞങ്ങളുടെ ബാബയും കാരണവന്മാരും അവനെ സൗദിയിലേക്ക് നാട് കടത്തി. അവിടെ ജോലിയും ബിസിനസും നോക്കി. അവിടൊരു വിവാഹവും കഴിച്ചു. താൻ അവരെ, നാദിയ മമ്മായേ സ്വന്തം അമ്മയെ പോലെ കരു തിയിരുന്നു. പക്ഷേ, മക്കളുണ്ടായില്ല. ആ ഭാര്യ വേറെ വിവാഹം കഴി ച്ചു." അവരുടെ കൈകൾ പിടിച്ചു. അവരോടു പറഞ്ഞു. "മമ്മാ ഞങ്ങൾ പോവുകയാണ്. എന്നന്നേക്കുമായി, എനിക്ക് ഇവിടേക്ക് വരാനുള്ള

പ്രേരണ എന്റെ അമ്മ മാത്രമാണ്... എന്റെ അമ്മ ഇവിടെ വന്നത് ജീവിക്കാനാണ് പക്ഷേ, എന്റെ അമ്മ അടിമപ്പെട്ടു കിടക്കുകയായിരുന്നു ഈ നാളുകളൊക്കെയും.."

അറിയാതെ സംഭവിച്ച തന്റേതല്ലാത്ത തെറ്റിനുള്ള പിഴ ഒടുക്കി. എന്റെ ജന്മം എന്ന തെറ്റ്... താൻ അവരുടെ കൈകളിൽ മുഖം അമർത്തി കരയുകയായിരുന്നു. അമ്മയുടെ അടുത്തെത്തി "അമ്മ നമ്മൾ നാളെ രാത്രി ഇവിടുന്നുപോകും. "എല്ലാം എടുത്തു വെച്ചോളൂ" എന്ന് പറഞ്ഞു 'അമ്മ തലയാട്ടി. പിറ്റേന്ന് രാവിലെ ഹോസ്പിറ്റലിൽ എത്തി. ബാബയോട് എന്തുകൊണ്ടോ ഞങ്ങൾ തിരിച്ചുപോകുന്ന കാര്യം പറഞ്ഞില്ല. കണ്ടു സംസാരിച്ചു വേഗം തിരിച്ചുവന്നു, പോകാനുള്ള തിടുക്കം. അമ്മ, ആദ്യമായി ഇവിടേക്ക് വരുമ്പോൾ കൊണ്ടുവന്ന കുടുംബ ഫോട്ടോ റെഡിയായോ എന്നു നോക്കി. ഒരു പഴയ ബാഗുമാത്രം. അതിൽ അമ്മ ഒരു പഴയ ഫോൺ, അമ്മയുടെ സാരി, ഒന്ന് രണ്ടു ഉടുപ്പുകളും. അമ്മ താൻ നാട്ടിൽനിന്നും ചെറിയമ്മ തന്നുവിട്ട സാരീയും ബ്ലൗസും ഇട്ടു.

എന്റെ അമ്മ സാരിയിൽ അതീവ സുന്ദരിയാണ്. നാദിയ മമ്മായുടെ അടുത്തു ചെന്നു. അവർ അമ്മയ്ക്കായി വലിയ വലിയ പെട്ടിയിൽ എന്തൊക്കെയോ അടുക്കി പാക്ക് ചെയ്തിട്ടുണ്ട്. സ്വർണ്ണാഭരണങ്ങളും ഉടുപ്പുകളും. അമ്മയുടെ വിറയ്ക്കുന്ന കൈകളിൽ വെച്ചു കൊടുത്തു. അവരമ്മയെ കെട്ടിപിടിച്ചു. മൻസൂറും റബീലയും ബാക്കിയുള്ളവരും അമ്മയ്ക്ക് ചുറ്റും നിന്നു. പിന്നെ എല്ലാവരും കൂടെനിന്നു ഫോട്ടോസ് എടുത്തു. ഞങ്ങൾക്ക് എയർപോർട്ടിലേക്കു പോകാൻ വണ്ടി വന്നു. വണ്ടിയിൽ കയറി. ഫ്ളൈറ്റിന് ഇനിയും സമയമുണ്ട്. ഡ്രൈവർ അണ്ണനോട് പറഞ്ഞു "സുൽത്താൻ വീട്ടിലേക്കു പോകണം." താൻ അഞ്ചുവയസ്സ് വരെ കളിച്ചു വളർന്ന വീട്. അവിടെ ചെന്നിറങ്ങി. അമ്മയും ആദ്യമായി ജോലിക്കെത്തിയതവിടെയാണ്. കുറച്ചുനേരം അവിടങ്ങനെ നടന്നു ആ വീട് പുതുക്കി മോടി പിടിപ്പിച്ചിട്ടുണ്ട്. അവിടുന്നും കുറച്ചു ഫോട്ടോസ് എടുത്തു തിരിച്ചു എയർ പോർട്ടിലേക്ക്....!

ബ്ലെൻഡർ

ജോയ് ഡാനിയേൽ

"കഥയോ കടലാസോ കാലയളവോ മനസ്സുകൊണ്ടോ നിർണ്ണയിക്കാവുന്നതോ അവസാനിക്കുന്നതോ അല്ല പെണ്ണ്": മറിയം എന്ന പെൺകുട്ടി

ഡാൻസിങ് ഫൗണ്ടൻ

അമേരിക്കൻ എഞ്ചിനീയർ ആഡ്രിയൻ ഡി സ്മിത്തിന്റെ രൂപകല്പനയിൽ ഇസ്ലാമിക് ആർക്കിടെക്ച്ചറും നിയോ ഫ്യൂച്ചറിസവും ഇഴചേർന്ന മാതൃകയിൽ ഷെയ്ക്ക് സായിദ് റോഡിനോരത്ത് 2700 ൽ കൂടുതൽ അടിയിൽ പവ്വർ കാട്ടിനിൽക്കുന്ന ബുർജ് ഖലീഫ ടവ്വർ. അതിന് ചാരെ സായന്തനം വിരിച്ച ചുവന്ന കമ്പളത്തിൽ ശ്യാമവർണ്ണം കുതിരവേ, അയാൾ ദുബായ് ഫൗണ്ടന് മുന്നിലേക്ക് നീങ്ങി. വെട്ടം അറിഞ്ഞെത്തുന്ന ഈയലുകളെപ്പോലെയുള്ള ആൾക്കൂട്ടത്തിനിടയിൽ മനുഷ്യനിർമ്മിത തടാകത്തെ നോക്കി കൈവരിയിൽ പിടുത്തമിട്ടു. വിദേശ സംഗീതത്തിന്റെ നേർത്ത വീചികൾ മുന്നിലെ കുഞ്ഞോളങ്ങളെപ്പോലെ അലയിടുമ്പോൾ മൊബൈലിലേക്ക് കണ്ണുകൾ പാളി. അവൾ വരുവാൻ ഇനിയും അരമണിക്കൂറിലേറെയുണ്ട്. വലിയൊരു സസ്പെൻസ് ഈ രാത്രി നൽകുമെന്നാണ് പറഞ്ഞിരിക്കുന്നത്. നേരവും കാലവും കൃത്യമായി പാലിക്കുന്നവളിൽനിന്നും പിറവിയെടുക്കുന്ന കൗതുകവാർത്ത അറിയുവാനും ഉടലിന്റെ ഊദ്ഗന്ധം നുകരുവാനും പൂക്കൾ വിടരുംമുമ്പേ വണ്ടണയുന്നപോലൊരു പുരുഷൻ.

അടുത്ത ജലനൃത്തകേളി തുടങ്ങുവാൻ സമയമുള്ളതിനാൽ വ്യവസായ പ്രകാശം പരന്നൊഴുകുന്ന ടൈലുകൾ പാകിയ നടപ്പാതയിലൂടെ അയാൾ സൂക്ക് അൽബഹാറിലേക്ക് ചുവടുകൾ വച്ചു. അറേബ്യൻ ഗന്ധം മൂക്കിനുമുന്നിൽ നൃത്തച്ചുവടുകൾ തീർക്കുന്നു. കൺദൂരത്ത് ഉയർന്നു

നില്ക്കുന്ന അറ്റ്ലസ് ഹോട്ടലിലാണ് രാത്രിശയനം പ്ലാൻ ചെയ്തിരിക്കുന്നത്. സൂക്ക് അൽ ബഹാറിൽനിന്നും പ്രിയതരമായ ഊദ് വാങ്ങുകയെന്നത് ഏറെനാളായി അവൾ പറയുന്ന ആഗ്രഹമാണ്. അയാൾക്കാകട്ടെ ദുബായ് മാളിനുള്ളിലെ കിനോകുനിയാ പുസ്തകശാലയിൽനിന്നും *ഡെസേർട്ട് ഗേൾ* എന്ന പുസ്തകവും വേണം.

അൽനാദയിൽ നിന്നും പുറപ്പെട്ട്, ദേരയും ട്രേഡ് സെന്ററും താണ്ടി അവൾ ഒഴുകിവരുന്നതും ഓർത്ത് പരമ്പരാഗത രീതിയിൽ തടിയിലും സിമന്റിലും പണിതീർത്തിരിക്കുന്ന കച്ചവടച്ചുമരുകൾക്കിടയിലൂടെ നടത്തം. ഒരു വർഷത്തിലേറെയായി ശ്വാസഗതിയായി കൂടെ നിന്ന് ആഴത്തിൽ വേരുപടർത്തിയ പെണ്ണ്. വിവിധ ഭൂമികകൾ, എമിറാത്തുകൾ... ആദ്യദിനം മുതൽ ഇന്നുവരെ പകരുകയും പടരുകയും ചെയ്യുന്നത് ഒരേ സുഗന്ധത്തിന്റെ ഓർമ്മകൾ.

റാസ് അൽ ഖോർ

എച്ച് ആർ ഡിപ്പാർട്ടുമെന്റിൽനിന്നും റിക്രൂട്ട്മെന്റ് മാനേജർ ദീപ്തി ഗുപ്തയുടെ ഇമെയിലാണ് അന്നാദ്യം ഔട്ട്ലുക്കിൽ വന്നത്. സാധാരണ കാണാത്ത ഇമെയിൽ ഐഡിയിൽ നിന്നുമായതിനാൽ ചെറു കൗതുകത്തോടെയാണ് മെയിൽ തുറന്നതുതന്നെ. അതിൽ നല്കിയിരുന്നത് മറിയം എന്നൊരു യമനി പെൺകുട്ടിയുടെ വിവരങ്ങളായിരുന്നു. പുതുതായി ജോലിയിൽ പ്രവേശിക്കുന്ന അവളുടെ മെന്റർ ആണത്രേ അയാൾ. ജോലിയിലേക്കുള്ള ആദ്യ ചുവടുവയ്പ്പിന് വേണ്ട സഹായങ്ങൾ, നൽകേണ്ട ഫോമുകൾ, മാർഗ്ഗനിർദ്ദേശങ്ങൾ ഒക്കെ പ്രിന്റ് എടുത്തുകഴിഞ്ഞപ്പോഴേക്കും മറിയം വന്നു. ഡിപ്പാർട്ട്മെന്റ് ഹെഡ് ഉൾപ്പെടെ സഹപ്രവർത്തകർക്ക് പരിചയപ്പെടുത്തുമ്പോൾ പൂച്ചക്കുഞ്ഞിനെപ്പോലെ അവൾ പതുങ്ങുന്നുണ്ടായിരുന്നു. ഒരു സ്കൂൾ കുട്ടികണക്കെ കൗതുകത്തോടെ അയാളെ അവൾ ശ്രവിച്ചിരുന്ന നേരത്താണ് ലബനോനിലെ ദേവതാരുസമമായ ഉടലാഴങ്ങളിൽനിന്നും പടരുന്ന പുതുഗന്ധം തിരിച്ചറിഞ്ഞത്. അകലുമ്പോഴും അടുപ്പം വിളിച്ചോതുന്ന ഊദിന്റെ ഇളംകാറ്റ്.

ജോലിക്കിടയിൽ കയോസേര മെഷീനുമുന്നിൽ ഫോട്ടോകോപ്പി എടുക്കുവാൻ പോകുമ്പോഴൊക്കെ ചില്ലുജാലകത്തിനപ്പുറം നീണ്ടുനിവർന്നു കിടക്കുന്ന ഹട്ട-ഒമാൻ റോഡിലേക്ക് കണ്ണുകൾ വിടർത്തി അവൾ നിൽക്കുന്നത് കാണാം. അങ്ങ് ദൂരെ, നിരനിരയായി പരന്നുകിടക്കുന്ന ഈന്തപ്പനത്തോട്ടങ്ങൾ. അവയ്ക്ക് കരുതലേകുന്ന ഗാഫ് മരത്തണലുകൾ. അതിനുമുകളിലൂടെ ചിറകുവിരിച്ച് കടൽനീലിമയിൽനിന്നും മരുഭൂമണലിലേക്ക് ഗതിതിരിഞ്ഞ് വിമാനത്താവളത്തിലേക്ക് ചേക്കേറുവാൻ നീങ്ങുന്ന വമ്പൻ ആകാശപ്പക്ഷികൾ. ഒരാഴ്ച കഴിഞ്ഞ് അതേപോലൊരു സായന്തനത്തിൽ ആ പ്രിന്ററിന് മുന്നിൽവച്ചാണ് അയാൾ അവളോട് "വീട്ടിൽ ആരൊക്കെയുണ്ട്?" എന്നൊരു വ്യക്തിപരമായ ചോദ്യമെടുത്തി

ട്ടത്. ലഹബാബ് ഭാഗത്തേക്ക് മുരൾച്ചയോടെ അഗ്രിഗേറ്റസുമായി പാഞ്ഞു കൊണ്ടിരുന്ന ബെൻസ് ട്രക്കിലേക്ക് നയനങ്ങൾ കൂർപ്പിച്ചുനിന്ന മറിയം ധൃതിയിൽ തിരിഞ്ഞു. കറുപ്പിനാൽ അതിരുകൾ വരച്ച കണ്ണുകൾ ചുവന്നിരുന്നു. പിന്നെ ജലഭാരമേറിയ മിഴികൾ തുളുമ്പി.

"അറിയില്ല... എനിക്കൊന്നും അറിയില്ല" ശിശുവിനെപ്പോലെ വിതുമ്പൽ. പദ്മോസ് ദ്വീപിൽ അകപ്പെട്ട, *ബൈബിളിലെ* യോഹന്നാനെപ്പോലെ അയാൾ നിന്നുപോയ നിമിഷം. ചോദ്യത്തിലെ അപാകതയെന്തെന്ന് സ്വയംചോദിച്ച് അവളുടെ അടുത്തേക്ക് നടന്നതും തണുത്തുറഞ്ഞ കൈവിരലുകളാൽ മറിയം അയാളുടെ കൈത്തണ്ടയിൽ അമർത്തിപ്പിടിച്ചു. ഹൃദയത്തിന്റെ വിറയൽ ചെറുകൈവിരലുകളിൽ നിറയുമ്പോൾ അസാധാരണമായ ചൂട് തന്നിൽ ഉല്പാദിപ്പിക്കപ്പെടുന്നത് അയാൾ അറിഞ്ഞു. നീർത്തോട് കാംക്ഷിക്കുന്ന മാൻപേടപോലെ അവൾ വീണ്ടും പറഞ്ഞു "അറിയില്ല... എനിക്കറിയില്ല. എനിക്കിന്ന് ആരുമില്ല."

പെണ്ണിന് ഇത്രയേറെ തണുപ്പോ? അയാളത് ചിന്തിക്കുമ്പോൾ കഥ പറയാൻ കാത്തിരുന്നതുപോലെ കണ്ണുകൾ തുടിക്കുന്നുണ്ടായിരുന്നു

അൽ നക്കീൽ

തുറമുഖ നഗരത്തിലെ ആദ്യ പഞ്ചനക്ഷത്ര ഹോട്ടലിന്റെ മുകൾനിലയിൽ ജനാലയ്ക്കരികെനിന്നാൽ നക്കീൽ സിറ്റിയുടെ കാഴ്ചകൾ ഏറെയും ദൃശ്യജാലകം തുറന്നുതരും. റാക്മാൾ, ഹിൽട്ടൻ ഹോട്ടൽ, മാന്നാർ മാൾ... അതിനൊക്കെ അപ്പുറം, തീരത്തെ ഇടതടവില്ലാതെ ലവണചുംബനമേകുന്ന കടൽ. കുളികഴിഞ്ഞ് കുളിരിന് കൂട്ടായി ആവി പറക്കുന്ന ബ്ലാക്ക് കോഫിയുമായി മറിയം പിന്നിലൂടെ വന്ന് പനീർപ്പൂപോലെ പരിലസിക്കുന്ന ചുണ്ടുകൾ വലതുകാലിൽ അമർത്തിയപ്പോൾ അയാൾ തിരിഞ്ഞു. കൺപീലികളുടെ തട്ടലിൽ ഹൃദയമിടിച്ചപ്പോൾ അവൾ പറഞ്ഞു. "അറിയുമോ? ഇന്ന് ഒരു വർഷം കഴിഞ്ഞു' യമനിലെ തേനിന്റെ മധുരംപോലെ വാക്കുകളെറിഞ്ഞ് ആ കപോലങ്ങൾ തുടുത്തു.

നേര്. മറിയം കുളിക്കുവാൻ കയറിയ മുതൽ ഇത്രനേരം ജനാലയിലൂടെ കണ്ണുകളെ വിദൂര മേച്ചിൽ പുറങ്ങളിലേക്ക് സഞ്ചാരത്തിന് പറഞ്ഞയച്ചിട്ട് അയാൾ ചിന്തിച്ചതും അതുതന്നെ. അവൾ ഓഫീസിൽ ജോയിൻ ചെയ്ത ദിവസങ്ങളിൽ അയാൾ മെന്ററായി. പ്രൊബേഷൻ കാലത്ത് അവൾ ട്രെയിനിയും അസിസ്റ്റന്റുമായി. മെല്ലെമെല്ലെ കരാമയിലുള്ള സ്റ്റുഡിയോ ഫ്ളാറ്റിൽ ഏകാന്തരാവുകൾക്ക് അറുതിയുമായി. ആ രാവുകളിലൊന്നിലാണ് അഞ്ജുവിനോട് ജീവിതത്തിലെ വലിയൊരു കള്ളം പറഞ്ഞത്. സൗദിയിൽനിന്നും എഴുത്തുകാരൻ ആൻഡ്രൂസ് അതിരുങ്കൽ ഫ്ളാറ്റിൽ എത്തുന്നുണ്ടെന്ന്. പാവം സൗദിക്കാരൻ, കഥകളെഴുതുന്നവന്റെ ജീവിതം കള്ളക്കഥയ്ക്കായി ഉപയോഗിച്ചു. ഇന്നലെ വായിച്ചു മടക്കിയ പുസ്തകം കണക്കെ ഒരു വർഷം പാഞ്ഞു. പല്ലി ചിലയ്ക്കും

പോലെ ഉടനടി അഞ്ചുവിന്റെ ഫോൺ വിളിയെത്തി. അയാളത് കട്ടു ചെയ്യു കയാണ് ചെയ്തത്. സത്യത്തിൽ അവൾക്ക് അത്ഭുതശക്തി വല്ലതു മുണ്ടോ? രാവിലെ എണീറ്റാൽ ഉടനെ വിളി. ഓഫീസിൽനിന്നും ഫ്ളാറ്റി ലെത്തിയാൽ വിളി. 'നിങ്ങൾ സാറ്റലൈറ്റിന്റെ നോട്ടത്തിലാണ്' 'സി സി ടി വി നിരീക്ഷണത്തിലാണ്' എന്നൊക്കെയുള്ള ബോർഡുകൾ പുറത്തും അകത്തുമൊക്കെ കാണുമ്പോൾ ഉൾഭയം അരിച്ചുകയറാറുണ്ട്. അഞ്ജു വിന്റെയും ക്യാമറക്കണ്ണുകളുടെ നിരീക്ഷണത്തിലാണോ എന്നൊരു ആന്തൽ. മറ്റൊരു പെണ്ണിന്റെ ശയനച്ചൂട് മൊബൈൽ ഫോണിൽ അഞ്ജു വിന്റെ വാൾപേപ്പർ കാണുമ്പോഴൊക്കെ വേട്ടയാടുന്നു. ചിലപ്പോൾ പുലർച്ചയോളം ആ ഭീതി പേപിടിച്ച നായെപ്പോലെ നിരന്തരം കുരയ്ക്കു കയും ഞരങ്ങുകയും ചെയ്യും.

"വരൂ." മറിയം പുഞ്ചിരിക്കുന്നു. ചിന്തകളുടെ മണൽക്കാറ്റിൽ നിന്നും ചുണ്ടുകളും ചൂടുകാപ്പിയുമായി അവളുടെ സ്വരം അയാളെ അകത്തേക്ക് കൈപിടിച്ചു നടത്തി. ഉള്ളിൽ കത്തുന്ന കനലുകൾ നിറച്ച് പെണ്ണുങ്ങൾ പുഞ്ചിരിക്കുന്നത് എങ്ങനെയാണ്?

താപനിലങ്ങൾ എന്നർത്ഥമുള്ള തിഹാമഹ് എന്ന പ്രദേശത്തായി രുന്നു മറിയത്തിന്റെ ജനനം. പിന്നീട് സനയിലേക്ക് കുടുംബം ചേക്കേറി. പൊതുവെ നാടോടികൾ അല്ലാത്ത യമനികൾക്കിടയിൽ വ്യത്യസ്തരാ യിരുന്നു അവർ. ജീവിതവഴികൾ തേടി ലോകത്തിന്റെ വിവിധ കോണു കളിൽ ചിന്നിച്ചിതറിയ ഗോത്രം. കുടുംബത്തിന്റെ ജീവിതം പച്ചപിടിച്ചു തുടങ്ങിയത് സനയിൽ എത്തിയശേഷമായിരുന്നു. എന്നാൽ ഒരിക്കൽ, രാത്രി ഇരുട്ടി വെളുപ്പിക്കുമ്പോൾ എല്ലാം തകിടം മറിഞ്ഞു.

കഴിഞ്ഞ തവണ അവിടെയാണ് മറിയം കഥ പറഞ്ഞ് നിർത്തിയത്. അടുത്തൊരു സമാഗമത്തിന് തീപ്പൊരിയാകുന്ന മട്ടിലാണ് എന്നും അവൾ കഥകൾ അവസാനിപ്പിക്കാറ്. സസ്പെൻസ് ത്രില്ലർപോലെ തുടരുന്ന ജീവിതം കഥകളിലൂടെ ഓരോ തവണയും അവളിലേക്ക് പ്രണയാതുര മായി ബ്ലെൻഡ് ചെയ്ത അനുകമ്പയെന്ന ആർദ്രത അറിഞ്ഞിട്ടാണ് 'ബ്ലഡി ബ്ലെൻഡർ' എന്നവൾ അയാളെ രഹസ്യമായി വിളിക്കുന്നത്.

"മെന്റർ, മൈ ഡിയർ ബ്ലെൻഡർ!" ഇതുംപറഞ്ഞ് കിടക്കയിൽ പറ്റി ച്ചേർന്ന് കിടക്കുമ്പോൾ മറിയം ബാക്കിവച്ച കഥ തുടരുവാനാരംഭിച്ചു. "നിനക്കറിയുമോ, നോഹയുടെ പുത്രൻ ശേം നിർമ്മിച്ചതാണ് എന്റെ മുതുമുത്തച്ഛന്റെ നഗരമായ മാരിബ്, വലിയൊരു പ്രളയത്തിന്റെ അടയാളം. ഒരിടത്തും സ്ഥിരതാമസമാക്കാതെ നാടോടികളായി നടക്കുമ്പോൾ നഷ്ട മാകുന്നതും ശാശ്വതമല്ലാതെ കൂടുതൽ ലഭിക്കുന്നതും എന്താണെന്നറി യുമോ? സർട്ടിഫിക്കറ്റുകൾ ഇല്ലാത്ത അറിവ്, ജ്ഞാനം. ഞങ്ങളെ പലരും തദ്ദേശവാസികളായി കണക്കുകൂട്ടുകയില്ല. ഞങ്ങളുടെ വംശം അത് വില യ്ക്കെടുത്തതുമില്ല. നാടോടിക്കെന്ത് നാട്ടുപരിഷ്കാരം?"

"നീ നാടോടിയായത് നന്നായി മറിയം. അല്ലെങ്കിൽ എനിക്ക് നിന്നെ..." ഉലയുന്ന ശരീരത്തിലേക്ക് തൂവെള്ള ബ്ലാങ്കെറ്റ് വലിച്ചിട്ട് അയാൾ പറ

ഞ്ഞതും പെട്ടെന്നവൾ ചാടി എണീറ്റു. പിന്നെ കോപത്തോടെ അയാളുടെ കവിളത്ത് അടിച്ചു. "ബ്ലഡി ബ്ലെൻഡർ... എന്റെ വീട്, എന്റെ നാട്. എല്ലാമെല്ലാം നഷ്ടമായതിനാലാണ് നിനക്കെന്നെ കിട്ടിയത്. അറിയുമോ? എനിക്കെല്ലാം പോയി. എല്ലാം. യു... സെൽഫിഷ് ബ്ലെൻഡർ..!!" ഇതും പറഞ്ഞ് അവൾ അയാളുടെ നെഞ്ചിലേക്ക് തന്റെ നാട്ടിലെ അൽ മാമുറാ കടലോരത്തേക്ക് അപ്രതീക്ഷിതമായി ഉയരുന്ന തിരമാലകണക്കെ വന്നടിച്ചു. കണ്ണുകളാകുന്ന പളുങ്കുപാത്രം ചിതറി അയാളുടെ നെഞ്ചിലെ രോമക്കാടുകളിൽ ഉപ്പുനീലച്ചാലുകൾ ഇഴഞ്ഞു.

"മറിയം... ഏയ് മറിയം" അയാൾ തുടുത്ത മുഖം പിടിച്ചുയർത്തി. നേർത്ത വെളിച്ചത്തിൽ കുഞ്ഞുപൂച്ചയുടെ നയനപ്രകാശം. 'വീട്ടിൽ ആരൊക്കെയുണ്ട്' എന്നൊരു ചോദ്യം റാസ് അൽഖോർ ഓഫീസിൽ കയോസേര പ്രിന്ററിന് മുന്നിൽവച്ച് ചോദിച്ച അതേ നിമിഷം അയാളുടെ മുന്നിൽ അനാവൃതമായി.

"അന്നൊരു രാത്രി സനയിൽ സന്തോഷത്തോടെ അത്താഴത്തിന് മന്ത്രിയും കഴിച്ച് കിടക്കവെ, വെറുപ്പിന്റെ വെടിയൊച്ചകൾ മുഴങ്ങി. പകയുടെ ക്രൂരതയും ഭീകരതയും ഞങ്ങൾ അറിഞ്ഞു. എന്റെ സഹോദരന്മാർ വെടിയൊച്ച കേട്ട് പുറത്തേക്ക് ഓടി. പിതാവും മാതാവും ഞാനും അകത്തേക്കും. പക്ഷേ, എത്രനേരം? അരിപ്പകൾ പോലെ വാതിലുകൾ വെടികൊണ്ട് വീഴുമ്പോൾ എവിടെ രക്ഷ? 'നീ ഓടിപ്പോകൂ... മോളേ ഓടിപ്പോകൂ..' അമ്മയുടെ അലർച്ച കാതുകളിൽ അകലുവോളം. ഞാൻ പിന്തിരിഞ്ഞുനോക്കാതെ പായുകയായിരുന്നു. സന, സയോൺ, സലാല, നിസ്വ, ഇബ്രി, അലൈൻ... ആ ഓട്ടമാണ് മിസ്റ്റർ മെന്റർ താങ്കളുടെ നെഞ്ചത്ത് ഇപ്പോൾ വീണഴിഞ്ഞുകിടക്കുന്നത്."

ഇനിയും പൂർത്തിയാകാത്ത കഥയെപ്പറ്റി കുറേയേറെ ചോദിക്കണം എന്നുണ്ടായിരുന്നു. പക്ഷേ, വല്ലാത്ത ഭീതി അയാളെ വലയം ചെയ്തിരുന്നു. വംശം, മതം, വർഗ്ഗം... വയ്യ. അവളോട് ഒന്നും ചോദിക്കാനാകുന്നില്ലല്ലോ ദൈവമേ. ഈ മങ്ങിയ പഞ്ചനക്ഷത്ര പ്രകാശത്തിൽ ലോലവികാരങ്ങൾക്കല്ലാതെ മനസ്സ് വാതിൽതുറക്കുന്ന പ്രയാസം.

"നിനക്കറിയുമോ? ഞങ്ങളുടെ വംശത്തിനൊരു പ്രത്യേകതയുണ്ട്. വീട്ടിൽ ആരെങ്കിലും വിരുന്നുവന്നാൽ ഈശ്വരതുല്യരായി സ്വീകരിക്കും. അവർക്ക് എന്തെങ്കിലും കാരണവശാൽ ആപത്ത് വരികയാണെങ്കിലോ? സംശയിക്കണ്ട, വീട്ടിലെ അംഗങ്ങൾ സ്വന്തം ജീവൻ ബലികൊടുത്തും സംരക്ഷിക്കും. തിരികെ ലഭിക്കില്ലെങ്കിലും അതാണ് ഞങ്ങളുടെ പാരമ്പര്യം. എന്നാൽ..."

"എന്നാൽ...?!" അയാൾക്ക് ആകാംക്ഷയേറി. മറിയം ഒന്ന് പുഞ്ചിരിച്ചു. പിന്നെ ഉറക്കെയുറക്കെ ചിരിയുടെ മിസൈലുകൾ വർഷിച്ചുകൊണ്ട് തുടർന്നു. "കണ്ടോ, കണ്ടോ... സസ്പെൻസ് കയറിവരുന്നത് കണ്ടോ?" അവളൊന്ന് നിവർന്നിരുന്നു. "മറ്റൊന്നുമല്ല. അങ്ങനെ വീട്ടിൽ അതിഥിയായി വരുന്നവൻ ഒരേയൊരു തെറ്റ് ചെയ്താൽ മാത്രം ഞങ്ങൾ പൊറു

ക്കില്ല മിസ്റ്റർ, ഒരേയൊരു തെറ്റ്" ഇതും പറഞ്ഞ് അവൾ ബെഡ് ലാമ്പി നടുത്ത് വച്ചിരുന്ന ബാഗിൽനിന്നും ടാബ്ലെറ്റ് പുറത്തെടുത്തു. പിന്നെ അയാളോട് ചോദിച്ചു. "അതവിടെ നിൽക്കട്ടെ, ബാക്കി അടുത്ത കുടിച്ചേ രിൽ പറയാം. ഇപ്പോൾ ഇ സി പി*, മോർണിങ് ആഫ്റ്റർ പിൽ." ഇതും പറഞ്ഞ് ഉറക്കെയുറക്കെ ചിരിച്ചുലഞ്ഞ് അവളത് വായിലേക്കിട്ടു. പിന്നെ അയാളെ അമർത്തി ചുംബിച്ചു. ഊദുഗന്ധവും ചടുലതയും ആവേശ ത്തിന്റെ കുതിരശക്തി പാകി അയാളിലേക്ക് പടരുവാൻ തുടങ്ങി.

കോർ ഫൊക്കാൻ ബീച്ച്

ഇതിപ്പോൾ പലതവണയായി. ആനുവൽ ലീവ് ഏഴെട്ടെണ്ണം അഞ്ജു അറിയാതെ എടുത്തുതീർത്തു. പലതരം ഓഡിറ്റുകളുടെ പേരുകൾ പറഞ്ഞ് കടന്നുപോയ അവധികൾ. പരിഭവങ്ങളുടെ ചിലമ്പുകൾ ഉയരു മെങ്കിലും ഭർത്താവ് തിരക്കുള്ളവനാകുന്നതിൽ അവൾ അഭിമാനിക്കു ന്നുണ്ടാകണം. അവൾക്ക് ദാനമായി ഗ്രാമപച്ചയിൽ നൽകേണ്ട ദിനങ്ങ ളാണ് മറിയത്തിന്റെ ഉടൽ ഉണർവ്വുകളിൽ ഉടഞ്ഞുപോകുന്നത്. അനു കമ്പ പേറുന്ന പ്രണയം. വീടും നാടും സ്വത്വം പോലും വിട്ടോടിപ്പോ വുക എന്ന ഭീകരത. തന്റെ ദേശത്തെ കടൽത്തീരത്ത് ഞണ്ടുകൾ തുര ന്നുണ്ടാക്കുന്ന മണൽക്കുന്നുകൾക്ക് സമമായിത്തീരുന്ന ഭവനങ്ങളെപ്പറ്റി അയാളോട് അവൾ പറയാറുണ്ടായിരുന്നു. നൂറ്റാണ്ടുകൾക്ക് മുമ്പ് ഉപദ്വീ പിലെ ഏറ്റവും സംസ്കാരസമ്പന്നമെന്ന പേരുണ്ടായിരുന്ന, സമ്പുഷ്ടവും സന്തുഷ്ടവുമായ ജനത. എന്നാൽ പകയെന്ന ഭ്രാന്തിനെ പുൽകി ശാപ ഗ്രസ്തമനസ്സുമായി കാലത്തിനു നേരെ കല്ലെറിയുമ്പോൾ രാജ്യം രാജ്യ ത്തോടും ജനത ജനതയോടും പോർവിളിക്കുകയും കൊന്നുതള്ളുകയും ചെയ്യുന്ന വിരൂപവിലാപം. ഓരോ തവണ മറിയം സ്വന്തം രാജ്യത്തിന്റെ അനുഭവങ്ങൾ പറയുമ്പോഴും അയാളുടെ ഹൃദയഭിത്തികൾ നേർത്ത് നേർത്ത്... ചായുവാൻ ചുമൽ തേടുന്ന കുറുകലിൽ അവളെ ചേർത്തു പിടിച്ചു. വിവാഹിതൻ, പത്ത് വയസ്സുള്ള പെൺകുട്ടിയുടെ പിതാവ് എങ്കി ലും.. മടക്കികൊടുക്കാനാകാത്ത കടമകളുടെ ബാഹുല്യം. ഓരോന്നും ഒരുപരദേശിയുടെ കണ്ണീരിൽ അലിഞ്ഞലിഞ്ഞ് സ്വയം കാരമില്ലാത്ത ഉപ്പു പരലായി മാറുന്നുവെന്ന് അയാൾ ചിലപ്പോഴെങ്കിലും ആലോചിക്കാറു ണ്ട്. അഞ്ജു ഇന്നും എന്നും എല്ലാമെല്ലാമാണ്. ഹൃദയത്തിന്റെ ഹൃദ യം, ആത്മാവിന്റെ ആഴം. ദൈവം യോജിപ്പിച്ചതിനെ മനുഷ്യനായി വേർപെടുത്തുവാൻ കഴിയാത്ത ചിലത്. എന്നാലും..?

കോർ ഫൊക്കാൻ ബീച്ചിൽ അയാളോടൊത്ത് തിരമാലകൾക്കൊപ്പം മനവും തനുവും ഇളകിയാടുമ്പോൾ ഒരിക്കൽ കിടക്കയിൽ പറഞ്ഞ് മുഴു പ്പിക്കാത്ത കഥയുടെ ബാക്കി മറിയം എടുത്തിട്ടു. "നക്കീലിൽ വച്ച് ഞങ്ങ ളുടെ വംശത്തിന്റെ പ്രത്യേകത പറഞ്ഞത് ഓർക്കുന്നുണ്ടോ?"

---

* ഇ സി പി: Emergency Comtraceptive Pill

“ഉണ്ട്. അതിഥി ദേവോ ഭവ. പറയൂ” മാനിക്യൂർ ചെയ്ത് മനോഹരമാക്കിയ അവളുടെ ചെറുവിരലുകൾ അയാൾ ചേർത്ത് പിടിച്ചു.

“ഞങ്ങൾ വലിയ സൽക്കാരപ്രിയരും അതിഥികളെ കരുതലോടെ ശുശ്രൂഷിക്കുന്നവരുമാകുന്നു. ഞാൻ പറഞ്ഞില്ലേ? വീട്ടിലൊരാളുടെ ജീവൻ ബലി കൊടുത്താണെങ്കിലും അഭയം തേടി വന്നവരെ സംരക്ഷിക്കും. എന്നാൽ അതിഥി ഞങ്ങളുടെ സ്ത്രീകളെയോ പെൺകുട്ടികളെയോ നീതിക്ക് നിരക്കാത്ത രീതിയിൽ നോക്കുകയോ അവർക്കൊപ്പം ശയിക്കുവാൻ ശ്രമിക്കുകയോ ചെയ്താൽ.. എന്തു വന്നാലും അവരെ ഇല്ലായ്മ ചെയ്തിരിക്കും” അത് പറഞ്ഞവൾ ചിരിക്കാൻ ശ്രമിച്ചപ്പോൾ ഉള്ളിലൂടെ മിന്നൽ പാഞ്ഞത് അയാളറിഞ്ഞു. അഞ്ജുവിന്റെ മുഖം! കടൽവെള്ളം തിളയ്ക്കുന്നതായും ആ ചൂടിൽ വെന്തുരുകുന്നപോലെ തോന്നുകയും ചെയ്തു. പ്രണയനീതി ചിലനേരമെങ്കിലും ലോഹം പോലെ ഉരുകിയൊലിക്കുകയും പൊള്ളലേൽപ്പിക്കുകയും ചെയ്യും.

“ബ്ലെൻഡർ, നീ ഗ്ലോബൽ വില്ലേജിലും എക്സ്പോ ട്വന്റി ട്വന്റിയിലും പോയല്ലോ? എന്താണവിടെയെല്ലാം നിറഞ്ഞുനില്ക്കുന്ന നിറം? അതിർത്തികൾ ഇല്ലാത്ത ലോകവർണ്ണങ്ങൾ. എല്ലാ നിറങ്ങളും ഒന്നായിത്തീർന്നു. യാ അള്ളാ!... എന്നെപ്പോലൊരാൾക്ക് ലോകം എന്നാണ് നിന്റെ ടാഗോർ പറഞ്ഞപോലെ ഒരേയൊരു പക്ഷിക്കൂടാകുന്നത്?” അയാൾ ഒരു നിമിഷം അത്ഭുതത്തിന്റെ തട്ടമുയർത്തി അവളെ നോക്കി. “പേടിക്കണ്ട നിന്റെ നാട്ടിലെ കുറെ കേമന്മാരെയൊക്കെ അടുത്തയിടയ്ക്ക് ഗൂഗിൾ ചെയ്തറിഞ്ഞിട്ടുണ്ട്. എന്റെ നാട്ടിലും ഉണ്ടായിരുന്നു കുറേപ്പേർ. എന്നാൽ ഇന്ന് എല്ലാം കടലിൽ ചെന്നുചേരാത്ത ഞങ്ങളുടെ നദികളും പുഴകളും പോലെയും, ബുള്ളറ്റ് തുളകൾ വീണ കെട്ടിടഭിത്തികൾ പോലെയും. നിന്നോടൊത്ത് കിടക്കുമ്പോഴും ദുഃസ്വപ്നങ്ങൾ കണ്ട് ഉറക്കത്തിൽ ഞെട്ടിയുണരുന്നു. വൻ ട്രക്കുകളുടെ ഒച്ച, മെഷീൻ ഗണ്ണുകളുടെ ചീറ്റൽ, മൈനുകളൊപ്പം ചിതറിത്തെറിക്കുന്ന മനുഷ്യമാംസം, ചോരച്ചുവപ്പ് പടരുന്ന വഴികളും ചുമരുകളും കൈകളും. കണ്ണടച്ചാൽ ഭീതിയുടെ പറിഞ്ഞുപോകാത്ത കാഴ്ചകൾ” അവളുടെ ഇളം മേനി വിറകൊണ്ടു. നനഞ്ഞൊട്ടിനിന്ന് അയാൾ മറിയത്തിന്റെ കണ്ണുകളിൽ തലോടി “നിന്റെ നെഞ്ചിൽ ചാരുമ്പോൾ വേദനകൾ ഇല്ലാതാകുന്നു മെന്റർ. ഞാൻ പക്വതയുള്ളവളായിത്തീരുന്നു ബ്ലഡി ബ്ലെൻഡർ”

“പെണ്ണേ നിനക്ക് പക്വതയേറുമ്പോൾ ഞാനോ ശിശുവായിത്തീരുന്നു” അത് കേട്ട് അവൾ കുറുകി, ചിരിച്ചു. പിന്നെ ഉപ്പുവെള്ളം അയാളുടെ കണ്ണുകളിലേക്ക് തെറിപ്പിച്ചുകൊണ്ടേയിരുന്നു. ആ നിമിഷം തികച്ചും പൈതലിനെപ്പോലെ മാറിയിരുന്നു അയാൾ. മണ്ണിന്റെ ആഴങ്ങളിലേക്ക് ജലം തേടിപ്പോകുന്ന ദേവദാരു മരത്തിന്റെ വേരുകണക്കെ ദേവതയായി അയാളുടെ ആഴങ്ങളിലേക്കവൾ പടർന്നു.

ഡാൻസിങ് ഫൗണ്ടൻ

ഫൗണ്ടനിൽ പുതിയ ജലനൃത്തം ആരംഭിക്കുന്നതിന്റെ അറേബ്യൻ സംഗീതം ഉയരുകയായി. ആകാശത്തേക്ക് ചീറിപ്പായുകയും വളഞ്ഞും പുളഞ്ഞും ചാഞ്ഞും ചരിഞ്ഞും വിദഗ്ദ്ധരായ ദേവനർത്തകിമാരെപ്പോലെ ജലചലനം. സൂക്കിൽനിന്നും അയാൾ പുറത്തേക്കിറങ്ങിയതും മൊബൈൽ വിറച്ചു. അഞ്ജുവിന്റെ മെസേജ്. ഒപ്പം ബോട്ടിമിൽ വിളിയും. അതെടുത്തതും മോളുടെ ഒച്ചയിടീൽ. "പാപ്പാ, അറിയുവോ? ടോമി ഇന്ന് കൂട്ടിൽനിന്ന് ഇറങ്ങിയോടി" പുറത്തെ ഒച്ചകാരണം മകളുടെ വാക്കുകൾക്ക് ചെവികൊടുക്കുവാനായി അയാൾ ദുബായ് മാളിനുള്ളിലേക്ക് ചാടിക്കയറി.

"എന്നിട്ട്?"

"എന്നിട്ടെന്തുവാ, അമ്മയും ഞാനും കൂടി ഒത്തിരി പാടുപെട്ടു. പപ്പ എന്നാ ഇങ്ങോട്ട് വരുന്നേ?" അവളുടെ കിലുക്കം പരിഭവത്തിലേക്ക് പടി ചവുട്ടുമ്പോൾ അഞ്ജു ഫോണെടുത്തു.

"എന്താ ശബ്ദം?"

"ദുബായ് മാളിലാ."

"അവിടെ എന്തെടുക്കുവാ?"

"ഒരു മീറ്റിങ് ഉണ്ട്."

"ഓഡിറ്റിങ്ങിന് വേണ്ടിയല്ലേ? അറിയാം."

"അതെങ്ങനെ നീയറിഞ്ഞു..?"

"പതിനഞ്ച് വർഷത്തിൽ കൂടുതലായില്ലേ മാഷേ... അറിയാതെങ്ങനെ? ഞാൻ വേറൊരു കാര്യം പറയട്ടെ?" അവൾ ബെഡ്റൂമിലേക്ക് കയറി കതകടയ്ക്കുന്ന ശബ്ദം പശ്ചാത്തലത്തിൽ മുഴങ്ങി.

"എന്താണ്?"

"എനിക്ക് നിങ്ങളെ ഇപ്പോൾ വേണം. ഈ തണുപ്പത്ത് ഈ രാത്രിയിൽ ഇപ്പോൾത്തന്നെ"

"ഇപ്പോളോ..?"

"ആ ഇപ്പോൾത്തന്നെ. എനിക്ക് വയ്യ. ടിക്കറ്റെടുക്ക്. ഇപ്പോൽത്തന്നെ"

"അഞ്ജു... നീ... പിള്ളേരെപ്പോലെ?"

"പിള്ളാരെപ്പോലെയല്ലല്ലോ ഞാൻ പറയുന്നത്. പ്രായപൂർത്തിയായപോലെ തന്നെയാ എന്താ സംശയമുണ്ടോ?"

"വരാം.."

"എപ്പോ?"

"മറ്റന്നാൾ"

"സത്യം... അപ്പോ ഓഡിറ്റ് ഇല്ലേ?"

"അത് മാറ്റാമെടീ..."

"ഹ ഹ ഹാ!! മറ്റന്നാൾ ഞാൻ നിങ്ങളോടൊപ്പം പറുദീസയിൽ ആയിരിക്കും" മറിയത്തിന്റെ ഫോൺ കയറിവന്ന് അഞ്ജുവിന്റെ ലൈൻ കട്ടായി.

മാളിൽനിന്നും *ഡെസേർട്ട് ഗേൾ* എന്ന പുസ്തകം വാങ്ങാതെ അറ്റ്ലസ് ഹോട്ടലിലേക്ക് നീങ്ങി. ആ പുസ്തകം ഒരിക്കൽ മറിയം പറഞ്ഞ അവളുടെ നാട്ടിലെ പെൺകുട്ടിയുടെ ജീവിതമായിരുന്നു. ആ പുസ്തകത്തിലെ കഥ കേട്ടപ്പോൾ ചെറുഭീതി ഉയരങ്ങളിൽനിന്നും മനസ്സിലേക്ക് ഉൽക്കപോലെ വന്നുവീണതാണ്. മകളുടെ പ്രായമുള്ള എട്ടുവയസ്സുകാരിയെ വധുവാക്കിയ പുരുഷൻ. ശൈശവത്തിൽ തന്നെ ആദ്യരാത്രിയുടെ കാമകിടക്കയിലേക്ക് നാല്പത് വയസ്സുകാരനൊപ്പം എറിയപ്പെട്ട് ബാല്യം പിച്ചിച്ചീന്തപ്പെടുന്ന ദൃശ്യം. രക്തം വാർന്ന് മരണം കണ്ണുകളെ തഴുകിയ ആദ്യരാത്രി എന്ന അവസാനരാത്രി. കുറ്റം ആ കൊച്ചുകുട്ടിയിൽ തന്നെ ആരോപിച്ച് ചത്ത പട്ടിയെപ്പോലെ ശവം മറവുചെയ്യൽ. എസ് ജി ബി വി അഥവാ സെക്ഷ്വൽ ആന്റ് ജെൻഡർ ബേസ്ഡ് വയലൻസ്. ലോകം കണ്ട വലിയ ഹ്യൂമാനിറ്റേറിയൻ ക്രൈസസിന്റെ പുസ്തകമാണ് *ഡെസേർട്ട് ഗേൾ.* ഇനിയൊരിക്കൽ വാങ്ങാം. ഒന്നിനു പിറകെ ഒന്നായി ഫോണൊച്ച എന്ന പെണ്ണൊച്ച.

അയാൾ ഫോണെടുത്ത് പറഞ്ഞു "യെസ്... എത്തി രണ്ടു മിനിറ്റ്."

അറ്റ്ലസ് ഹോട്ടൽ ഡൗൺ ടൗൺ

രാത്രി അവൾ പറയാമെന്നേറ്റ സസ്പെൻസിനെപ്പറ്റി അയാൾ ചോദിച്ചില്ല. മറിയം പറഞ്ഞതുമില്ല.

രാവ് ഉടയാട മാറിയുടുത്ത് അടുത്ത പ്രഭാതമെത്തി വെള്ളിച്ചേലയുടുത്ത പ്രകാശത്തിൽ വീക്കെൻഡ് ആലസ്യമൊഴിയുന്ന നഗരത്തിരയിളക്കം പുറത്ത്. ഈറൻ ദേഹവുമായി മറിയം നടന്നുവന്ന് ചാരെയിരുന്നു. ചുരുട്ടിയ ഉള്ളംകൈ പുതുവർഷം പോലെ വിരിയിച്ച് ചെറിയൊരു തൂവെള്ള പ്ലാസ്റ്റിക് തുണ്ട് അയാൾക്കുനേരെ നീട്ടി. വെളുത്ത പ്രതലത്തിൽ രണ്ട് ചുവന്ന വരകൾ!

അവിശ്വസനീയത അയാളിൽ പ്രകമ്പനത്തിടമ്പേറ്റി. കൗതുകവും ക്രുദ്ധതയും നിഴൽ വിരിച്ചു നിന്നപ്പോൾ അവൾ അടിവയർ തടവിക്കൊണ്ട് വാക്കിന്റെ മണിമുഴക്കി. "യു ആർ റിയലി ബ്ലെൻഡർ ഡിയർ. ബ്ലെൻഡർ ഓഫ് ടു കാസ്റ്റ്, ക്രീഡ് ആന്റ് ആഫ്റ്റർ ആൾ.." പ്രെഗ്നൻസി കിറ്റ് കൈയിൽ ചുരുട്ടിപ്പിടിച്ച്, പനിനീർ ചുണ്ടുകൾ അയാളുടെ ചെവിയിൽ മുട്ടിച്ചവൾ തുടർന്നു.. "...ടു നേഷൻസ് ഹ ഹ ഹ!"

ധനുമാസക്കുളിരിന് അർത്ഥമില്ലാതായതുപോലെ അയാളിരുന്നുപോയി. ഉൾക്കടലിൽ ഉയിരെടുക്കുന്ന നീർച്ചുഴിയിൽ വീണപോലെ ചോദ്യശരങ്ങളുടെ നോട്ടമിട്ട് പിന്നെ പിറുപിറുത്തു. "അപ്പോൾ... നീ കഴിച്ച ഇ സി പി പിൽസ് ഒക്കെ?!!"

"മോണിങ് ആഫ്റ്റർ പിൽ അല്ലേ? ചിലപ്പോഴൊക്കെ അത് വിറ്റാമിൻ ടാബ്ലറ്റുകൾ ആയി മാറാമല്ലോ ഡിയർ. പെണ്ണിന്റെ എത്രയോ കഥകൾ ഇനിയും ബാക്കി മിസ്റ്റർ ബ്ലെൻഡർ. കഥയോ കടലാസോ കാലയ

ളവോ പിന്നെ മനസ്സുകൊണ്ടോ നിർണ്ണയിക്കാവുന്നതോ അവസാനിക്കുന്നതോ അല്ലല്ലോ അത്." അവൾ ശ്വാസം ഒന്നെടുത്തു വിട്ടു. പിന്നെ പറഞ്ഞു. "ഇതാ നിനക്കായി ഞാൻ കരുതിയിരുന്ന സസ്പെൻസ്" മൊബൈലിൽനിന്നും പി ഡി എഫ് ഫയൽ അവൾ തുറന്നുകാണിച്ചു. അയാളുടെ കണ്ണുകൾ അക്ഷരങ്ങളിൽ ഉടക്കി. 'ചില വ്യക്തിപരമായ കാരണങ്ങളാൽ ഞാൻ ജോലിയിൽ നിന്നും...' വായന മുഴുപ്പിക്കും മുൻപ് അവൾ ഫോൺ മാറ്റി. "എന്റെ രാജിക്കത്ത് നാളെ ഓഫീസിൽ കൊടുക്കും. ത്രൂ പ്രോപ്പർ ചാനൽ. പിന്നെ ഒരു മാസം പീരിയഡ് നിന്നവൾക്ക് നോട്ടീസ് പിരീയഡ്. അതും കഴിഞ്ഞ് ഈ രാജ്യത്തോട് വിട. മനസ്സിലായോ കുസൃതിക്കാരാ??" ചിരികേട്ട് പോർക്കളത്തിൽ വീണപോലെ അയാളിൽ പരിഭ്രാന്തി പടരുമ്പോൾ അവളുടെ കണ്ണുകളിൽ തിളക്കമേറി. "ഞാൻ പോകട്ടെ. ഇനി ഇതുപോലൊരു രാത്രി... അറിയില്ല പ്രിയനേ.."

നിശ്ശബ്ദനായികിടന്ന അയാളുടെ താടിക്ക് ഒന്ന് തട്ടി. കാറിന്റെ താക്കോലും കിലുക്കി ഇറങ്ങുമ്പോൾ മറിയം വീണ്ടും യാത്രാമൊഴിയേകി "കൂൾ... സീ യു അറ്റ് ഓഫീസ്"

ഉടുതുണിയഴിഞ്ഞു വീണ സസ്പെൻസുകളിൽ ബധിരനെപ്പോലെയായിപ്പോയി അയാൾ. അവൾ പോയതും വാതിലടഞ്ഞതും ഊദിന്റെ ഗന്ധം അകലുന്നതും അറിയുന്നുണ്ടായിരുന്നില്ല. ആകാശത്തേരിൽ പഞ്ഞിക്കെട്ടുകൾ പോലെയുള്ള മേഘപാളികൾക്കിടയിലൂടെ അയാൾ പറന്നുപോവുകയായിരുന്നു അപ്പോൾ. ഭരണത്തിനും മരണത്തിനും ദേവാലയത്തിനും വേണ്ടി വളർന്നുനില്ക്കുന്ന ദേവദാരു വൃക്ഷങ്ങൾ കൺമുന്നിൽ നിരന്നു. പിന്നെയെപ്പോഴോ യാത്രാഗതി തിരിഞ്ഞ് കടലും താണ്ടി വളഞ്ഞ് തെങ്ങോലപ്പച്ചപ്പും കടന്ന് കരയണയുന്ന വൻപക്ഷിയായി അയാൾ മാറി.

കൺമുമ്പിൽ കേരനിബിഡമായ കര ദൃശ്യമാകുമ്പോൾ അയാൾ മൊബൈൽ കൈയിലെടുത്തു. നീലനിറത്തിലുള്ള ഫ്ളൈറ്റ് ബുക്കിങ് ആപ്പിന്റെ ഐക്കണിൽ ഞെക്കി. അതിൽ ഡെസ്റ്റിനേഷൻ സെലക്ട് ചെയ്തു; തിരുവനന്തപുരം.

പ്രാണനേദ്യം

നജീം കൊച്ചുകലുങ്ക്

'**കൈ**ലാസ'ത്തിലെ സ്വീകരണമുറിയുടെ ചുവരിൽ ഒരു വലിയ അർദ്ധനാരീശ്വര പെയിന്റിങ്. കാലത്തിന്റെ കറപിടിച്ച ആ ചുവരുകളുടെ വിഷാദത്തെ തടയാൻ ഒരലങ്കാര വസ്തുവായി അത് മാത്രം. വളരെ പുതിയതെന്ന് തോന്നിച്ചു. ബ്ലാക്ക് കളർ ഫ്രെയിമിനുള്ളിലാക്കിയ അത് ഈയടുത്ത ദിവസങ്ങളിൽ അവിടെ തൂക്കിയതാണെന്ന് സൂക്ഷിച്ചുനോക്കി ഞാനുറപ്പിച്ചു. എന്റെ മനോവിചാരം വായിച്ചെടുത്തിട്ടെന്നപോലെ അദ്ദേഹം ഒരു ചെറുമന്ദസ്മിതത്തോടെ പറഞ്ഞു: "അതെ, ഇന്നലെയാണ് അതിവിടെ സ്ഥാപിച്ചത്. നോക്കൂ, അത് ഡിജിറ്റൽ പെയിന്റിങ്ങാണ്. കാൻവാസിൽ പ്രിന്റ് ചെയ്തെടുത്തത്. ഇപ്പോൾ ഇതൊക്കെ വളരെയെളുപ്പമല്ലേ." ഒന്ന് നിർത്തിയിട്ട് തെല്ലൊരു അഭിമാനത്തോടെ അദ്ദേഹം തുടർന്നു; "അത് ഞാൻ തന്നെ ചെയ്തതാണ്. ഡിജിറ്റൽ ആർട്ട്വർക്ക്, ഫോട്ടോഷോപ്പൊക്കെ എനിക്ക് നന്നായി അറിയാമെന്ന് കൂട്ടിക്കോളൂ." ഈ എഴുപത്തഞ്ചാം വയസ്സിലും അദ്ദേഹം ഫോട്ടോഷോപ്പൊക്കെ ചെയ്യുന്നു എന്ന ആശ്ചര്യത്തേക്കാൾ മറ്റൊരു വിഷയമാണ് എന്നെ ചിന്താക്കുഴപ്പത്തിലാക്കിയത്. ഒരു മരണം നടന്ന വീടല്ലേ ഇത്! പ്രിയപ്പെട്ട ഭാര്യ മരിച്ച് ഒരാഴ്ച തികയുംമുമ്പുതന്നെ സ്വീകരണമുറി പുതിയ പെയിന്റിങ് കൊണ്ട് അലങ്കരിക്കുന്ന ഭർത്താവിന്റെ മനോഭാവം എന്താവും? അതും ഇത്തരത്തിലൊരു പെയിന്റിങ്! സാധാരണഗതിയിൽ മരിച്ചയാളുടെ ഒരു ഛായാചിത്രം, അതാണല്ലോ പതിവ്.

"എനിക്കറിയാം താങ്കളെ ഇപ്പോൾ അലട്ടുന്നത് എന്താണെന്ന്." അദ്ദേഹം ചെറു ശബ്ദത്തിൽ ചിരിച്ചു. "പ്രണയ സാഫല്യത്തിന്റെ ഈശ്വരഭാവമാണ് അർദ്ധനാരീശ്വരൻ. മരിച്ചുപോയ എന്റെ ഭാര്യയുടെ ചിത്രത്തിന് പകരം എന്തിനിത് എന്ന ചോദ്യം താങ്കളുടെ മനസ്സിലുണ്ടെന്നറിയാം. അതിനുള്ള ഉത്തരം താങ്കളെ ഇവിടെ എത്തിച്ച ആ പത്രപ്പരസ്യ

ത്തിൽ തന്നെയുണ്ട്." സാധാരണ ചരമ അറിയിപ്പുകളിൽനിന്ന് വ്യത്യസ്തമായ ഒരു പത്രപരസ്യമാണ് പ്രഫുല്ല ചന്ദ്രകുമാരൻ എന്ന അദ്ദേഹത്തിന്റെ കൈലാസമെന്ന വീട്ടിൽ എന്നെ എത്തിച്ചത്. ഇപ്പോൾ അദ്ദേഹത്തിന്റെ മുമ്പിലിങ്ങനെ ഇരുത്തിയിരിക്കുന്നതും മുഴുപ്പേജ് പരസ്യവും അതിലെ വാചകങ്ങളും ഒട്ടും പതിവില്ലാത്തതായിരുന്നു. പ്രിയ പത്നി ഡോ. മാലിനി പ്രഫുല്ല ചന്ദ്രന്റെ ഛായാപടവും അവരുടെയും അദ്ദേഹത്തിന്റെയും പേരുമല്ലാതെ അതിലുണ്ടായിരുന്ന വാചകം, 'നീയും ഞാനും തേടിയത് പൂർണ്ണതയാണ്. അതിൽ നമ്മളെത്തി, നീയെന്നെ പൂർണ്ണനാക്കി. നന്ദി പ്രിയേ' എന്നതായിരുന്നു. ഒറ്റനോട്ടത്തിൽ അതൊരു ചരമ പരസ്യമാണെന്ന് മനസ്സിലാക്കിയെടുക്കാൻ പ്രയാസമായിരുന്നു. എങ്കിലും അതുപോലെ എന്തോ ഒന്നാണെന്ന് തോന്നാൻ വേണ്ടത് അതിന്റെ മൊത്ത ഭാവത്തിലും രൂപത്തിലുമുണ്ടായിരുന്നു. അന്വേഷണത്തിൽ കേരളത്തിലിറങ്ങുന്ന അഞ്ച് മുൻനിര പത്രങ്ങളിൽ ഈ പരസ്യമുണ്ടെന്ന് മനസ്സിലായി. ലക്ഷങ്ങൾ ചെലവിട്ട് അത്തരമൊരു പരസ്യം കൊടുക്കാൻ മാത്രം പ്രഫുല്ല ചന്ദ്രകുമാരനും പത്നിയും തമ്മിലുള്ള പ്രണയത്തിന്റെ ആഴം എന്റെ പത്രത്തിന്റെ കുടുംബമാസികയ്ക്ക് പറ്റിയ ഒരു കവർ ഫീച്ചറായിരിക്കുമെന്ന് മാസികയുടെ എഡിറ്ററും അടുത്ത സുഹൃത്തുമായ ബിനോയി ഏലിയാസിന് തോന്നി. അവൻ മിക്ക മാസങ്ങളിലും ഇമ്മാതിരി ഓരോ ഇനങ്ങൾ കണ്ടെത്തി 'പണി' തരാറുണ്ട്. ഇപ്പോഴും പതിവ് തെറ്റിച്ചില്ല. വിളിച്ചേല്പിച്ചു. മാസികയുടെ അടുത്ത ലക്കം പ്രണയപ്പതിപ്പാണത്രെ. അന്താരാഷ്ട്ര പ്രണയദിനം. ഫെബ്രുവരി ലക്കം. എത്ര യാദൃച്ഛികം! വ്യത്യസ്തമായ ഒരു പ്രണയ കവർസ്റ്റോറി അവതരിപ്പിക്കാൻ തലപുകച്ച അവന്റെ മുന്നിൽ നിവർന്നുകിടന്ന മുഴുവപേജ് പരസ്യത്തിലെ മരണത്തിനുമുയരെ പൂത്തുനിന്ന പ്രണയ വൃക്ഷം ആനന്ദപ്പൂക്കൾ ചൊരിഞ്ഞു.

കൈലാസക്കുന്ന് എന്ന് നാട്ടുകാർ വിളിക്കുന്ന ചെറിയൊരു മലമുകളിലായിരുന്നു പ്രഫുല്ല ചന്ദ്രകുമാരന്റെ വീട്. പത്രമാപ്പീസിൽനിന്ന് പത്തെഴുപത് കിലോമീറ്റർ സഞ്ചരിക്കേണ്ടിവന്നു ഇവിടെ എത്താൻ. അഡ്രസ് കിട്ടിയപ്പോൾ ഇത്രയും ദൂരമുണ്ടെന്ന് കരുതിയതല്ല. ഇതൊരു ഗ്രാമപ്രദേശമാണ്. കുന്നിൻ നെറുകയിൽ രണ്ട് വലിയ പാറകൾ ആകാശത്തേക്ക് എഴുന്നുനിൽക്കുന്നുണ്ട്. ചുറ്റിലും നല്ല പച്ചപ്പാണ്. ധാരാളം പലതരം വൃക്ഷങ്ങളും കുറ്റിക്കാടും. അതിന്റെ ചാരെയാണ് കൈലാസം എന്ന ഈ വീട്. സുമാർ ഗ്രാമകവലയിൽനിന്ന് രണ്ട് കിലോമീറ്റർ ദൂരമുണ്ട്. നാലഞ്ച് മുടിപ്പിൻ വളവുകളടക്കം ഒരു കിലോമീറ്ററോളം കുന്നിൻ പാത കയറിയേ വീട്ടിലെത്താനാവൂ. ഇരുവശവും കാടും പടർപ്പും പടർന്ന് കിടക്കുന്ന നേർത്ത മലമ്പാതയിലൂടെ ബൈക്കോടിച്ച് കയറുമ്പോൾ ഞാനാലോചിച്ചത്, കാടുംമേടും കുന്നുമിറങ്ങി ആളുകൾ സമതലങ്ങളിലേക്ക് ജീവിതം പറിച്ചുനടുമ്പോൾ ഇദ്ദേഹം മാത്രം എന്തിനിങ്ങനെ കുന്നിൻമുകളിൽ? കൈലാസക്കുന്ന്, ശരിക്കും കൈലാസം തന്നെയായിരുന്നു! പതിവിലുമേറെ കിതച്ച ബൈക്കിന്റെ ഇരമ്പൽ അങ്ങനെ പുല

മ്പുന്നതുപോലെ തോന്നി.

'ഈ മലയ്ക്ക് അങ്ങനെയൊരു പേരൊന്നുമില്ല.' അദ്ദേഹം പറഞ്ഞു. 'അച്ഛൻ ഒരു പ്രകൃതി സ്നേഹിയായിരുന്നു. കൈവശമുണ്ടായിരുന്നതിൽ ഏറ്റവും പ്രകൃതി സുന്ദരമെന്ന് തോന്നിയ ഇവിടെ വീടു നിർമ്മിച്ചു. പാറക്കെട്ടും മലയുമൊക്കെയായതുകൊണ്ട് വീടിന് കൈലാസം എന്ന് പേരുമിട്ടു. പോരാത്തതിന് അച്ഛൻ ഒരു ശിവഭക്തനുമായിരുന്നു. അതിന് ശേഷം നാട്ടുകാരാണ് കൈലാസക്കുന്ന് എന്ന് വിളിക്കാൻ തുടങ്ങിയത്.' നിവർന്നിരുന്നിട്ട് അദ്ദേഹം തുടർന്നു.'

"ഞാൻ ഇവിടെയല്ല ജനിച്ചത് കേട്ടോ. അന്നീ വീടില്ല. ഞങ്ങളന്ന് അച്ഛന്റെ തറവാട്ടിലായിരുന്നു. അത് കുറച്ചകലെയാണ്. ഇവിടെ വസ്തു തരപ്പെട്ടപ്പോൾ വീട് വെച്ച് ഇങ്ങോട്ട് മാറിയതാണ്. ഈ വീട് നിർമ്മിക്കുന്നത് മുതലുള്ള കാര്യങ്ങളെല്ലാം എനിക്ക് നല്ല ഓർമ്മയുണ്ട്." അതുപറഞ്ഞ ശേഷം കുറച്ചുനേരം അദ്ദേഹം നിശ്ശബ്ദനായി ഇരുന്നു. കണ്ണുകളടഞ്ഞു. ഓർമ്മകളിലേക്ക് അദ്ദേഹം ഞാന്നിറങ്ങുന്നപോലെ തോന്നി. ആ സമയംകൊണ്ട് ഞാൻ അതുവരെ അദ്ദേഹം പറഞ്ഞ കാര്യങ്ങൾ മനസ്സിൽ ക്രമത്തിൽ അടുക്കിവെക്കാൻ തുടങ്ങി. ഉയർന്ന പദവിയിൽ വിരമിച്ച ഒരു സർക്കാരുദ്യോഗസ്ഥനായിരുന്നു പ്രഫുല്ല ചന്ദ്രകുമാരൻ. "ആവശ്യമുണ്ടായിട്ടല്ല ഞാൻ സർക്കാർ സർവ്വീസിൽ ചേർന്നത്." അദ്ദേഹം വിശദമായി തന്നെ ആ കഥ പറഞ്ഞു. റബ്ബർ തോട്ടവും മറ്റു കൃഷികളുമൊക്കെയായി പത്തുനൂറേക്കർ ഭൂമിയും ചെറിയൊരു ലാറ്റക്സ് കമ്പനിയുമെല്ലാമായി അത്യാവശ്യം സാമ്പത്തിക ശേഷിയുള്ള കുടുംബമായിരുന്നു. ഏക മകനാണ്. ഒന്നുരണ്ട് തലമുറയ്ക്ക് കൂടി തട്ടലില്ലാതെ കഴിഞ്ഞുപോകാൻ വേണ്ടതുണ്ടായിരുന്നു. അച്ഛൻ ലാൻഡ് ലോർഡും പ്ലാന്ററും വ്യവസായിമൊക്കെയായിരുന്നതിനാൽ പല നിലയ്ക്കുള്ള സർക്കാരുദ്യോഗസ്ഥരുമായി ചങ്ങാത്തമുണ്ടായിരുന്നു. അവരെ വീട്ടിൽ വരുത്തി സൽക്കരിക്കലൊക്കെ പതിവായിരുന്നു. റവന്യൂവിലെയും കൃഷി, നികുതി വകുപ്പിലെയും പൊലീസിലെയും പല തട്ടുകളിലുള്ള ഉദ്യോഗസ്ഥർ വീട്ടിലെ നിത്യ സന്ദർശകരായിരുന്നു. നാട്ടുപ്രമാണിയായ അച്ഛൻ അവരോട് കാട്ടിയിരുന്ന വിനയവും മമതയും എല്ലാം കണ്ടു വളർന്നത് കൊണ്ടാവണം ഒരു സർക്കാരുദ്യോഗസ്ഥനാവണം എന്നതായി എന്റെ ഏറ്റവും വലിയ ആഗ്രഹം. അച്ഛൻ അതിനെ എതിർത്തു. അതൊന്നും ഒരു ആമ്പീഷനെ അല്ലെന്നായിരുന്നു അച്ഛന്റെ നിലപാട്. പിന്തിരിപ്പിക്കാൻ ശ്രമിച്ചു. പഠനശേഷം ലാറ്റക്സ് കമ്പനി എന്നെ ഏല്പിച്ച വ്യവസായത്തിലേക്ക് ചുവടുവെപ്പിക്കാനായിരുന്നു അദ്ദേഹത്തിന്റെ പ്ലാൻ. ഞാനത് ഗൗനിച്ചില്ല. പഠനം കഴിഞ്ഞ ഉടനെ പരീക്ഷയെഴുതി സർക്കാരുദ്യോഗത്തിൽ പ്രവേശിച്ചു. നന്നായി ഉത്സാഹിച്ചും ശ്രമിച്ചും പല പദവികളിലുമെത്തി. ഔദ്യോഗികകാലം അധികവും തിരുവനന്തപുരത്തായിരുന്നതിനാൽ താമസമുറപ്പിച്ചതും അവിടെയായിരുന്നു." "വിവാഹമൊക്കെ എപ്പോഴായിരുന്നു?" അദ്ദേഹം അദ്ദേഹത്തെ തുറന്നുവിടട്ടെ എന്ന് കരുതി ഞാനധികവും കേൾവിക്കാരനായെങ്കിലും ചില തിരിവുകളിൽ ദിശാ സൂചി

നാട്ടി, എന്റെ വഴിയിലേക്ക് വരുത്തി. ഓർമ്മകൾക്ക് അങ്ങനെയൊരു കുഴപ്പമുണ്ട്. കളിവണ്ടി കിട്ടിയ കുട്ടിയെപ്പോലെയായി പോകും. പീപ്പിയടിച്ച് ഏത് വഴിക്കും പാഞ്ഞുകളയും. "ഓ യേസ് യേസ്. അതിലേക്ക് വരാം. ജോലി കിട്ടി അധികം വൈകുംമുമ്പ് മാലിനി ജീവിതത്തിലേക്ക് വന്നു. അച്ഛൻ തന്നെ ഞങ്ങളുടെ നിലയ്ക്കും വിലയ്ക്കും ചേരുന്ന ഒരു ബന്ധം കണ്ടെത്തിയതാണ്. മാലിനി ഡോക്ടറായിരുന്നു. ഏറെ ആമ്പിഷസായ കുട്ടി. സുന്ദരിയായിരുന്നു കേട്ടോ. അതുപറയുമ്പോൾ അദ്ദേഹത്തിന്റെ കണ്ണുകൾ രണ്ട് നക്ഷത്രങ്ങളായി.

"പക്ഷേ... ഞങ്ങളങ്ങനെ സുന്ദരമായി ജീവിച്ചതൊന്നുമില്ല." അദ്ദേഹം പെട്ടെന്ന് തൊണ്ടയിലെന്തോ തടഞ്ഞതുപോലെ കൊക്കി, സംസാരം നിർത്തി. മുഖം താഴ്ത്തി നിലത്തേക്ക് ദൃഷ്ടിയൂന്നി.

കസേരയുടെ കൈത്താങ്ങിയിൽ വിറയാർന്ന വിരലുകൾ താളമിട്ടു. പിന്നീടദ്ദേഹം തലയുയർത്തുമ്പോൾ ആ കണ്ണുകളിലെ നക്ഷത്രങ്ങൾ അണഞ്ഞിരിക്കുന്നു. "എന്തു ചെയ്യാനാണ്. രണ്ടുപേരും അവരവരുടെ പാഷന് പിന്നാലെയായിരുന്നു. ഒരു ഗൈനക്കോളജിസ്റ്റ് എന്ന നിലയിൽ പേരെടുക്കണമെന്നായിരുന്നു അവളുടെ ആഗ്രഹം. എം ബി ബി എസ് കഴിഞ്ഞയുടനെയായിരുന്നു വിവാഹം. അവൾ ഉപരിപഠനത്തിൽ മുഴുകി. ഞാൻ ഉയർച്ചയ്ക്ക് വേണ്ടിയുള്ള ഡിപ്പാർട്ടുമെന്റ് ടെസ്റ്റെഴുത്തുകളിലും. നേരു പറയാമല്ലോ. രണ്ടുവഴിക്കോടുന്ന സ്റ്റോപ്പുകളില്ലാത്ത തീവണ്ടികൾ പോലെയായിരുന്നു ഞങ്ങൾ. വളരെ അപൂർവ്വമായി മാത്രം ഞങ്ങൾ സന്ധിച്ചു. ആ സംഗമങ്ങൾ പോലും ഞങ്ങൾ വേണ്ടത്ര ആസ്വദിച്ചിരുന്നോ എന്ന് ചോദിച്ചാൽ ഇല്ല എന്നേ പറയാനാവൂ. വംശം നിലനിർത്താനുള്ള എക്സർസൈസ്! മൂന്ന് കുട്ടികളുണ്ടായി. പ്രൊഫഷനോടുള്ള ഞങ്ങളുടെ പ്രാന്ത് കുറഞ്ഞു തുടങ്ങിയപ്പോഴേക്കും കുട്ടികൾ വളരാൻ തുടങ്ങി. പിന്നെ അവരുടെ പഠനഭാവി കാര്യങ്ങളിലായി ശ്രദ്ധ മുഴുവൻ. അവർ വളർന്നു. വലിയ പഠിപ്പ് നേടി. സ്വന്തം ജീവിതങ്ങളും കൊത്തിപ്പെറുക്കി മൂന്നിടങ്ങളിലേക്ക് അവർ പറന്നുപോയി. ഒരാൾ ഇംഗ്ലണ്ടിൽ, ഒരാൾ ജർമ്മനിയിൽ, ഇനിയൊരാൾ ഒരു പൊതുമേഖലാ സ്ഥാപനത്തിലെ ഉന്നത പദവിയിൽ മുംബൈയിൽ. അവരെല്ലാം അവിടങ്ങളിൽ സെറ്റിൽഡായി. അവരൊക്കെ ജീവിക്കാൻ തുടങ്ങിയപ്പോഴാണ്, അവർ ജീവിക്കുന്നതിന്റെ രസം അടുത്തുനിന്ന് കാണാൻ തുടങ്ങിയപ്പോഴാണ് ഞങ്ങൾ ഇതുപോലൊന്നും ജീവിച്ചില്ലല്ലോ എന്ന് ഞാനും അവളും ചിന്തിച്ച് നഷ്ടബോധം എന്നൊന്ന് ഉണ്ടെന്നറിയുന്നത്. അത് വല്ലാത്തൊരു തിരിച്ചറിവായിരുന്നു എന്നാലതുണ്ടാവുമ്പോഴേക്കും ജീവിതം ബാക്കിയില്ലെന്നോർത്തപ്പോൾ തമാശ തോന്നി." അത് പറഞ്ഞിട്ട് അദ്ദേഹം അല്പം ഉറക്കെ തന്നെ ചിരിക്കാൻ തുടങ്ങി. സംസാരത്തിനിടെ ഇടവേളകൾ കൂടുന്നതും മൗനം ഉറയുന്നതും ഞാൻ ശ്രദ്ധിച്ചു. ആദ്യം കണ്ട ഉത്സാഹം ഓർമ്മകളിൽപെടുമ്പോൾ അദ്ദേഹത്തിന് നഷ്ടപ്പെടുന്നു. "കുട്ടികൾ അവരുടെ കാര്യം നോക്കി പറന്നുപോയി എന്ന് കരുതരുത് കേട്ടോ. റിട്ടയർമെന്റിന് ശേഷം അവരോടൊപ്പം പോയി താമസിക്കാൻ നിർബ്ബന്ധി

ച്ചു. ഞങ്ങളത് സന്തോഷത്തോടെ സ്വീകരിക്കുകയും ചെയ്തു. ഞാൻ റിട്ടയർ ചെയ്ത് ആറേഴ് വർഷം കഴിഞ്ഞാണ് അവൾ പ്രാക്ടീസ് അവസാനിപ്പിച്ചത്. അപ്പോഴേക്ക് അവൾക്കത് മടുത്തുപോയിരുന്നു. അതുകൊണ്ടാണ്, അല്ലാതെ അത്തരം പ്രൊഫഷനുകളിൽ അങ്ങനെ റിട്ടയർമെന്റൊന്നുമില്ലല്ലോ. ഭ്രാന്തമായ അഭിനിവേശം പോലെ തന്നെ. മടുത്താൽ അതിലും തീവ്രമായിരിക്കുമല്ലോ വിരക്തി. മൂന്ന് മക്കളുടെയും അടുത്തുപോയി മാറിമാറി കുറച്ചുകാലം ചെലവഴിച്ചു. അവരോടൊപ്പം ജീവിച്ചപ്പോഴാണ് നമ്മൾ നമുക്ക് വേണ്ടി ജീവിച്ചില്ലല്ലോ എന്നാദ്യമായി ചിന്തിച്ചുതുടങ്ങിയത്. നമ്മളെ പോലെയല്ല നമ്മുടെ കുട്ടികളും അവരുടെ കുട്ടികളുമെന്ന് ഞങ്ങൾ മനസ്സിലാക്കി. അവർ ഓരോ നിമിഷവും ആസ്വദിച്ചാണ് മുന്നോട്ട് പോകുന്നതെന്ന് കണ്ടപ്പോൾ അവളാണ് അതാദ്യം പറഞ്ഞത്. 'നമ്മളിതുപോലൊന്നും ജീവിച്ചില്ലല്ലോ' അപ്പോൾ അവളുടെ കണ്ണുകളിൽ കണ്ട ശൂന്യതയുടെ ആഴം... അതെനിക്ക് അളക്കാൻ കഴിയുന്നതായിരുന്നില്ല. നമുക്കും ജീവിക്കണ്ടേ എന്നവൾ എന്നോട് ചോദിച്ചു. വേണമെന്ന് ഞാനവളെ കെട്ടിപ്പുണർന്നു. മക്കൾക്കും അവരുടെ മക്കൾക്കുമിടയിൽ ഞങ്ങൾ ഞങ്ങളുടെ സ്വകാര്യത കണ്ടെത്താൻ തുടങ്ങി. നഷ്ടപ്പെട്ടത് തിരിച്ചു പിടിക്കണമെന്നൊരു വാശി അവൾക്കായിരുന്നു കൂടുതൽ. ഞങ്ങളുടേതായ ലോകം ഞങ്ങൾ സൃഷ്ടിക്കാൻ തുടങ്ങി. എന്നാൽ അതിനായി ഈ നാട്ടിലേക്ക് തിരിച്ചുവരണമെന്നൊന്നും ഞങ്ങൾക്കില്ലായിരുന്നു. ശരിക്കു പറഞ്ഞാൽ ഈ വസ്തുവഹകളെല്ലാം വിറ്റ് മക്കളെ പോലെ മുംബൈയിലോ വിദേശത്തോ എവിടെയെങ്കിലും ഒരു നഗരത്തിൽ സെറ്റിൽ ചെയ്യാമെന്നാണ് ഞങ്ങളാദ്യം ആലോചിച്ചത്. മക്കളുടെ താല്പര്യം അതായിരുന്നു. അതിനായി നാട്ടിലുള്ള വസ്തുക്കളെല്ലാം വില്ക്കാൻ ചിലയാളുകളെ ഏല്പിക്കുകയും കുറേ ഭൂമി അങ്ങനെ വില്ക്കുകയും ചെയ്തു. ലാറ്റക്സ് കമ്പനി അച്ഛന്റെ കാലത്ത് തന്നെ ഒഴിവാക്കിയിരുന്നു. ഈ വീടും ഈ കുന്നും വിൽക്കാൻ ഏല്പിച്ച കൂട്ടത്തിലുണ്ടായിരുന്നു. അതാണ് പാളിയത്. ഞങ്ങൾ തിരിച്ചുവരാനിടയാക്കിയതും. ഈ വസ്തുവിന് ഒരുകൂട്ടർ അഡ്വാൻസ് തന്നു. പ്രതീക്ഷിച്ചതിനെക്കാൾ വലിയ വിലയാണ് അവർ വാഗ്ദാനം ചെയ്തത്. ഈ നാട്ടിലുള്ളവരൊന്നുമായിരുന്നില്ല. ഒരു വലിയ ടീം എന്നാണ് തരവൻ ഔസേപ്പ് പറഞ്ഞത്. ജനിച്ചതല്ലെങ്കിലും വളർന്ന വീടും ഈ മലയുമെല്ലാം നമ്മുടേതല്ലാതായി മാറുന്നതിൽ അല്പം വിഷമം തോന്നാതിരുന്നില്ല. എങ്കിലും അപ്പോഴേക്കും ഏതെങ്കിലുമൊരു മുന്തിയ നഗരത്തിൽ സെറ്റിൽ ചെയ്യാമെന്ന മൈൻഡ് സെറ്റായി പോയിരുന്നു. ഏറ്റവും മുന്തിയ നഗരത്തിൽ അതിലും മുന്തിയ നിലവാരത്തിൽ ജീവിക്കാനാവശ്യമായ പണം ഞങ്ങളുടെ കൈയിലുണ്ടായിരുന്നു. വസ്തുവഹകൾ വിറ്റുവരുന്നത് അനുസരിച്ച് അത് പലമടങ്ങ് വർദ്ധിക്കുകയും ചെയ്തു. അങ്ങനെയിരിക്കെയാണ് നാട്ടിൽനിന്ന് ഒരു കോൾ വന്നത്. അപ്പോൾ ഞങ്ങൾ മുംബൈയിൽ ഇളയ മകന്റെ കൂടെയായിരുന്നു. നാട്ടിലെ പൊതുപ്രവർത്തകരായ സച്ചിദാനന്ദനും ഖാദറുമാണ് വിളിച്ചത്. റിട്ടയേർഡ് അദ്ധ്യാപകരാണ്. ശാസ്ത്ര

സാഹിത്യ പരിഷത്തും മറ്റുമൊക്കെയായി നാടിന്റെ നന്മയ്ക്കും പരിസ്ഥിതിക്കുമൊക്കെയായി റിട്ടയർമെന്റ് ലൈഫ് മാറ്റിവെച്ചവർ. ഞാൻ വീട്ടിലെത്തുമ്പോഴെല്ലാം അവരിവിടെ പതിവ് സന്ദർശകരായിരുന്നു. എന്നെക്കാൾ അല്പം പ്രായമിളപ്പമുള്ളവരാണ്. എന്നാലും നല്ല അടുപ്പമാണ്. സച്ചിയാണ് സംസാരിച്ചത്. 'പ്രഫുല്ലേട്ടാ നിങ്ങൾ അറിഞ്ഞുകൊണ്ടായിരിക്കില്ല എന്നറിയാം. എന്നാലും വളരെ ക്രൂരമായിപ്പോയി' 'എന്താണ് സച്ചി, എന്താ പ്രശ്നം?' 'ഈ നാടിനെ നിങ്ങൾ കൊലയ്ക്ക് കൊടുക്കരുത് പ്രഫുല്ലേട്ടാ... നിങ്ങളാ അഡ്വാൻസ് തിരിച്ചുകൊടുത്ത് കച്ചോടത്തീന്ന് പിൻമാറണം. അല്ലെങ്കിലി നാട്ടിനോടും ഇനിവരുന്ന തലമുറകളോടും നിങ്ങൾ ചെയ്യുന്ന ക്രൂരതയായിരിക്കും അത്.'

'കാര്യം പറ സച്ചി, ചുമ്മാ വളച്ചുകെട്ടാതെ' എനിക്ക് ശരിക്കും ദേഷ്യം വന്നു. സച്ചി കാര്യം പറഞ്ഞു. ഈ വീടും വസ്തുവും വിൽക്കരുതെന്നും അതിൽ ചതി പറ്റുമെന്നും സച്ചിയും ഖാദറും കൂടി വിശദമായി പറഞ്ഞു. അഡ്വാൻസായി ലക്ഷങ്ങളാണ് കൈപ്പറ്റിയിരിക്കുന്നത്. സത്യം പറഞ്ഞാൽ അത്ര വലിയ തുകയൊന്നും അഡ്വാൻസായി ആവശ്യപ്പെട്ടതായിരുന്നില്ല. കക്ഷികൾ അടിച്ചേല്പിച്ചതാണ്. വസ്തു അത്രയ്ക്ക് ഇഷ്ടപ്പെട്ടത് കൊണ്ട് കച്ചവടം മാറിപ്പോകാതിരിക്കാനാവും ഈ അധിക ഉറപ്പുവരുത്തൽ എന്നാണ് കരുതിയത്. എന്നാൽ അതിന് പിന്നിലെ ചതി എന്താണെന്ന് സച്ചിയും ഖാദറും പറഞ്ഞപ്പോൾ ഞാൻ നടുങ്ങിപ്പോയി.

'ചേട്ടാ, അവർക്ക് നിങ്ങളുടെ വസ്തുവിലോ വീട്ടിലോ ഒന്നിലുമല്ല താല്പര്യം. ആകാശത്തേക്ക് നിവർന്നിരിക്കുന്ന ആ രണ്ട് പാറകളിലാണ് അവരുടെ കണ്ണ്. ഒരു ക്വാറിയാക്കി നമ്മുടെ നാടിനെ മാറ്റണോ പ്രഫുല്ലേട്ടാ. വീട് അവർ പൊളിക്കും. അടുത്തൊന്നും ജനവാസമില്ലെന്നും മറ്റും കാണിച്ച് പഞ്ചായത്ത് ഭരണസമിതിയെയും മറ്റ് അധികാരികളെയും സ്വാധീനിച്ച് അവർ പെർമിറ്റ് നേടും.'

വാങ്ങുന്ന കൂട്ടരുടെ ഈ ഒളിയജണ്ട സച്ചിയും ഖാദറുമൊക്കെ മണത്തറിഞ്ഞതാണ്. അവരെത്ര ജാഗരൂകരാണ് നാടിനെയും പ്രകൃതിയെയും ജനജീവിതത്തെയും കുറിച്ചെന്ന് ചിന്തിച്ച് ഞാൻ അത്ഭുതപ്പെട്ടുപോയി. എനിക്ക് സ്വയംനിന്ദ തോന്നി. പിന്നെ ഒരു നിമിഷംപോലും മുംബൈയിൽ നിൽക്കാൻ തോന്നിയില്ല. അടുത്ത ദിവസം തന്നെ ഞാനും മാലിനിയും മകനും കൂടി നാട്ടിലേക്ക് വണ്ടി കയറി. കച്ചവടത്തിൽനിന്ന് പിന്മാറുകയാണെന്ന് വസ്തു വാങ്ങുന്നവരെ അറിയിച്ചു. മക്കളും അവരുടെ മക്കളുമെല്ലാം ഞങ്ങളുടെ തീരുമാനത്തിനൊപ്പമായിരുന്നു. അവർ ജനിച്ചുവളർന്ന വീടും നാടുമല്ലേ. അവർക്കാ വൈകാരികതയുണ്ടാവാതിരിക്കില്ലല്ലോ. മാത്രമല്ല പുതിയ തലമുറയൊക്കെ ഈ വിഷയങ്ങളിൽ നമ്മളെക്കാളും ജാഗ്രതയുള്ളവരാണെന്ന് തോന്നിയിട്ടുമുണ്ട്. 'അത് ശരിയല്ല. പ്രഫുല്ലേട്ടാ. കച്ചോടമൊറപ്പിച്ചിട്ട് മാറുന്നത് മഹാമോശമാണ്.' നാട്ടുകാരൻ കൂടിയായ തരവൻ ഔസേപ്പിന് അതുൾക്കൊള്ളാനായില്ല. എന്നാൽ ഒളിയജണ്ട നടക്കില്ലെന്ന് അയാളോട് തീർത്ത് പറഞ്ഞു. ഈ നാട് ഒരു കൊലക്കളമാക്കാൻ ഞാൻ സമ്മതിക്കില്ല. മാത്രമല്ല നീയാ

ചതിക്ക് കൂട്ടുനിന്നാൽ നാട്ടുകാര് നിന്നെ തല്ലിക്കൊല്ലുമെന്ന് ഒന്ന് മൂപ്പിക്കുക കൂടി ചെയ്തപ്പോൾ ഔസേപ്പ് പേടിച്ചു. എന്നാൽ കക്ഷികൾ കച്ചവടത്തിൽനിന്ന് പിന്മാറാൻ ഒരുക്കമല്ലായിരുന്നു. എന്ന് മാത്രമല്ല ഭീഷണിപ്പെടുത്തൽ പോലുമുണ്ടായി. ഒടുവിൽ പൊലീസ് ഇടപെടൽ വേണ്ടിവന്നു. അവരാവശ്യപ്പെട്ട വലിയൊരു തുക നഷ്ടപരിഹാരം സഹിതം അഡ്വാൻസ് തിരിച്ചുകൊടുത്ത് പൊല്ലാപ്പൊഴിവാക്കി. ഞങ്ങളിവിടെ താമസം പുനരാരംഭിച്ചു. കുറച്ചുദിവസം മക്കളും അവരുടെ മക്കളുമെല്ലാം ഇവിടെയുണ്ടായിരുന്നു. അതൊരു നല്ല തീരുമാനമായിരുന്നു, ഇവിടേക്ക് തിരിച്ചുവന്നത്. ഇവിടെ ജീവിതം പുനരാരംഭിച്ചപ്പോൾ അത് വളരെ പുതിയതുപോലെ തോന്നി. ഒരു പുനർജന്മം പോലെ, നവദമ്പതിമാരെ പോലെ ഞങ്ങൾ ജീവിതം തുടങ്ങി. ഇനി പറയുന്നത് താങ്കൾ ചിലപ്പോൾ വിശ്വസിച്ചില്ലെന്ന് വരും. പക്ഷേ, സത്യമാണത്. വീ എൻജോയ് ലൈഫ് ലൈക്ക് നെവർ ബിഫോർ! ടെൻ ഇയേഴ്സ്! അത്രയും കാലമാണ് ഞങ്ങൾ ജീവിച്ചത്. അത് ഞങ്ങളുടെ അതിനുമുമ്പത്തെ നാല്പതാണ്ടത്തെ ജീവിതത്തിനുള്ള കോമ്പൻസേഷനായിരുന്നു. താങ്കളോട് ഇതിങ്ങനെ തന്നെയാണോ പറയേണ്ടതെന്ന് നിശ്ചയമില്ല. എന്റെ കൊച്ചുമകന്റെ പ്രായമേ താങ്കൾക്കുള്ളൂ. എന്നാലും ഒരു ഇന്റർവ്യൂ ആകുമ്പോൾ, താങ്കളുടെ എഴുത്തിനാവശ്യമായ മെറ്റീരിയലിന് വേണ്ടിയാവുമ്പോൾ ഉള്ളത് ഉള്ളതുപോലെ തന്നെ തുറന്നുപറയേണ്ടതുണ്ട്. അതിങ്ങനെ പറഞ്ഞാലേ പറ്റൂ. ആദ്യ ജീവിതത്തിൽ പ്രായമെത്തും മുമ്പ് വിരാമവും വിരക്തിയും അനുഭവിക്കേണ്ടി വന്നവരാണ് ഞാനും അവളും. ഒരു കൂടിച്ചേരലിനിടെ അവൾ പറഞ്ഞു. അസഹനീയമായ വേദനയെന്ന്. മെനോപോസ്, അവളിലെ മണ്ണ് വറ്റിവരളാൻ തുടങ്ങിയിരിക്കുന്നു. മരുഭൂമിയിലേക്ക് അവളും വിരക്തിയുടെ അധോഗർത്തത്തിലേക്ക് ഞാനും ചെന്നടിഞ്ഞു. അപ്പോൾ അവൾക്ക് നാല്പത്തഞ്ചോ നാല്പത്തേഴോ എനിക്ക് അമ്പതോ അമ്പത്തിരണ്ടോ കൃത്യമായ കണക്ക് ഓർമ്മയില്ല. അതിന് ശേഷം ഒരു നീണ്ട കാലം ഞങ്ങളൊന്ന് കെട്ടിപ്പിച്ചിട്ട് പോലുമില്ല. നോക്കൂ, കാമമില്ലെങ്കിൽ ഒന്ന് കെട്ടിപ്പുണർന്ന് പോലും കിടക്കാനാവില്ല. കാമത്തിന്റെ സുഗന്ധവും സ്നിഗ്ദ്ധതയും ഇല്ലെങ്കിൽ ശരീരങ്ങൾക്ക് ഒട്ടിക്കിടക്കാനാവില്ല! ഭിന്ന ശരീരങ്ങളുടെ ഗന്ധങ്ങൾ പരസ്പരം സഹിക്കാൻ കഴിയില്ല. മനംപിരട്ടലുണ്ടാക്കും. പിന്നീട് ഞങ്ങൾ സംഗമിക്കുന്നത് അവളുടെ അറുപത്തിമൂന്നാം വയസ്സിലാണ്. അപ്പോൾ എനിക്ക് അറുപത്തെട്ട്. ഞങ്ങളന്ന് മാഞ്ചസ്റ്ററിലെ രണ്ടാമത്തെ മകന്റെ വീട്ടിലാണ്. അവിടെ വെച്ചാണ് നമുക്ക് ജീവിക്കണ്ടേ എന്നവൾ എന്നോട് ചോദിച്ചത്. ഞാനവളെ കെട്ടിപ്പുണർന്നു. ഞങ്ങൾക്കിടയിൽ ഘനീഭവിച്ചിരുന്ന മഴമേഘങ്ങൾ പെയ്യാൻ തുടങ്ങി. വരണ്ട മണ്ണിന്മേൽ പെയ്തിറങ്ങി. ഞങ്ങളുടെ പ്രായം അല്പാല്പമായി കുറയുന്നതായി തോന്നി. ഒരു പൂർണ്ണതയിലൊന്നും എത്തിക്കാൻ കഴിയുന്നുണ്ടായിരുന്നില്ലെങ്കിലും ഞങ്ങളുടെ ശ്രമം തുടർന്നു. പ്രണയവും കാമവും കാട്ടുചെടിപോലെ ഞങ്ങളിൽ പടർന്നുകയറി. പിന്നീട് ഞങ്ങൾ മാറി കിടന്നിട്ടില്ല. ശേഷമുള്ള പത്ത് വർഷം ഞങ്ങളെങ്ങനെ

എത്ര ജീവിച്ചോ അതാണ് ഞങ്ങളുടെ ആകെ ജീവിതം. ഇവിടെ തിരിച്ചെത്തിയ ശേഷം കൂടുതൽ സുഖമുള്ളതുപോലെ തോന്നി. നല്ല വായു, വെളിച്ചം, പച്ചപ്പ്, പൂർണ്ണ സ്വാതന്ത്ര്യം... ഞങ്ങളെ ഇവിടെ താമസമാക്കി മക്കൾ തിരിച്ചുപോയി. സഹായത്തിന് പണ്ടേ ഈ കുടുംബവുമായി അടുപ്പമുണ്ടായിരുന്ന ദിവാകരന്റെ മകൻ സന്തോഷിനെ ചുമതലപ്പെടുത്തി. ഡ്രൈവറും സഹായിയും കാര്യസ്ഥനും എല്ലാം അവനായി. അതുകൊണ്ട് തന്നെ ഞങ്ങൾ ഒരല്ലലും അറിഞ്ഞില്ല. പാറി നടന്നു. ഓരോ നിമിഷവും ആസ്വദിച്ചു. താങ്കൾ ഞെട്ടുമോ വിശ്വസിക്കുമോ എന്നൊന്നും എനിക്കറിയില്ല. അവളിലെ ആർത്തവ ചക്രം പുനഃസ്ഥാപിക്കപ്പെട്ടു!

അവളൊരു ദിവസം എന്നെ ഓടിവന്ന് കെട്ടിപ്പുണർന്നു. അപ്പോൾ ഞാനിവിടെ ഇതേ കസേരയിൽ പത്രം വായിച്ചിരിക്കുകയായിരുന്നു. അവൾ പിന്നിൽ നിന്നാണ് വന്ന് തോളിലൂടെ കൈകളിട്ട് എന്നെ വരിഞ്ഞ് മുറുക്കിയത്. അപ്പോൾ ഒരു പ്രത്യേകതരം സുഗന്ധം ഇവിടെ പരന്നു. അത് അവളിൽനിന്നായിരുന്നു. വളരെ വശ്യമായ ഒരു ഗന്ധം. മുമ്പൊരിക്കലും എന്റെ മൂക്ക് ആസ്വദിച്ചിട്ടില്ലാത്തൊരു സുഗന്ധം..."

അദ്ദേഹം കസേരയിൽ ദേഹമൊന്ന് ഇളക്കിയിരുന്നിട്ട് മൂക്ക് വിടർത്തി മണം പിടിച്ചു... "നോക്കൂ.. ഇപ്പോഴും ആ സുഗന്ധം ഇവിടെയുള്ളതു പോലെ.." വീണ്ടും ഓർമ്മയിൽപ്പെട്ട് കണ്ണടച്ച് ധ്യാനനിമഗ്നനായി. ചൂണ്ട് വിരലുയർത്തി വലത് കാതിനരികിൽ പിടിച്ചിട്ട് അദ്ദേഹം പറഞ്ഞു: "കേൾക്കാം എനിക്കിപ്പോഴും കേൾക്കാം അവളുടെ ശബ്ദം. ആഹ്ലാദത്തുടിപ്പാർന്ന ആ ശബ്ദം."

'ഞാൻ വീണ്ടും ഋതുമതിയായി. എന്നിൽ വീണ്ടുമൊരു പെൺകുട്ടി വയസ്സറിയിച്ചു.' അവൾ ആഹ്ലാദത്തോടെ പറഞ്ഞുകൊണ്ടിരുന്നു. വിശ്വാസം വരാതെ ചാടിയെഴുന്നേറ്റ് അവളുടെ മുഖം കൈവിരലുകൾകൊണ്ടുയർത്തി. 'ആ പഴയ പതിനാലുകാരിയുടെ അതേ നൊമ്പരം ഇപ്പോൾ ദേ വീണ്ടും..' അവൾ അടിവയറ് തടവി. ഞാനവളെ കെട്ടിപ്പുണർന്നു. ആ മുഖത്ത് തുരുതുരെ ഉമ്മകൾ വെച്ചു. അവളുടെ അടിവയറിൽ എന്റെ കൈവിരലുകൾ തഴുകി. സന്തോഷിനെ വിളിക്കാതെ ഞാൻ തന്നെ കാറെടുത്ത് താഴേക്ക് പോയി. ഹരിയുടെ മെഡിക്കൽ സ്റ്റോറിൽനിന്ന് മെൻസ്ട്രൽ പാഡ് വാങ്ങുമ്പോൾ അവൻ അന്ധാളിപ്പോടെ എന്നെ നോക്കി. ധൈര്യമില്ലാത്തത് കൊണ്ടാവും അവനൊന്നും ചോദിച്ചില്ല. അല്ലെങ്കിൽ എന്റെ ചെറുമക്കൾ ആരെങ്കിലും വീട്ടിൽ വന്നിട്ടുണ്ടാവും എന്നവൻ കരുതിയിരിക്കണം...' പെട്ടെന്ന് അദ്ദേഹം എന്റെ മുഖത്തേക്ക് നോക്കി. സംസാരം നിർത്തി. എന്റെ മുഖത്ത് വീണ അവിശ്വാസത്തിന്റെ നിഴൽ കണ്ടതുകൊണ്ടാവും. "വിശ്വാസം വരുന്നില്ലേ?" അദ്ദേഹം ചെറുചിരിയോടെ ചോദിച്ചു.

"വിശ്വസിക്കാൻ ബുദ്ധിമുട്ടുണ്ട്. അസംഭവ്യം! എങ്കിൽ വിശ്വസിക്കണം. സയന്റിഫിക്കല്ലെന്നും അങ്ങനെയൊന്നും സംഭവിക്കില്ലെന്നുമൊക്കെ കാര്യകാരണങ്ങൾ അപഗ്രഥിച്ച് നിങ്ങൾക്ക് പറയാനുണ്ടാവും. പക്ഷേ, ഞങ്ങൾക്കുറപ്പുള്ളതിനെ എന്തിന് നിങ്ങളുടെ അവിശ്വാസത്തിന് വിട്ടു

തരണം... ഞങ്ങൾ അതനുഭവിച്ചറിഞ്ഞതാണ്. ആസ്വദിച്ചതാണ്..." അസംഭവ്യമായതാണ് അദ്ദേഹം പറയുന്നതെന്ന് ഉറപ്പുണ്ടെങ്കിലും ഞാനൊന്ന് ഗൂഗിൾ ചെയ്ത് നോക്കാതിരുന്നില്ല. അദ്ദേഹം സംസാരം തുടരുമ്പോൾ എന്റെ വിരലുകൾ ഗൂഗിളിന്റെ ആഴങ്ങളിലേക്ക് ചൂണ്ടയെറിയുകയായിരുന്നു. ഗൂഗിളിൽനിന്ന് ഒന്നും കിട്ടിയില്ല. വാർദ്ധക്യത്തിലെ പ്രണയത്തിന് കൗമാരത്തെക്കാൾ തീവ്രത കൂടും. ഭ്രമാത്മക കല്പനകളിൽ അഭിരമിക്കും. മനസ്സും ശരീരവും ഒരുപോലെയാകും. സങ്കല്പിക്കുന്നതൊക്കെ സംഭവിക്കുന്നതായി തോന്നും. അതെ എല്ലാം തോന്നലുകൾ അദ്ദേഹത്തിന്റെയും ഭാര്യയുടെയും വെറും തോന്നലുകൾ.... പെട്ടെന്നാണ് ഈ വെറും തോന്നലുകൾകൊണ്ട് എന്റെ ഫീച്ചർ ഡിലീഷ്യസാക്കാനുള്ള അനന്ത സാദ്ധ്യതകളെക്കുറിച്ച് ഞാൻ ചിന്തിച്ചത്. അറുപത്തെട്ടാം വയസ്സിൽ ഭാര്യ വീണ്ടും ഋതുമതിയായെന്ന് സങ്കല്പിക്കുന്ന ഭർത്താവ്. അങ്ങനെ തന്നെ കരുതുന്ന ഭാര്യ. ദമ്പതികൾ തങ്ങളുടെ നഷ്ട ദാമ്പത്യം വീണ്ടെടുക്കാൻ കണ്ടെത്തുന്ന ഉപായങ്ങളല്ലാതെ ഒന്നുമല്ല. പക്ഷേ, നല്ല മാസാലക്കൂട്ടാണ്! പ്രണയഫീച്ചറിന് അസാദ്ധ്യരുചിപകരും ഈ കൂട്ട്, ഞാൻ മനസ്സിലെഴുതി.

കസേരയിൽനിന്നെഴുന്നേറ്റ അദ്ദേഹം നടന്ന് അർദ്ധനാരീശ്വര പെയിന്റിങ്ങിന്റെ ചുവട്ടിൽപോയി നിന്നു. മുഖമുയർത്തി അതിലേക്ക് ഉറ്റുനോക്കി പറഞ്ഞു: "പത്ത് വർഷത്തെ ഞങ്ങളുടെ അന്വേഷണം ഒരു രാത്രിയിൽ സമ്പൂർണ്ണമായ ഉത്തരത്തിലെത്തി. ഏറെ നേരത്തെ ശ്രമങ്ങൾക്കൊടുവിൽ ഞങ്ങൾ അതുവരെ അനുഭവിച്ചിട്ടില്ലാത്തത്ര ഗംഭീരമായ ഒരു അനുഭൂതി കണ്ടെത്തി. അത് എത്രമേൽ ആസ്വാദ്യകരമായിരുന്നോ അത്രതന്നെ ആലസ്യത്തിൽ ഞങ്ങൾ കെട്ടിപ്പുണർന്ന് ഒറ്റ ഉടലായി കിടന്നുറങ്ങി. ആ രാത്രിയിലാണ് അവൾ മരിച്ചുപോയത്. അവൾ അവളെ തന്നെ നേദ്യമായി എന്നിലർപ്പിക്കുകയായിരുന്നു, പ്രാണനേദ്യം!" വളരെ സ്വാഭാവികമായ ഒരു അനുഭവ വിവരണമായാണ് അദ്ദേഹം പറഞ്ഞുകൊണ്ടിരുന്നതെങ്കിലും ഞാൻ വിസ്മയത്തോടെയാണ് കേട്ടുകൊണ്ടിരുന്നത്. എന്ന് മാത്രമല്ല, 'എന്റെ ബിനോയി... നീ രക്ഷപ്പെട്ടെടാ... ഈ കവർ സ്റ്റോറി പൊളിക്കും' എന്ന് മനസ്സിൽ അറിയാതെ പറയുകയും ചെയ്തു. സംസാരം നിർത്തി അല്പനേരം കൂടി പെയിന്റിങ്ങിന് ചുവട്ടിൽ നിന്ന അദ്ദേഹം പിന്നീട് ഞാനിരിക്കുന്നതിന് നേർക്ക് നടന്നുവന്നു. അടുത്തുവന്ന് എന്റെ തോളിൽ കൈത്തലമമർത്തി. അദ്ദേഹം പറഞ്ഞു: "അവൾ മരിച്ചുപോയെന്ന് എനിക്ക് തോന്നിയില്ല. അവൾ എന്നിൽ ലയിച്ചുചേർന്നിരിക്കുന്നു. എനിക്കത് ലോകത്തോട് വിളിച്ചുപറയണമെന്ന് തോന്നി. പ്രണയം സഫലമാക്കുമ്പോൾ ഏതൊരു കാമുകനും എന്താണോ ചെയ്യുന്നത് അതുപോലെ... അപ്പോൾ മുന്നിൽ തെളിഞ്ഞ മാർഗ്ഗമാണ് പത്രപ്പരസ്യം.."

സ്വീകരണ മുറിയിൽ നിന്ന് പുറത്തെ വാതിലിന് നേർക്ക് നടന്ന അദ്ദേഹം പിന്നിലേക്ക് കൈകാട്ടി എന്നെ വിളിച്ചു.

"വരൂ, നമുക്ക് അല്പനേരം പുറത്തിറങ്ങി നിൽക്കാം."

ഞാനെഴുന്നേറ്റ് പിന്നാലെ ചെന്നു. മുറ്റത്തിറങ്ങിനിന്ന അദ്ദേഹം തൊട്ടകലെ ഉയരത്തിൽ കാണുന്ന ആ പാറക്കെട്ടിലേക്ക് കൈചൂണ്ടി.

"മാലിനി പറയുമായിരുന്നു. ആ രണ്ട് പാറകളുണ്ടല്ലോ, അത് ഞാനും അവളുമാണെന്ന്. മരിച്ചുപോകുമ്പോൾ ഞങ്ങളുടെ ആത്മാവുകൾ അവയിൽ പ്രവേശിക്കുമെന്ന്. മാലിനിയും പ്രഫുല്ലനുമെന്ന് നാട്ടുകാർ പിന്നീട് അവയെ പേരിട്ട് വിളിക്കുമെന്ന്."

എന്നെ തിരിഞ്ഞുനോക്കി അദ്ദേഹം ചോദിച്ചു: "നമുക്ക് അതുവരെ ഒന്ന് നടന്നാലോ? അവിടെനിന്നുള്ള കാഴ്ച വളരെ മനോഹരമാണ്." ഞാൻ ആ ശിലാഗ്രങ്ങളിലേക്ക് തലയുയർത്തി നോക്കി, കുന്നിൻ നെറുകയിലാണ്. നല്ല കയറ്റമുണ്ട്. ഈ കുന്ന് കയറാൻ അദ്ദേഹത്തിനാവുമോ? ആശ്ചര്യത്തോടെ ഞാൻ അദ്ദേഹത്തെ നോക്കി. "മിക്ക ദിവസവും രാവിലെ ഞാനും മാലിനിയും അവിടെ പോകുമായിരുന്നു. എന്നെക്കാൾ ഊർജ്ജസ്വലയായി അവൾ നടന്നുകയറുമായിരുന്നു." അദ്ദേഹം മുന്നിൽ നടന്നു. വളരെ അനായാസമായാണ് അദ്ദേഹം നടക്കുന്നത്. ഞാനാകട്ടെ ഒരല്പം ആയാസപ്പെട്ടു, ഒപ്പമെത്താൻ. അടുത്തകാലത്തായി വ്യായാമം ഇല്ലാതായിട്ടുണ്ട്. കൊഴുപ്പ് അടിഞ്ഞ് തുടങ്ങിയിരിക്കണം നേരിയ കിതപ്പുണ്ട്. എന്നാൽ എന്റെ ഇരട്ടിയിൽ കൂടുതൽ പ്രായമുള്ള അദ്ദേഹം അനായാസം നടന്നുകയറുന്നു. ഓരോ നിമിഷവും അദ്ദേഹം അത്ഭുതമായി മാറുകയാണല്ലോ എന്ന് ഞാൻ ചിന്തിച്ചു.

പാറകളുടെ തൊട്ടുതാഴെ ആ വഴി ചെന്നവസാനിക്കുന്നു. കുറ്റിച്ചെടികളിൽ പിടിച്ചു മുകളിലേക്ക് കയറണം. പക്ഷേ, അവിടെ എത്തിയപ്പോൾ ക്ഷീണമെല്ലാം കുളിരുള്ള കാറ്റടിച്ച് പാറിപ്പോയി... പാറ മുകളിൽനിന്ന് താഴേക്ക് നോക്കി. നല്ല കാഴ്ച! കുന്നിന് ചുറ്റും പച്ചപ്പായി പടരുന്ന ഗ്രാമസൗന്ദര്യം മറ്റൊരു പനോരമ ഷോട്ടിലെന്ന പോലെ കൺമുന്നിൽ.. "ഈ കുന്ന് ഈ നാടിന്റെ കാവൽ ഗോപുരമാണ്. പ്രാണനീരിന്റെ സ്രോതസ്സാണ്. ഈ പാറകളിൽ കുടിയേറി ഞാനും മാലിനിയും അനന്തരകാലത്തോളം ഇവിടെ കാവലിരിക്കും. എന്റെ മക്കളോടും അവരുടെ മക്കളോടും ഞങ്ങൾ ഒസ്യത്ത് ഉറപ്പിച്ചിട്ടുണ്ട്, ലോകത്തെവിടെയായാലും ഈ പാറകളുടെ സംരക്ഷണത്തിന് അവരുടെ ശ്രദ്ധയുണ്ടാവണമെന്ന്." അദ്ദേഹം പറഞ്ഞു. പെട്ടെന്ന് ഒരാവേശ തള്ളിച്ചയാൽ ഞാനദ്ദേഹത്തിന്റെ കരം പുണർന്നു. കുളിരുള്ള ഒരു കാറ്റ് അപ്പോൾ ഞങ്ങളെ ആകെയൊന്ന് തലോടി കടന്നുപോയി.

സായന്തനത്തിന്റെ പിൻവിളി

ശ്രീജ സുരേഷ്

"ആ, ഇതാരൊക്കെയാ വന്നിരിക്കുന്നത്. എത്ര നാളായി ചേച്ചിയേയും ചേട്ടനെയും കണ്ടിട്ട്. എന്തോ വിശേഷം കാര്യമായിട്ടുണ്ടല്ലോ?" ദുർഗ്ഗ വിടർന്ന പുഞ്ചിരിയോടെ ഹരിയെയും ലക്ഷ്മിയെയും സ്വാഗതം ചെയ്തു.

മറുപുഞ്ചിരി സമ്മാനിച്ചതല്ലാതെ ഹരി മറുപടിയൊന്നും പറഞ്ഞില്ല.

മുഖത്തെ വിമ്മിട്ടം മറച്ചുപിടിക്കാൻ പാടുപെടുന്ന അയാളെ നോക്കി ദുർഗ്ഗ പറഞ്ഞു "മോനേ പാടമൊക്കെക്കാട്ടി കറങ്ങിനടന്ന് കുറേ സമയം കളയാനായി അച്ഛൻ കൂട്ടിക്കൊണ്ടു പോയതാണ്. എന്നെ കണ്ടാലുടൻ കൈ രണ്ടും മുകളിലേക്ക് ഉയർത്തി കരച്ചിലാണ്. ഈ അവസരത്തിൽ എടുത്തുകൊണ്ട് നടക്കാൻ എനിക്ക് ബുദ്ധിമുട്ടാണേ," തന്റെ നിറവയർ നോക്കി അവൾ ഒന്ന് വിളറിച്ചിരിച്ചു.

"അപ്പോൾ ശേഖരമ്മാവൻ ഇല്ലേ?" ലക്ഷ്മി അസ്വസ്ഥയായി

"ഞാൻ അപ്പുറത്തെ മാളുവിനെ പറഞ്ഞുവിട്ട് വിളിപ്പിക്കാം." ദുർഗ്ഗ പതിയെ തൊട്ടടുത്ത വീട്ടിലേക്ക് നോക്കി.

"ആ... അമ്മാവൻ വരുന്നുണ്ടല്ലോ? മോൻ ഉറക്കമായെന്നു തോന്നുന്നു." കുട്ടിയെയും തോളിലിട്ട് ഗേറ്റ് കടന്നുവരുന്ന ശേഖരമ്മാവനെ നോക്കി ലക്ഷ്മി സസന്തോഷം പറഞ്ഞു.

"ആ നിങ്ങളോ, യാത്രയൊക്കെ സുഖമായിരുന്നോ? വരുമെന്ന് മുകുന്ദൻ പറഞ്ഞിരുന്നു. നിങ്ങൾ രണ്ടാളും മാത്രമേ എത്തിയിട്ടുള്ളോ. കുടുംബങ്ങൾ വന്നിട്ടില്ലേ?" കുഞ്ഞിനെ കൈമാറിക്കൊണ്ട് ശേഖരമ്മാവൻ അവരോടായി ചോദിച്ചു.

ഒരു ദീർഘനിശ്വാസത്തോടെ ഹരി തുടർന്നു. "ഞാൻ വളച്ചു കെട്ടില്ലാതെ കാര്യങ്ങൾ പറയാം. ശേഖരമ്മാവന് എല്ലാമറിയാമല്ലോ? അമ്മാവനാണല്ലോ അച്ഛന്റെ മനസ്സാക്ഷി സൂക്ഷിപ്പുകാരൻ."

"മനസ്സ് മനസ്സിലാക്കി പെരുമാറുന്നവനെ നീ മനസ്സാക്ഷി സൂക്ഷിപ്പുകാരനെന്ന് വിളിച്ചാൽ അതിൽ പരിഭവിക്കാനൊന്നും ഞാനില്ല. മുകുന്ദനും ഞാനും കുടിപ്പള്ളിക്കൂടം മുതൽ ചങ്ങാതിമാരാണ്. അവൻ വിവാഹശേഷം പ്രവാസം തെരഞ്ഞെടുത്തപ്പോൾ ഞാൻ ഉള്ള പാടവും പറമ്പുമായി ഇവിടെക്കൂടി. എക്കാലവും ഒളിവും മറയുമില്ലാത്ത മിത്രങ്ങൾ, അത്രയേ ഉള്ളൂ." ശേഖരൻ ഹരിയുടെ വാക്കുകൾക്കിടയിലേക്ക് കയറി.

"ഇതുപോലെ അത്ര ലളിതമായി പറഞ്ഞുതീർക്കാൻ പറ്റിയ ഒരു കാര്യമാണോ? ഞങ്ങൾ രണ്ടാൾക്കും ഓരോ കുടുംബങ്ങളുണ്ട്. വയസ്സുകാലത്ത് അച്ഛൻ ഇത്തരം കോപ്രായങ്ങൾ കാട്ടിക്കൂട്ടിയാൽ ഞങ്ങളെന്ത് ചെയ്യാനാ? അച്ഛന് ഒരു കുറവും വരുത്താതെ ഞങ്ങൾ നോക്കിക്കൊള്ളാമെന്ന് പല പ്രാവശ്യം പറഞ്ഞതാണ്. പക്ഷേ, അച്ഛന് അതൊന്നുമല്ലല്ലോ ആവശ്യം. വയസ്സുകാലത്ത് മക്കളെ നാണംകെടുത്തിയേ അടങ്ങൂ." രോഷാകുലയായ ലക്ഷ്മിയുടെ വാക്കുകൾ തോക്കിൽനിന്നും ആരെയോ ലക്ഷ്യം വെച്ചുപോകുന്ന ബുള്ളറ്റ് പോലെ തെറിച്ച് വീണു.

"അച്ഛനോട് നേരിൽ സംസാരിക്കാനാണ് ഞങ്ങളെത്തിയത്. ഇതുണ്ടാക്കാൻ പോകുന്ന ഭവിഷ്യത്ത് ആരും വില കുറച്ചു കാണണ്ട. അമ്മ മരിച്ചിട്ട് ഒരു കൊല്ലംപോലും ആയിട്ടില്ല. അതിനിടയിൽ മറ്റൊരു വിവാഹം. പത്തറുപത്തഞ്ച് വയസ്സുണ്ടല്ലോ, ഒരല്പം ജാള്യത വേണ്ടേ? എന്നെക്കൊണ്ട് ഒന്നും പറയിക്കേണ്ട.." ഹരിയുടെ അമർഷം നുരഞ്ഞു പൊന്തി.

"നിങ്ങളുടെ മാനസികാവസ്ഥ എനിക്ക് മനസ്സിലാകുന്നുണ്ട്. എന്നാൽ പല സ്ഥലങ്ങളിലും ഒരു ചേർച്ചയില്ലായ്മ കാണുന്നുമുണ്ട്. ഗൗരിയുടെ മരണക്കിടക്കയിൽ പോലും ഒരാഴ്ച ഇവിടെ വന്ന് നില്ക്കാൻ നിങ്ങൾക്ക് രണ്ടാൾക്കും കഴിഞ്ഞില്ല. നിങ്ങളുടെ തിരക്കുകൾ അറിയാഞ്ഞിട്ടല്ല. എങ്കിലും ഗൗരി അത് എത്രത്തോളം ആശിച്ചിരുന്നുവെന്ന് എനിക്ക് നന്നായി അറിയാം. പക്ഷേ, അച്ഛൻ മറ്റൊരു വിവാഹത്തെക്കുറിച്ച് ചിന്തിക്കുന്നുവെന്ന് തോന്നിയപ്പോഴേക്കും നിങ്ങൾ പറന്നെത്തി. ആ ആവേശം അമ്മയുടെ മരണക്കിടക്കയിൽ ആകാമായിരുന്നു." ശേഖരൻ രണ്ടാളെയും മാറിമാറി നോക്കി.

മുറ്റത്ത് കാൽപ്പെരുമാറ്റം കേട്ട് ശേഖരൻ അങ്ങോട്ടേക്ക് തിരിഞ്ഞു.

"കുമാരനോ... പാടം കൃഷിക്ക് ഒരുക്കാനുള്ള ഏർപ്പാടുകൾ ചെയ്യണം. പണിയായുധങ്ങൾ എല്ലാം തയ്യാറാക്കി വയ്ക്കണം. അതിനാണ് വരാൻ പറഞ്ഞത്." ശേഖരന്റെ വാക്കുകൾക്ക് തലയാട്ടുമ്പോഴും കുമാരന്റെ കണ്ണുകൾ ഹരിയുടെ മുഖത്തേക്ക് തറയ്ക്കുന്നത് ശ്രദ്ധയിൽപ്പെട്ട ശേഖരൻ കുമാരനോടായി പറഞ്ഞു. "മുകുന്ദന്റെ മക്കളാ, ഇന്ന് രാവിലെ എത്തി."

"മുകുന്ദൻ കുഞ്ഞിന്റെ മക്കളാണോ, പണ്ടൊക്കെ എപ്പോഴും ദുർഗ്ഗക്കുഞ്ഞിന്റെ കൂടെ കാണാമായിരുന്നു. ഇപ്പോൾ കാലങ്ങൾ എത്രയായി കണ്ടിട്ട് ഗൗരിയമ്മയുടെ മരണത്തിന് മോൾക്ക് വരാൻ പറ്റിയില്ല അല്ലേ?" ഒരല്പം ഈർഷ്യ ആ മുഖത്ത് തെളിഞ്ഞിരുന്നുവോയെന്ന് ശേഖരന്

തോന്നി.

"ഓരോരോ ജീവിത സാഹചര്യങ്ങളും തിരക്കുമല്ലേ? അമ്മയെ വന്നു കണ്ടു മടങ്ങി മൂന്നിനല്ലേ ഗൗരി പോയത്... കുട്ടികളുടെ അവസ്ഥയും നമ്മൾ ചിന്തിക്കേണ്ടേ, കുമാരൻ ചെല്ല്.. എല്ലാവരോടും രാവിലെ തന്നെ എത്താൻ പറയണം. വെയിൽ ഉറച്ചാൽ പിന്നെ പണി നീങ്ങില്ല." ശേഖരൻ കൂട്ടിച്ചേർത്തു.

"ഈ ചായഗ്ലാസൊക്കെ എടുത്ത് അകത്തു കൊണ്ടുപോകാൻ ജാനു ചേച്ചിയോട് പറയ്." ഭിത്തിയും ചാരി നിശ്ശബ്ദമായി നിൽക്കുന്ന ദുർഗ്ഗയോടായി ശേഖരൻ പറഞ്ഞു.

"അപ്പോൾ ഞങ്ങൾ ഇറങ്ങുന്നു. ശേഖരമ്മാവൻ ഇന്നുതന്നെ വീട്ടിലേക്കൊന്നു വരണം. ഇലയ്ക്കും മുള്ളിനും കേടില്ലാതെ ഇതൊന്നു ഒഴിവാക്കിത്തരണം. ഇതിനായി കളയാൻ സമയമില്ല" ഷൂസിനുള്ളിലേക്ക് കാലു കയറ്റുന്നതിനിടെ ഹരി പിറുപിറുത്തു.

തന്നെ ഒന്ന് നോക്കുകപോലും ചെയ്യാതെ നടന്നുനീങ്ങുന്ന ഹരിയെ നോക്കി ദുർഗ്ഗ ചിന്തയിലാണ്ടു. പണ്ടൊക്കെ ഹരിയേട്ടനും ലക്ഷ്മിചേച്ചിയും താനും ആയിരുന്നു ഒരു സംഘം. എവിടെയും ഒരുമിച്ചു മാത്രം പ്രത്യക്ഷപ്പെടുന്നവർ. കൊള്ളസംഘം എന്നായിരുന്നു മുകുന്ദമാമൻ തങ്ങൾക്കിട്ടിരുന്ന പേര്. എല്ലാ കുറുമ്പുകൾക്കും ഒരേ കുടക്കീഴിൽ സഞ്ചരിച്ചവർ. വളർന്നപ്പോൾ അത് പ്രണയമായി.

മെഡിസിന് അഡ്മിഷൻ കിട്ടി പോയപ്പോൾ എന്തുമാത്രം വിഷമിച്ചിരുന്നു തങ്ങൾ. പക്ഷേ, ക്രമേണ ആ മനസ്സിൽ താൻ ആരുമല്ലാതായി. മറ്റൊരു ഡോക്ടറെ ഭാര്യയാക്കാൻ തീരുമാനമെടുത്തപ്പോൾ അതിൽ വിഷമം മുകുന്ദനമ്മാവന് മാത്രമായിരുന്നു. രണ്ടുമക്കളും പഠിച്ച് ഉയർന്ന സ്ഥാനങ്ങളിൽ എത്തിയപ്പോൾ ഈ വീട്ടിലേക്കുള്ള വഴി അവർ മറന്നു. വിവാഹം കഴിഞ്ഞ് അന്യ രാജ്യങ്ങളിലേക്ക് ചേക്കേറിയതിനുശേഷം ഗൗരിയമ്മയുടെ മരണത്തിനാണ് കണ്ടുമുട്ടിയത്. ആ ചടങ്ങിനും ഹരിയേട്ടന്റെ കുട്ടിയും ഭാര്യയും എത്തിയിരുന്നില്ല. ചെറുപുഞ്ചിരിയിൽ ഹരിയേട്ടൻ തന്നെ മാറ്റി നിർത്തി. അവരുടെ ജീവിതനിലവാരം തനിക്കില്ലെന്ന് അവർ ചിന്തിക്കുന്നുണ്ടാകും. കൊക്ക് മീൻ തിന്നുന്നത് കണ്ട് കുളക്കോഴിക്ക് നെഞ്ചെരിഞ്ഞാലോ?

"പഴയതൊന്നും ആലോചിച്ചു കൂട്ടണ്ട. മുകുന്ദനുള്ള ആഹാരം പാത്രത്തിലാക്കിത്തരാൻ ജാനുചേച്ചിയോട് പറയൂ. ഞാൻ വരാൻ വൈകും. എന്നെ കാത്തിരിക്കേണ്ട നിങ്ങൾ കിടന്നോളൂ." ശേഖരൻ മോളോടായി പറഞ്ഞു.

എന്തായാലും മുകുന്ദന്റെ വീട്ടിലേക്ക് പോകുമ്പോൾ ജാനകി ടീച്ചറിനെ കൂടി കൂട്ടണം. അവന്റെ ഒരേയൊരു പെങ്ങളാണല്ലോ, അവരുടെ അഭിപ്രായവും അറിയണം. അയാളോർത്തു.

"ഞാനിപ്പോൾ ടീച്ചറെ കാണണമെന്ന് വിചാരിച്ചതെയുള്ളൂ. ഇങ്ങനെ അമ്പലത്തിലെ പുണ്യം മുഴുവൻ നിങ്ങൾ അച്ചിയും നായരും വാങ്ങി

ത്തീർക്കുന്നത് കൊണ്ടാണ് നാട്ടിലെ മറ്റെല്ലാവരെയും ദൈവങ്ങൾ മറക്കുന്നത്." ശേഖരൻ മുരളിനായരുടെ തോളിൽതട്ടി ചിരിച്ചു. ഒരുമിച്ച് നടന്നു നീങ്ങുന്നതിനിടയിൽ അവരുടെ സംസാരം മുകുന്ദനെക്കുറിച്ചായിരുന്നു.

"ഞങ്ങൾ വരുന്നതിൽ തടസ്സമൊന്നുമില്ല. എന്നാൽ കുട്ടികൾ എത്രത്തോളം നമ്മുടെ വാക്കുകൾ അംഗീകരിക്കുമെന്നതിൽ ഒരു നിശ്ചയവും ഇല്ല. ജീവിതത്തിന്റെ നല്ലൊരു ഭാഗവും പ്രവാസത്തിന് കൊടുത്തു. എന്നിട്ട് ഇപ്പോൾ..." അവരുടെ വാക്കുകൾ കൂടപ്പിറപ്പിനെക്കുറിച്ചുള്ള ആധിയിൽ പാതിയിൽമുറിഞ്ഞു.

"ആ.. എല്ലാരുമുണ്ടല്ലോ, ഞാൻ പ്രതീക്ഷിച്ചിരുന്നു" ചാരുകസേരയിലിരുന്ന മുകുന്ദൻ ചെറുപുഞ്ചിരിയോടെ പറഞ്ഞു.

അച്ഛന്റെ ഒച്ചകേട്ട് മക്കൾ മുറിക്കു പുറത്തേക്ക് വന്ന് എല്ലാവരെയും നോക്കി ഒന്ന് വെളുക്കെച്ചിരിച്ചു.

"മുകുന്ദാ, നിന്റെ മക്കൾ മുന്നോട്ടുവയ്ക്കുന്ന ചില കാര്യങ്ങളുണ്ട്. അവർക്ക് നിന്റെ തീരുമാനം അറിയണം." അത്താഴം അടങ്ങിയ പാത്രം മുകുന്ദന്റെ നേർക്ക്നീട്ടി ശേഖരൻ തുടർന്നു.

"നിന്നെ കൂടെകൊണ്ടുപോയി പൊന്നുപോലെ നോക്കാൻ അവർ തയ്യാറാണ്, നീ പോകാത്ത താമസമേ ഉള്ളൂ.

അതുമല്ലെങ്കിൽ ജാനുച്ചേച്ചിയെപ്പോലെ ഒരാളെ ആഹാരം പാകം ചെയ്യാനും അടിച്ചു വാരാനും ഒക്കെയായി കണ്ടുപിടിക്കാനുള്ള ദൗത്യം എനിക്ക് തന്നിട്ടുണ്ട്. ഇതിലേതാണ് നിന്റെ തീരുമാനം എന്നാണ് അവർക്കറിയേണ്ടത്. കുട്ടികളുടെ തിരക്ക് നിനക്കറിയാമല്ലോ? നീയെന്ന വയസ്സന്റെ മുതുകൂത്താട്ടത്തിന് കളയാൻ അവർക്ക് സമയമില്ല." ശേഖരന്റെ സ്വരത്തിന്റെ കടുപ്പം എല്ലാവരും തിരിച്ചറിഞ്ഞു.

"അപ്പച്ചിക്ക് കാര്യങ്ങൾ അറിയാമല്ലോ? അമ്മ മരിച്ചിട്ട് ഒരാണ്ടു പോലും തികഞ്ഞിട്ടില്ല. അച്ഛൻ ഒറ്റയ്ക്ക് പണിചെയ്ത് സമ്പാദിച്ചപ്പോൾ, അമ്മ ഞങ്ങളെ വളർത്തിയത് ഒറ്റയ്ക്ക് തന്നെയാണ്. കാശുകൊണ്ട് എല്ലാം തികയില്ല. അമ്മയുടെ ചിത കെട്ടടങ്ങുംമുമ്പ് മറ്റൊരാളെ കൈപിടിച്ചു കയറ്റാൻ എന്താ ഇത്ര ധൃതി... വെറുതെ നാട്ടുകാരെക്കൊണ്ട് പറയിക്കാൻ." മകൾ തന്റെ അസ്വസ്ഥതകൾ എല്ലാം പുറത്തെടുത്തു.

"കൂടപ്പിറന്നവന്റെ നല്ല കാലമെല്ലാം ഈ കുടുംബത്തിനുവേണ്ടിയായിരുന്നു ചെലവഴിച്ചത്. ഒരു അതിഥിയെപ്പോലെ സമ്മാനപ്പൊതികളുമായി എത്തുന്ന അച്ഛനെമാത്രമേ നിങ്ങൾക്ക് പരിചയമുള്ളൂ. ആ അച്ഛൻ അനുഭവിച്ചിട്ടുള്ള ജീവിതവ്യഥകളെക്കുറിച്ച് ഒരുവേളയെങ്കിലും നിങ്ങൾ ചിന്തിച്ചിട്ടുണ്ടോ? രണ്ടുമൂന്നു വർഷം ഗൗരി കിടന്നപ്പോഴല്ലേ അവർ സ്ഥിരമായി ഒരുമിച്ചത്. നിങ്ങൾ ആരെങ്കിലും ഉപകരിച്ചോ അവൾക്ക്? ഇപ്പോൾ നിങ്ങളുടെ അച്ഛന് കൂട്ടിനായി കുറേരോഗങ്ങൾ മാത്രമാണുള്ളത്. ഇപ്പോൾ ഇവിടെ നിങ്ങൾ രണ്ടാളും ഉണ്ടല്ലോ, പക്ഷേ, ഇന്നും ദുർഗ്ഗ പൊതികെട്ടേണ്ടിവന്നു അത്താഴമൂട്ടാൻ. ഇതാണോ നിങ്ങൾ

പ്രസംഗിക്കുന്ന ഉത്തരവാദിത്വം." ദേവകിട്ടീച്ചർ ചൊടിച്ചു.

"പത്തറുപത് വയസ്സ് പ്രായമുള്ള ഒരു സ്ത്രീയെ വിവാഹം കഴിക്കണമെന്ന് മുകുന്ദന്റെ തീരുമാനമാണ്. ഒറ്റപ്പെടലിന്റെ ശ്വാസംമുട്ടൽ അവന് മടുത്തിട്ടുണ്ടാകും. നിങ്ങൾക്ക് വേണ്ടിത്തന്നെയല്ലേ അവൻ ഇത്രകാലവും ജീവിച്ചത്. ഈ സായന്തനത്തിലെങ്കിലും മനസ്സമാധാനമായിരുന്നോട്ടെ, ഒന്നു മിണ്ടിപ്പറഞ്ഞിരിക്കാൻ ഗൗരിയുടെ ഓർമ്മകൾക്കാവില്ലല്ലോ.' മുരളി രംഗം തണുപ്പിക്കാൻ ശമിച്ചു.

"അമ്മയുടെ സ്ഥാനത്ത് മറ്റൊരാളെ സങ്കൽപ്പിക്കാനേ ഞങ്ങൾക്ക് കഴിയില്ല. മക്കളെ നോക്കുന്നത് മാതാപിതാക്കളുടെ കടമയാണ്, അല്ലാതെ കണക്ക് പുസ്തകത്തിൽ കുറിച്ചിടാനുള്ളതല്ല. ആരെന്തൊക്കെ പറഞ്ഞാലും ഈ നാണംകെട്ട കാര്യത്തിന് ഞങ്ങൾ മക്കളെ കിട്ടില്ല. ഞങ്ങൾക്ക് തലയുയർത്തിപ്പിടിച്ച് നിൽക്കണം. കൈയിൽ പൂത്ത പണമുണ്ടല്ലോ അപ്പോൾ സകല ചെറ്റത്തരത്തിനുമോശാനപാടാൻ ആളുണ്ടാകും."

ഹരി ശേഖരനെ ഒന്നിരുത്തി നോക്കി.

"നീ എന്നും വിലമതിക്കുന്നത് പണം എന്ന റാഞ്ചിപ്പറക്കുന്ന പരുന്തിനാണെന്ന് എന്റെ അനുഭവംകൊണ്ട് ഞാൻ പഠിച്ചതാണ്. എന്നാൽ എന്നെ നീ ആ ഗണത്തിൽ പെടുത്തേണ്ട. എനിക്ക് ഹൃദയബന്ധങ്ങൾക്ക് മേൽ മറ്റൊന്നുമില്ല. എന്റെയും മുകുന്ദന്റെയും ഹൃദയബന്ധം അളക്കാൻ നീ കഴുത്തിൽ തൂക്കുന്ന സ്റ്റെതസ്കോപ്പിനാകില്ല. അതുകൊണ്ടുതന്നെ നിന്റെമേലിൽ കളയാൻ എനിക്ക് സമയവും താല്പര്യവുമില്ല." ശേഖരൻ പുച്ഛഭാവത്തിൽ ഹരിയെ നോക്കി.

"പിന്നെന്തേ ശേഖരമ്മാവൻ ഗീതമാമി മരിച്ചപ്പോൾ ഒന്നുകൂടി കെട്ടിയില്ല, മിണ്ടിപ്പറയണ്ടായിരുന്നോ?." ലക്ഷ്മി വിട്ടുകൊടുക്കാൻ ഭാവമില്ലായിരുന്നു.

"ഞാൻ വളർത്തിയത് മനുഷ്യമനസ്സിനെ മനസ്സിലാക്കാൻ പാകപ്പെട്ട ഒരു മകളെയാണ്. എനിക്ക് മിണ്ടാനും പറയാനും മകളും കൊച്ചുമക്കളും കൂട്ടിനുണ്ടാകുമെന്ന് ഉറപ്പുണ്ട്. നിന്റെ അച്ഛന്റെ പൂത്തപണത്തിൽ നിനക്കുള്ള കണ്ണ് എന്റെ കാര്യത്തിൽ അവൾക്കില്ല. അല്ലപിന്നെ, വേണ്ട... വേണ്ടാന്ന് വയ്ക്കുമ്പോൾ തലയിൽ കയറുന്നു." ശേഖരൻ തന്റെ തോളിലെ തോർത്തെടുത്ത് ഒന്നാഞ്ഞു കുടഞ്ഞു.

"ആരും തർക്കിക്കേണ്ട, ഇതിൽ എന്റെ തീരുമാനം തന്നെയാണ് പ്രധാനം. ഇനി ഏകാന്തത നിറഞ്ഞ ജീവിതം ഞാൻ ഉദ്ദേശിക്കുന്നില്ല. വീട് വയ്ക്കാനും മക്കളെ പഠിപ്പിക്കാനും അവർക്ക് മികച്ച ജീവിതം നിഴലുപോലെ നിന്ന നിങ്ങളുടെ അമ്മയുടെ കാര്യത്തിൽ നിങ്ങൾ കാണിച്ചതെന്താണെന്ന് എനിക്ക് നന്നായറിയാം. ഒരാളെ കൂട്ടിന് കിട്ടിയാൽ, ഞാൻ അതുമായി മുന്നോട്ടുപോകും. ആർക്കും ബാദ്ധ്യതയാകാൻ തീരുമാനമില്ല. വാരിക്കോരിത്തന്ന് തന്നെയാണ് നിങ്ങളെയിവിടം വരെ എത്തിച്ചത്. ജീവിതത്തിൽ മിച്ചമുണ്ടായാൽ അതും നിങ്ങൾക്കുണ്ടാകും. ഉറപ്പൊന്നും

പറയാനില്ല. ഈ കാര്യത്തിൽ ഇനി മറ്റൊരു സംസാരവുമില്ല. ഗൗരിയോടുള്ള എന്റെ പ്രിയം, അത് തെളിയിക്കേണ്ട ബാദ്ധ്യത അവളുടെ അസാന്നിദ്ധ്യത്തിൽ എനിക്കില്ലതാനും. അച്ഛന്റെ കൂടെ കുറച്ചു ദിവസം നിൽക്കാനാണ് മക്കൾ വന്നതെങ്കിൽ സന്തോഷം, അതല്ല മറ്റെന്തെങ്കിലും ആണ് ഉദ്ദേശ്യമെങ്കിൽ..." അയാളുടെ വാക്കുകൾക്ക് വല്ലാത്ത പ്രഹരശക്തി ഉണ്ടായിരുന്നു.

സായന്തനത്തിലും പിൻവിളി പാടില്ലെന്ന്, സ്വന്തം ജീവിതത്തിൽ നിന്ന് പഠിച്ച പ്രവാസിയുടെ ഉറച്ച തീരുമാനത്തിന്റെ പ്രകമ്പനം കൂടിനിന്നവരുടെ കാതുകളിൽ മുഴങ്ങി.

അതിരാവിലെ മക്കൾ യാത്രയ്ക്കിറങ്ങുമ്പോൾ, അടുത്ത വരവിൽ കുടുംബസമേതം എത്തണമെന്ന് ഓർമ്മിപ്പിക്കാൻ അയാൾ മറന്നില്ല.

കൃതാവ്

സോഫിയ ഷാജഹാൻ

അത്രയധികമൊന്നും വേഗതയിൽ ആയിരുന്നില്ല ആ ബസെങ്കിലും അരിക്കാഴ്ചകൾ പതിവിലേറെ വേഗത്തിൽ ഓടിമറയുന്നപോലെ. ഞാനവളുടെ കൈയിൽ അമർത്തിപ്പിടിച്ചു. അവളിപ്പോൾ ബസിനെക്കാളേറെ വേഗതയിൽ പിന്നോട്ടോടി മറയുന്ന ഓർമ്മകളെ തുരത്തിയോടിക്കാനുള്ള ആന്തലിൽ ആയിരിക്കും എന്ന്, എന്നെപോലെ ആർക്കാണിത്ര കൃത്യമായി പറയാനാവുക

എന്റെ കൈകൾക്കുള്ളിൽ ശ്വാസം എടുക്കാനായാസപ്പെട്ടു മരണത്തിലേക്ക് വീഴുന്ന ഒരു പക്ഷിക്കുഞ്ഞെന്നപോലെ അവളുടെ കൈകൾ ഭാരമേതുമില്ലാതെ കിടന്നു.

ഞാനപ്പോൾ കരുതലിന്റെ സ്പർശത്തെക്കുറിച്ച് ഒരിക്കൽ അവൾ പറഞ്ഞത് ഓർത്തെടുക്കുകയായിരുന്നു. ചേർത്ത് പിടിക്കലിന്റെ മാന്ത്രികതയെക്കുറിച്ച് ജീവിതം കൺമുന്നിൽ പിടയ്ക്കുമ്പോൾ തോളിൽ അമരുന്ന ആശ്വാസത്തിന്റെ കൈത്തലങ്ങളെക്കുറിച്ച് ഒക്കെയും അവൾ വാതോരാതെ മിണ്ടി പറഞ്ഞിരുന്ന ഒരു വൈകുന്നേരം.

അടിമുടി ചിതറിപ്പോയൊരാളെ ഒരൊറ്റ ആലിംഗനത്താൽ തിരിച്ചു കൊണ്ട് വരാമെന്നും, 'ഞാനുണ്ടെന്ന'തിനു ഒരു ചേർത്ത് പിടിക്കലോളം അർത്ഥമൊന്നും, വാക്കുകളാൽ ഇന്നേവരെ എഴുതിവയ്ക്കപ്പെട്ടിട്ടില്ലെന്നും ആയിരുന്നു അവളുടെ പക്ഷം. അനുഭവസ്ഥ എന്ന നിലയിൽ ഞാനും തല മെല്ലെ ചലിപ്പിച്ചു.

ഞാനവളെ കണ്ടുമുട്ടിയിട്ട് നാല് വർഷത്തോളം മാത്രമേ ആയിട്ടുള്ളു എങ്കിലും ഏതോ ഒരു ജന്മാന്തര ബന്ധത്തിന്റെ നൂലിഴകളിൽ ഞങ്ങൾ കൊരുത്ത് കിടന്നു. വാക്കുകൾക്കപ്പുറം മൗനം കൊണ്ട് വരെ ഞങ്ങൾക്കു പരസ്പരം മനസ്സിലാക്കാൻ കഴിഞ്ഞിരുന്നു. ഒരു മഞ്ഞച്ച പകലിൽ ട്രോളി ബാഗും വലിച്ചു, കൈയിൽ ഒരു പുസ്തകകെട്ടും ഷോൾഡർ ബാഗുമായി

സൂര്യകാന്തിപ്പൂ വിരിഞ്ഞ പോലെ തെളിഞ്ഞ ചിരിയുമായി പെണ്ണൊരുത്തി. അവധി ദിവസമായതുകൊണ്ട് ഹോസ്റ്റൽ റൂമിന്റെ വാതിൽ ചാരിയിട്ടേ ഉണ്ടായിരുന്നുള്ളൂ. പഴയ റൂം മേറ്റ് പോയിട്ട് അധികമാവാത്തത് കൊണ്ട് പെട്ടെന്ന് ഒരാളെ പ്രതീഷിച്ചിരുന്നുമില്ല. എന്റെ അമ്പരപ്പ് കണ്ടിട്ടാവണം .അവൾ സ്വയം പരിചയപ്പെടുത്തി. "ഞാൻ അനുരാധ, കൗൺസലിങ് സൈക്കോളജിസ്റ്റ് ആണ്. അനു ന്ന് വിളിക്കാം." നീട്ടി പിടിച്ച കൈയിലേക്ക് കൈ പിടിക്കുമ്പോ ഞാൻ എന്നെ പരിചയപ്പെടുത്തി,

"ശ്രീലക്ഷ്മി, അദ്ധ്യാപികയാണ്."

ഒരേ മുറി പങ്കിടുന്നവരെന്നതിൽക്കവിഞ്ഞ് ഒരു അടുപ്പവും ഞങ്ങൾക്കിടയിൽ തോന്നാതിരുന്ന നാളുകൾ. ആളുകളിൽനിന്നു കൃത്യമായ അകലം പാലിക്കുന്ന ഞാനും മറ്റുള്ളവരുടെ സ്പേസിലേക്ക് അറിയാതെ പോലും കടന്നു വരാത്ത അവളും.

അറിയാതെ തന്നെ ഒരു ബഹുമാനം അവളോട് തോന്നിത്തുടങ്ങിയിരുന്നു. ഒരിക്കൽ പോലും ഞാനോ അവളോ രണ്ടാളുടെയും വ്യക്തിപരമായ കാര്യങ്ങളിലേക്ക് ചോദ്യങ്ങൾ എറിയുകയോ സ്വയം ഉത്തരങ്ങൾ കല്പിച്ചു കൂട്ടുകയോ ചെയ്തിരുന്നുമില്ല. എങ്കിലും അവൾ ഉറങ്ങാതെ കഴിച്ചു കൂട്ടുന്ന ചില രാത്രികൾ അവളുടെ നിശ്ശബ്ദമായ കരച്ചിലുകൾ ഒക്കെയും എന്റെയും മനസ്സിലേക്ക് വിഷാദത്തിന്റെ നിഴലുകൾ വീഴ്ത്തി.

രാത്രി ഏറെ വൈകിയും ഉറങ്ങാതിരുന്ന കണ്ണീരു നനഞ്ഞ കവിളുകൾ കണ്ടു സഹിക്കാനാവാതെ ഞാൻ അവളുടെയടുത്ത് പോയി ഇരുന്നു.

"അനു... ന്തേ പറ്റിയത്" അവളൂടെ മറുപടി എന്നെ അത്ഭുതപ്പെടുത്തി!

ആരോടെങ്കിലും ഉള്ളിലെ ഭാരമിറക്കാൻ അവൾ കാത്തിരുന്ന പോലെ തോന്നി.

"ശ്രീ... പാതിരാവായിട്ടുണ്ടാവും, ല്ലേ?

ഈ ഒരു നിമിഷത്തിൽ പോലും എവിടെയൊക്കെയോ ഒരുപാട് കുഞ്ഞുങ്ങള് പീഡിപ്പിക്കപ്പെടുന്നുണ്ടാവും... ആരൊക്കെയോ, ബന്ധനങ്ങളിൽ പെട്ട് നിലവിളിക്കുണ്ടാകാം... ഒച്ച പുറത്തു വരാതെ എത്ര കുഞ്ഞുങ്ങൾ ഇരുട്ടിൽ മുഖം പൂഴ്ത്തുന്നുണ്ടാവാം...

ശ്രീ..... നമ്മളുറങ്ങുമ്പോ കേൾക്കാതെ പോകുന്ന നിലവിളികൾ ആണ് കാലത്തു പത്രവാർത്തകളിൽ നിറയുന്ന ആത്മഹത്യ എന്നെഴുതി ചേർക്കുന്ന കൊലപാതകങ്ങളും, ചില ആത്മഹത്യകളും പീഡനങ്ങളും ഒക്കെ... ദിവസവും എത്രയെത്ര അനുഭവങ്ങളെ കഥകൾ പോലെ എനിക്ക് ചുറ്റും ഉള്ളവർ കേട്ടിരിക്കുന്നു."

അമ്പരപ്പോടെ ഞാൻ അവളെ കേട്ടിരുന്നു. എന്റെ മകളുടെ മുഖം ഒരാന്തലോടെ ഉള്ളിൽ മിന്നിമറഞ്ഞു. ഞാൻ അവളിലേക്ക് കൂടുതൽ ചേർന്നിരുന്നു. "കണ്ണ് നനയിക്കുന്ന, ഉള്ളുലയ്ക്കുന്ന ഒരു വാർത്ത പോലും ഇല്ലാതെ ഒരു ദിവസമെങ്കിലും തീർന്നു പോയിട്ടുണ്ടോ ശ്രീ...?"

'എന്റെ നെഞ്ചു വിങ്ങി ബോർഡിങ് സ്കൂളിലെ സുരക്ഷിതത്വത്തിൽ ഉറങ്ങുന്ന മകൾ മനസ്സിൽ തെളിഞ്ഞു. ഒപ്പം നിസ്സഹായതയുടെ കുറെ കുഞ്ഞിക്കണ്ണുകളും കുരുന്നു മുഖങ്ങളും. അവൾ പറഞ്ഞു കൊണ്ടേ ഇരുന്നു...

"നീ കാണാറില്ലേ ശ്രീ... വിദ്യാസമ്പന്നർ പോലും നിസാരവൽക്കരിച്ച് സോഷ്യൽ മീഡിയയിൽ ഇടുന്ന അഭിപ്രായങ്ങൾ, ന്യായീകരണങ്ങൾ! പറയാരുന്നില്ലേ... രക്ഷപ്പെടാരുന്നില്ലേ... എന്നൊക്കെ. എന്റേതല്ലാത്ത എത്ര കുഞ്ഞുങ്ങളുടെ കരച്ചിലുകളാണെന്റേതായി മാറുന്നതെന്നോ ശ്രീ..."

ഞാൻ അവളെ അപ്പോൾ കൂടുതൽ കൂടുതൽ ചേർത്തണയ്ക്കു കയായിരുന്നു

അവൾ തുടർന്നുകൊണ്ടേ ഇരുന്നു... "ആരുമില്ലാത്തവരുടെ ബാല്യം, നിസ്സഹായതയുടെ ബാല്യം ഒക്കെ, ആരും തുണയില്ലാത്ത വാർദ്ധക്യ ത്തെക്കാൾ കഠിനമെന്നു നിനക്കു തോന്നാറില്ലേ... പിഞ്ചുശരീരത്തെ നോവിക്കുന്നതോർക്കുമ്പോ എങ്ങനെയാണ് നമ്മൾ ഉറങ്ങാ?

കൗതുക കാഴ്ചകളിൽ കണ്ണുകൾ നിറയ്ക്കേണ്ട കാലത്തു പേടിച്ചരണ്ട് ഒളിക്കേണ്ടി വരുന്നവർ, പീഡനത്തിന്റെ വേദനയിൽ എന്നേക്കുമായി ജീവിതം ഇരുളടഞ്ഞു പോകുന്ന കുട്ടികൾ ആരെങ്കിലും കേൾക്കാറുണ്ടോ ശ്രീ ഇവരെ... വാർത്തകളിൽ നിറയുന്ന സമയത്തല്ലാതെ

പിന്നീട് എപ്പോഴെങ്കിലും ഇവരെക്കുറിച്ചു ആരെങ്കിലും ഓർക്കുന്നു ണ്ടാവുമോ ശ്രീ.

ഈശ്വരാ... നമ്മൾ എത്ര സ്വാർത്ഥരാണ്!!! ഉണ്ടുറങ്ങി നമ്മളെ കുറിച്ചു മാത്രം വരച്ചു വച്ച പോലെ ജീവിക്കുന്നവർ." എനിക്ക് അവളോട് അളവറ്റ സ്നേഹവും ബഹുമാനവും തോന്നി. ദൈവം ചിലപ്പോഴൊക്കെ എത്ര ക്രൂരമാവുന്നു അല്ലേ...

അന്നാണ് ഞാനവളെ എന്റെ മനസ്സിലേക്കെടുത്ത് വച്ചത്. പിന്നീട് എപ്പോഴും തെരുവിൽ ബസ് സ്റ്റാൻഡിൽ റെയിൽവേസ്റ്റേഷനിൽ ഒക്കെ കാണുന്ന പിഞ്ചു മുഖങ്ങൾ എന്റെ കുഞ്ഞിനെയെന്ന പോലെ എന്നിലെ ആധിയെ വളർത്തിക്കൊണ്ടിരുന്നു.

ഞാൻ പതിവിലും നേരത്തെ എത്തിയ ഇന്നാണ് പിന്നീട് അവളെ അത്രമേൽ അസ്വസ്ഥയായി കരഞ്ഞു വീർത്ത മുഖത്തോടെ കണ്ടത്. എവിടെയോ പോയി വന്നപാടെ അവൾ കട്ടിലിന്റെ മൂലയിലേക്ക് ചുരുണ്ടു. വേഷം മാറുകയോ ഫ്രഷ് ആവുകയോചെയ്യാതെ ഇരുന്ന അവളുടെ അടുത്തേക്കു ഞാൻ ചെന്നു,

"അനൂ... എന്ത് പറ്റി തനിക്ക്?"

മുള ചീന്തും പോലെ അവൾ കരച്ചിലിന്റെ കെട്ടഴിച്ചു. പുറം ലോകത്ത് തൊഴിലിടങ്ങളിൽ ഒക്കെയും ബോൾഡ് എന്ന് അറിയുന്ന അവൾ എത്ര വേഗമാണ് അവളിലേക്ക് മനുഷ്യ നൊമ്പരങ്ങളിലേക്ക് ചുരുങ്ങുന്നത് എന്ന് ഞാൻ ഓർത്തു. ഒരു ദീർഘ നിശ്വാസം എടുത്തവൾ

പറഞ്ഞ് തുടങ്ങി... മുറിഞ്ഞു ഇടറിയ വാക്കുകളിൽ അവൾ തുടങ്ങി:

"ശ്രീ... ഇന്നൊരു 12 വയസ്സ് മാത്രമുള്ള കുട്ടിയെ എനിക്ക് കേൾക്കേണ്ടി വന്നു. കൗൺസിലിങ്ങിന്റെ ഭാഗമായി ഒരു ഹൈസ്കൂളിലേക്കാണ് പോയത്. തരം കിട്ടുമ്പോഴൊക്കെ അവളെ ശാരീരികമായി ഉപദ്രവിക്കുന്ന അദ്ധ്യാപകൻ.. എങ്ങനെയാണ് ശ്രീ... അറിവുള്ളവർക്ക്, വിദ്യ പകർന്ന് കൊടുക്കുന്നവർക്ക് മകളെന്നോ, അനിയത്തിയെന്നോ, പെങ്ങളെന്നോ തോന്നാതെ ഇതിനൊക്കെ കഴിയണത്?

മനസ്സിൽ ആജീവനാന്തം ഏല്ക്കുന്ന മുറിവുകളെക്കുറിച്ച് അവരെന്താണ് അറിയാതെ പോകുന്നത്..."

ഒരു ദീർഘ നിശ്വാസത്തോടെ അവൾ തുടർന്നു...

"ഈ ഭൂമിയിൽ ജനിക്കാതെ പോകുന്ന പെൺകുഞ്ഞുങ്ങളാവും ഭാഗ്യം ചെയ്തോര്..." ഞാൻ അവളെ ആശ്ചര്യത്തോടെ നോക്കി. എന്നെ തൊട്ടിരുന്ന് അവൾ പറഞ്ഞുതുടങ്ങി.

"സമൃദ്ധമായിരുന്നു എന്റെ കുട്ടിക്കാലം... കൗമാരക്കാലവും ഒക്കേം. എനിക്ക് ചുറ്റും നല്ലവരായ ആളുകളെ മാത്രേ ഞാൻ കണ്ടിരുന്നുള്ളൂ. ഒമ്പതിൽനിന്നു പത്താം തരത്തിലേക്ക് ജയിച്ചു കേറിയപ്പോഴാണ് ആദ്യമായി സ്പെഷ്യൽ ട്യൂഷനെക്കുറിച്ചെന്റെ പേരെന്റ്സ് ആലോചിക്കുന്നത്. പഠനത്തിൽ ശരാശരി കുട്ടി എന്ന കാരണമാവാം..."

അവൾ കുറച്ചുനേരം നിശ്ശബ്ദയായി. ഹൃദയമിടിപ്പിന്റെ ഉയർച്ച താഴ്ച്ചകളും കണ്ണുകളുടെ ചലനവും എന്നെ ഭയപ്പെടുത്തി.. ഓർക്കാനാഗ്രഹിക്കാത്ത ഏതോ കാലത്തിലേക്ക് അവൾ കൂപ്പുകുത്തി വീണപോലെ! അവൾ തുടർന്നു...

"ശ്രീ, നിനക്ക് അറിയുവോ, സ്വന്തം ശരീരത്തെക്കുറിച്ചുപോലും ബോദ്ധ്യപ്പെടാത്ത കാലമാണ് ടീനേജ്. ആളുകളിലെ തിന്മയെക്കുറിച്ചോ ശരിതെറ്റുകളെക്കുറിച്ചോ അവബോധം ഇല്ലാത്ത പ്രായം. ഇന്നത്തെപോലെ ഏറെ ഒന്നും ടെക്നോളജി വളർന്നിട്ടില്ലാത്ത അടുക്കളയും വീടും മാത്രം ലോകമാവുന്ന, കൂട്ടുകാരെന്നാൽ നാട്ടിൻപുറത്തെ സാധാരണ കുട്ടികളിലും ഒതുങ്ങുന്ന കാലം... അവിടേക്കാണ് തിന്മയുടെ പ്രതിരൂപമായൊരാൾ എത്തുന്നത്... നല്ല അദ്ധ്യാപകരുടെ വില കളയിക്കും വിധത്തില് ഉള്ളിൽ ചെകുത്താനെ ഒളിപ്പിച്ചൊരാൾ." അവളുടെ വാക്കുകളിൽ കയ്പ്പ് നിറഞ്ഞു. അവൾക്ക് ഓർമ്മകളിൽ മനംപിരട്ടലുണ്ടായേക്കണം. തല കുടഞ്ഞ് അവൾ ഓരോന്നായി ഓർത്തെടുത്തു. ഇടറിയും നനുത്തും കയ്ച്ചും ഒക്കെ വാക്കുകൾ വീണു ചിതറി. "ഉറങ്ങാതെ, അമ്മ പഠിപ്പിച്ച ദൈവങ്ങളെയൊന്നൊഴിയാതെ വിളിച്ച് നിശ്ശബ്ദയായി കരഞ്ഞ ഒരു കുട്ടിയുണ്ടാരുന്നു ശ്രീ... ഉറക്കം ഞെട്ടി അമ്മയെ ചുറ്റിപ്പിടിച്ചു പേടിച്ചരണ്ട് കിടക്കുന്ന കുട്ടികാലത്തു ആറ് മണിക്ക് എത്തുന്ന അയാളുടെ സൈക്കിൾ ഒച്ച കേൾക്കുമ്പോ ഉള്ളിൽ ഇടിവെട്ടി മഴ പെയ്തിരുന്ന ഒരു കുട്ടി. എത്രയോ കുട്ടികൾ അറിവായവരും അല്ലാത്തവരും എവിടൊക്കെയോ പേടിച്ചരണ്ട് ഒളിക്കുന്നുണ്ടാവും, അല്ലേ ശ്രീ.. കണ്ണും കൈയുമായി

അമ്മയും അച്ഛനും ഉള്ളിടത്തുപോലും കയറുന്ന ചെകുത്താന്മാരുള്ളപ്പോ ആരുമില്ലാതെ പോകുന്നവരുടെ അവസ്ഥ എന്തായിരിക്കും? എത്ര തൂങ്ങി മരണങ്ങളും മുങ്ങിമരണങ്ങളും 'കൊന്നിരിക്കൽ' തന്നെ ആവില്ലേ!!" അപ്പോഴവളുടെ ഒച്ച വിറയ്ക്കുന്നുണ്ടായിരുന്നു. അവളെന്നെ കൂടുതൽ ചുറ്റിപ്പിടിച്ചു. തോളിലേക്ക് ചാരി ... ഞാനവളുടെ മുടിയിഴകളിൽ പതിയെ വിരലോടിച്ചു...

മെല്ലിച്ച ശബ്ദത്തിൽ അവൾ തുടർന്നു... "അമ്മ പ്രാതൽ ഒരുക്കുന്ന തിരക്കിലാവും.... ഏട്ടനും ചേച്ചിയും കോളേജിൽ പോകാനുള്ള ഒരുക്കത്തിലും. 'ചെകുത്താന്റെ' വരവ് അപ്പോഴാണ്. പഠിപ്പിക്കലിന്റെ വ്യാജേന അയാൾ തുടയിൽ നുള്ളുകയും കൈകളിൽ അമർത്തി വേദനിപ്പിക്കുകയും ചെയ്ത് തുടങ്ങുമ്പോ നക്ഷത്രങ്ങളെ കണ്ണിൽ ഒളിപ്പിച്ചൊരു കുട്ടിയുടെ കണ്ണിലെ തിളക്കങ്ങൾ ഊർന്നു പോകുന്നതോ, ചുറ്റും കാണുന്നവരെ പേടിയോടെ നോക്കുന്ന ട്രോമയിലേക്ക് അവളെ തള്ളി വിടുമെന്നോ, അച്ഛനെന്ന പദവിയിലും അദ്ധ്യാപകനെന്ന പദവിയിലും എത്തിയ അയാൾക്കും ചിന്തയുണ്ടായില്ല. നീണ്ടുവളഞ്ഞ കണ്ണിൽ ക്രൂരത ഒളിപ്പിച്ച, ചെവിയിലേക്ക് ഇറങ്ങിനില്ക്കുന്ന 'കൃതാവ്' വച്ചൊരു ചെകുത്താന്റെ മുഖം പിന്നീടുള്ള ദുഃസ്വപ്നങ്ങളിലെ സ്ഥിരം കാഴ്ചയായി.. അയാളിൽ നിന്നിറങ്ങി ഓടിയോടി തളർന്നു വീണെന്റെ പ്രഭാതങ്ങളെ എനിക്ക് നഷ്ടമായി... ഒരാഴ്ചകഴിഞ്ഞൊരുദിവസം അടുക്കളയിൽ പ്രാതലുണ്ടാക്കുന്ന അമ്മയെ പിന്നിലൂടെ ചുറ്റിപ്പിടിച്ചു... പേടിയും വിഭ്രാന്തിയും അപമാനവുമൊക്കെ കൂടെ അലർച്ചയെന്നു തോന്നിപ്പിക്കുന്ന ഒരൊറ്റ നിലവിളിയിൽ ഒതുങ്ങി...

ഞാനപ്പോൾ അവ്യക്തമായി എന്തൊക്കെയോ പുലമ്പുന്നുണ്ടായിരുന്നത്രേ... കണ്ണ് തുറക്കുമ്പോ പ്രിയപ്പെട്ടവരടുത്ത്ണ്ടാരുന്നു... ന്റെ കുട്ടിക്ക് ഒന്നൂല്ലാന്നു പറഞ്ഞ് ചേർത്ത ഒരു നെഞ്ചുണ്ടാരുന്നു... അച്ഛനയാളുടെ മുഖത്തേക്ക് ഒരാഴ്ചത്തെ സേവനത്തിന്റെ നോട്ടുകൾ വലിച്ചെറിഞ്ഞെന്നും അയാളെ അടിക്കാൻ പിടിച്ചുവെന്നും തല്ലിയെന്നും പിന്നീട് കേട്ടറിഞ്ഞു. പക്ഷേ, ഒരിക്കലും മായ്ക്കാനാവാത്ത ഒരുപാട്, ആഴത്തിൽ എന്നിൽ വരഞ്ഞിട്ടിട്ടാണ് ശ്രീ... ആ ചെകുത്താൻ പോയത്. കണ്ണിൽ ക്രൂരതയും തുറിച്ചു നോട്ടവുമുള്ള ആരെ കണ്ടാലും എനിക്ക് അയാളുടെ നീണ്ടുവളഞ്ഞ നില്പും 'കൃതാവും' കണ്ണിൽ നിറയും.. നെഞ്ചിടിപ്പ് കൂടും ഒന്നാകെ ഞാൻ വിറയ്ക്കും. എന്റെ മുന്നിൽ വിറച്ചും മടിച്ചും ഇരിക്കുന്ന കുഞ്ഞുങ്ങളിൽ ഞാൻ എന്നെ കാണും ശ്രീ...കരുണയോടെ ഞാനവരെ ചേർത്ത് പിടിച്ചുപോകും... ഒരു തൊടലിലും തലോടലിലും വാക്കുകൾക്കപ്പുറമുള്ള സ്നേഹം, കരുതൽ ഒക്കേം പകർച്ചപ്പെടും ശ്രീ..."

ഞാനവളെ പറഞ്ഞറിയിക്കാനാവാത്ത ഏതോ ഒരു വികാരത്തോടെ ചേർത്തണച്ചു... അവൾക്കുമുന്നിലെത്തുന്ന കുട്ടികളെ അവൾ ചേർത്ത് വയ്ക്കുമ്പോലെ... സ്നേഹത്തോടെ, പുറത്തേക്ക് ഇറങ്ങാമെന്നും കാറ്റ് കൊണ്ട്, കടൽ കണ്ടു തിരികെ വരാമെന്നും ഞാനവളോട് പറഞ്ഞു

നോക്കി. ഏറെ പണിപ്പെട്ട് പുറത്തേക്കിറക്കി...

ബസ് അപ്പോഴേക്കും അവസാനത്തെ സ്റ്റോപ്പിൽ എത്തിയിരുന്നു. അവളതെ ഇരിപ്പാണ്. ഇറങ്ങേണ്ടുന്നിടം കഴിഞ്ഞുപോയത് ഞാനോ അവളോ അറിഞ്ഞിരുന്നില്ല... തട്ടിയുണർത്തി ഇറങ്ങാൻ നേരം കൂട്ടത്തിലാരോ തിക്കിലുംതിരക്കിലും മനഃപൂർവ്വമായി ദേഹത്തേക്ക് മുട്ടി നീങ്ങി.. അവളുടെ കണ്ണിലെ 'കൃതാവ്' എന്റെ കണ്ണിലും മിന്നിമറഞ്ഞു! ഒരു മനംപിരട്ടൽ ഞങ്ങളിൽ ഒരുപോലെ തികട്ടി വന്നു.....!

ലസ്റ്റ്

ദീപ സുരേന്ദ്രൻ

"**ത**ങ്കേ ഐ നെവർ തോട്ട് യൂ ഹാവ് ദിസ് മച്ച് ഓഫ് ലസ്റ്റ്!"

അച്ഛൻ അതും പറഞ്ഞ് എന്റെ മുഖത്തേക്കൊന്നു നോക്കി. ഉരുകിപ്പോയി എന്നതാണ് സത്യം. ഇതൊക്കെ പറയാൻ മാത്രം എന്താണാവോ ഞാൻ ചെയ്തത്. അല്ലേലും എന്നും എപ്പോഴും എന്നെ താഴ്ത്തിക്കെട്ടി, ആ പേരിൽ എന്നെക്കൊണ്ട് വീട്ടുകാര്യം നടത്തിക്കാൻ ആണല്ലോ അച്ഛൻ ശ്രമിക്കാറ്.

ശ്രീധരൻ നായര് മാഷ്ക്ക് എന്നെ കല്യാണം കഴിക്കാനിഷ്ട മുണ്ടെന്നു പറഞ്ഞപ്പോൾ വീട്ടിൽ പോയി അച്ഛനോടു സംസാരിക്കൂ എന്നേ പറഞ്ഞുള്ളൂ. ഇത്രേം കാലം മാഷ്ടെ മുന്നിൽ ഒറ്റയ്ക്കു പെടാതിരിക്കാൻ കുറേ കഷ്ടപ്പെട്ടതാണ്. പക്ഷേ, ഇന്നലെ ആ ശ്രമം വൃഥാവിലായി. കലോ ത്സവത്തിനായി നാടകക്കുട്ടികളെ സഹായിക്കേണ്ട ചുമതലയ്ക്കിടയിൽ കർട്ടനു പിന്നിൽ വച്ചാണ് മാഷ് കല്യാണക്കാര്യം പറയുന്നത്, "ടീച്ചറെ ഇതുവരെ ഇക്കാര്യം സംസാരിക്കാനായി ഒറ്റയ്ക്കു കിട്ടിയില്ല. അതുകൊണ്ടാണ് ഇപ്പൊ ഈ മറയെങ്കിലും തരപ്പെട്ടപ്പോൾ ഇതൊക്കെ ഇങ്ങനെ പറയേണ്ടി വരുന്നത്."

ഞാൻ പെട്ടെന്നു ചിരിച്ചു പോയി.

ചിരിച്ചുകൊണ്ട് തന്നെയാണ് മറുപടി പറഞ്ഞത്. "മാഷേ, ഇതൊക്കെ വീട്ടുകാര് തീരുമാനിക്കേണ്ട കാര്യമല്ലേ. ഞാനെന്തു പറയാനാണ്. മാഷ് അച്ഛനെപ്പോയി ഒന്ന് കാണൂ, അല്ലേൽ വീട്ടുകാരോട് അച്ഛനെ കാണാൻ പറയൂ, എനിക്കിതിൽ മറ്റൊന്നും പറയാനില്ല."

ആള് പോയി അച്ഛനെ കണ്ടുകാണും. അതിനാകണം അച്ഛൻ ഇത്രേം പറഞ്ഞുവച്ചത്. ശ്ശെടാ, ഞാൻ വീട്ടിൽ പറയാതെ അയാളോ ടൊപ്പം ഓടിപ്പോയൊന്നുമില്ലല്ലോ. കഷ്ടം തന്നെ. എന്റെ കല്യാണക്കാര്യം

കേട്ടതോടെ ദേഷ്യം പിടിച്ച്, ചീത്ത പറയാനായി ഞാൻ സ്കൂളിൽ നിന്ന് തിരിച്ചുവരാൻ കാത്തിരിക്കുകയായിരുന്നു അച്ഛൻ എന്ന് തോന്നിപ്പോയി. മകൾ കല്യാണം കഴിച്ച് പോയാൽ വീട്ടിലെ ചെലവ് ആര് വഹിക്കും. ഒരാണാണ് സമ്പാദിക്കുന്നതെങ്കിൽ അച്ഛനും അമ്മയും ഇത്രേം സ്വാർത്ഥികളാകുമോ.

ഞാൻ വന്നു കയറിയപ്പോഴേക്കും അച്ഛനെന്താ ഇത്ര ഉറക്കെ ശകാരിക്കുന്നതെന്നോർത്ത്, എന്താ നടന്നതെന്നറിയാതെ അന്തംവിട്ടു നില്ക്കുന്ന അമ്മിണി, 'എന്താ ഏട്ടത്തി' എന്ന് കണ്ണുകൊണ്ട് ചോദിച്ചത് കണ്ടില്ലെന്നു നടിച്ച് ഞാൻ ഉള്ളിലേക്കു കയറി. രണ്ടെണ്ണം പൊട്ടിക്കണമെന്ന് തോന്നിയതാണ്. കഴിഞ്ഞ മാസത്തെ എന്റെ ശമ്പളത്തിൽ നിന്ന് വാങ്ങിയ പുതിയ ഫാഷനുടുപ്പാണ് അവള് ഇട്ടിരിക്കുന്നത്. ഒരുടുപ്പ് വാങ്ങാനായി ഇത്രേം പൈസ ചെലവാക്കരുതെന്ന് അന്ന് കുറേ പറഞ്ഞു നോക്കിയതാണ്.

അപ്പോൾ അമ്മയും അച്ഛനും ഒരുമിച്ചാണ്, 'അവള് കുഞ്ഞല്ലേ, ഇഷ്ടമുള്ളത് ഇട്ടോട്ടെ, വല്ലപ്പോഴുമല്ലേ ഉള്ളൂ' എന്നൊക്കെ വക്കാലത്തുമായി വന്നത്. എനിക്ക് സ്കൂളിലേക്ക് ഉടുക്കാൻ ഇപ്പോഴും നാലേനാല് നരച്ച സാരിയേ ഉള്ളൂ എന്ന് അവർക്കറിയാഞ്ഞിട്ടല്ല. ഞാൻ നന്നായി നടന്നാൽ വല്ലോരും കല്യാണമന്വേഷിച്ച് വന്നാലോ അല്ലേ? അന്വേഷണം വന്നാൽ പിന്നെ അതൊഴിവാക്കാൻ കാരണം കണ്ടുപിടിക്കണമല്ലോ. കണ്ണും മനസ്സും പുകഞ്ഞു.

പഠിക്കരുതായിരുന്നു, ഇനി പഠിച്ചാലും, ഒരിക്കലും ജോലിയുള്ളവൾ ആകരുതായിരുന്നു. പെണ്ണ് സമ്പാദിക്കാൻ തുടങ്ങിയാൽ പിന്നെ അവൾക്ക് ബാദ്ധ്യതകളിൽ നിന്നൊരു മോചനമില്ല. കല്യാണം നടന്നില്ലേൽ സ്വന്തം വീട്ടുകാർക്കും അതുകഴിഞ്ഞാൽ ഭർത്താവിന്റെ വീട്ടുകാർക്കും അവള് വെറും ശമ്പളമാണ്; വെറും കാശ്!

കൈയും കാലും കഴുകി, കുപ്പായം മാറി അടുക്കളയിലേക്കു ചെന്നു. വിശന്ന് കുടല് കത്തുന്നുണ്ട്. രാവിലത്തെ ദോശയും ചട്ണിയും അപ്പോഴേ ദഹിച്ചിരുന്നു. അടുപ്പത്ത് ചോറും മുളകുഷ്യവും മത്തനില വറ്റിച്ചതും മാത്രം. നല്ല മീന്റെ മണം ഉണ്ട്. "അമ്മേ വേറെ കൂട്ടാനൊന്നൂല്ലേ?" "ന്ന് കുറച്ചയിലയേ കിട്ടിയുള്ളൂ തങ്കേ, അതു വച്ചതും വറുത്തതും ഊണിനൊപ്പം കൂട്ടിക്കഴിഞ്ഞ് ബാക്കിള്ളത് അപ്പൂന് മാറ്റിവച്ചു, ഓനതില്ലെങ്കി ഒരു വറ്റങ്ങട് എറങ്ങൂലാന്ന് നെനക്കറിയില്ലേ." അവനും എല്ലാരും ഉച്ചയ്ക്കു കഴിച്ചതല്ലേ എന്ന് നാവില് വന്നെങ്കിലും ചോദിച്ചില്ല, എന്ത് കാര്യം. അമ്മയ്ക്കു മകനെ ഊട്ടൽ കഴിഞ്ഞേ വേറെന്തും ഉള്ളൂ. പെൺമക്കളെ ഉമി കൊടുത്ത് വാങ്ങിയതാണ് എന്നാണല്ലോ അമ്മേടെ വിചാരം.

കൂട്ടുകാരുടൊപ്പം പനിനീരും പൂശി നാട്ടിലെ പെമ്പിള്ളേരുടെ പിന്നാലെ നടന്നു ചൂളം വിളിയാണ് അവന്റെ പണിയെന്നതൊന്നും അമ്മയ്ക്കറിയാഞ്ഞിട്ടല്ല. നാലുനേരം ശാപ്പാടിനുള്ള വഹ ഞാനാണ്

ഉണ്ടാക്കുന്നതെന്നും അമ്മ ഓർക്കാറില്ല.

"അമ്മ കേട്ടോ ഏടത്തിക്ക് കൊറേ അസ്സെറ്റുണ്ടത്രെ, അച്ഛൻ പറഞ്ഞതാണ്. എനിക്കും കുറച്ചസ്സറ്റ് തായോ ഏടത്തി." അമ്മിണിയാണ്. ആ പറച്ചിൽ കേട്ട് വിഷമമാണ് തോന്നിയത്. ബുദ്ദൂസ്.

അവൾ ഡിഗ്രി അവസാനക്കൊല്ലം തോറ്റിട്ടിപ്പോ കൊല്ലം മൂന്നായി. തോറ്റ പരീക്ഷകളെല്ലാം പാസാകാൻ മൂന്നാംതവണയാണ് വേഷോംകെട്ടി കോളജിൽ പോയത്. ഡിഗ്രി അവസാനപ്പരീക്ഷ ആണെന്നും ഹോസ്റ്റലിൽ തന്നെ നിന്ന് പഠിക്കണമെന്നും പറഞ്ഞ് എന്റെ കൈയിൽനിന്നു പൈസയും വാങ്ങി ഓരോ കൊല്ലവും ഒന്നുരണ്ട് മാസത്തോളം ഹോസ്റ്റലിൽ പോയി നില്ക്കും. കൊണ്ടുപോകുന്നതും തിരിച്ച് കൊണ്ടാക്കുന്നതും വർഗീസ് സാറാണ്. കോളേജിലെ സാറാണത്രെ. അങ്ങേർടെ വീടും നാടുമൊന്നും ആർക്കുമറിയില്ല. അറിയാത്ത ഒരാൾക്കൊപ്പം പറഞ്ഞുവിടാതെ, അപ്പുവിന്റെ കൂടെ വിടുവെന്ന് എത്രപറഞ്ഞാലും അച്ഛനുമമ്മയും കേട്ടമട്ടുപോലും കാണിക്കാറുമില്ല. അപ്പു കുഞ്ഞല്ലേ, അവനെയെങ്ങനെയാ ഇത്രേം ദൂരം ഒറ്റയ്ക്ക് പറഞ്ഞയക്കുക, അതാണ് ന്യായം!

അങ്ങനെ പോയി ഒന്നോ രണ്ടോ മാസമൊക്കെ ഹോസ്റ്റലിൽ നിന്ന് അടിച്ചുപൊളിച്ച് പരീക്ഷയും കഴിഞ്ഞ് തിരിച്ച് വരും. പിന്നെ റിസൾട്ട് അറിയാനെന്ന പേരിൽ വേറൊരു പോക്കുണ്ട്, അതറിഞ്ഞ് തിരിച്ചെത്തിക്കഴിഞ്ഞാൽ അമ്മിണി രണ്ടുമൂന്ന് ദിവസം വാതിലടച്ച് ഒറ്റക്കിടപ്പാണ്. പിന്നെ പട്ടിണി കിടപ്പായി, കരച്ചിലായി, പിഴിച്ചിലായി. ചെറുപ്പം മുതലേ എന്ന് പരീക്ഷയ്ക്കു തോറ്റാലും ഇതുതന്നെയാണ് വേഷംകെട്ട്. കരഞ്ഞുകരഞ്ഞ് ഇടയ്ക്ക് ബോധം പോയ മട്ടൊക്കെയാണ്.

കഴിഞ്ഞതവണ ഇതേപോലെ മൂന്നാംദിവസവും ബോധമില്ലാത്ത പോലെ കിടന്നപ്പോഴാണ് അച്ഛൻ അവളുടെ ബാഗ് തുറന്ന് നോക്കിയത്. കൈയിൽ തടഞ്ഞത് പൊട്ടിച്ച ഒരു നിരോധിന്റെ പാക്കറ്റ് ആണ്. അന്ന് ഞാൻ സ്കൂളിൽ നിന്നെത്തിയ ഉടനെ അച്ഛൻ തന്റെ സംശയവുമായെത്തി, "തങ്കേ, ഇതൊന്ന് നോക്ക്യേ. അമ്മിണീടെ ബാഗിൽ നിന്ന് കിട്ടിയതാണ്. ഇനിയിതെങ്ങാനും കഴിച്ച് മരിക്കാൻ കിടക്കാണോ ന്റെ കുട്ടി?"

പത്തിരുപതു കൊല്ലത്തോളം തുക്കിടിസായ്പ്പിന്റെ ക്ലർക്കായിരുന്ന ആൾക്ക് ഇത്ര വിവരമേ ഉള്ളോ എന്ന് അന്നാണാദ്യം സംശയിച്ചത്. വിവരമുണ്ടായാലും കാര്യമില്ലല്ലോ, സ്വാർത്ഥത കൊടികുത്തി വാഴുന്ന ഒരു മനസ്സാണ് അച്ഛനുള്ളത്. അല്ലേൽ രാജ്യം മുഴുവൻ സ്വാതന്ത്ര്യത്തിനായി തെരുവിലിറങ്ങിയപ്പോഴും സായിപ്പിനുവേണ്ടി പണിയെടുത്ത് ശമ്പളം വാങ്ങി എന്നുംപറഞ്ഞ് അഭിമാനിക്കാൻ കഴിയില്ലല്ലോ.

ഏറ്റവും ഇളയതായി ജനിച്ചാൽ പെൺമക്കളെയും അച്ഛനമ്മമാർക്കിഷ്ടമാകും എന്ന് മനസ്സിലായി. ഓമനമോൾ കോളേജിലെ ഒരു സാറിനൊപ്പം കറങ്ങിനടന്ന് പരീക്ഷ തോറ്റത് ലസ്റ്റല്ല, കുടുംബം

നോക്കുന്ന എനിക്ക്, അന്നദാതാവായ എനിക്ക് കല്യാണാലോചന വന്നതാണ് ലസ്റ്റ്, വരുമാനമുള്ള, ഇരുപത്തേഴ് വയസ്സായ മകൾക്ക് കല്യാണാലോചന വരുന്നത് ലസ്റ്റാണ്. ആലോചിച്ചപ്പോൾ കണ്ണു പുകഞ്ഞു. കുറേ കരഞ്ഞു.

കമലേട്ത്തി ഏഴാം ക്ലാസിലോ മറ്റോ പഠിക്കുമ്പോഴാണ് അപ്പറത്തെ ആശാരി കണ്ണും കൈയും കാണിച്ചത്. അന്നതും പറഞ്ഞ് എന്തൊക്കെ പുകിലാണ് ഈ അച്ഛൻ ഉണ്ടാക്കിയത്. അതോടെ ഏട്ത്തീടെ സ്കൂളുപോക്കും നിർത്തിച്ചു. പിന്നെ രണ്ടുമൂന്ന് കൊല്ലങ്ങൾക്കുള്ളിൽ മേലേപ്പാടത്തെ മേൻനെക്കൊണ്ട് ഏടത്തിക്ക് പുടവ കൊടുപ്പിക്കുകയും ചെയ്തു. പാവം, ഇരുപത് വയസ്സായപ്പോഴേക്കും പഞ്ഞിക്കെട്ടു പോലത്തെ മൂന്നു കുഞ്ഞാവകളെയുമായി നടത്തായി.

ഇപ്പൊ ദാ, കഷ്ടപ്പെട്ട് പഠിച്ച്, ഡിഗ്രിയും ടീച്ചർ ട്രെയിനിങ്ങും ഒക്കെ ക്കഴിഞ്ഞ് ജോലിയും നോക്കി കുടുംബം പോറ്റുന്ന എനിക്കൊരു കല്യാണാലോചന വന്നപ്പോഴതിനെ മുടക്കാൻ നോക്കുന്നു. കല്യാണം ഒഴിവാക്കാനായിട്ട് ആ മാഷോട് അച്ഛൻ എന്താണാവോ പറഞ്ഞത്.

നാളെയിനി അയാളുടെ മുഖത്തെങ്ങനെ നോക്കും ഈശ്വരാ. അല്ലേലും ശ്രീധരൻ മാഷ് സ്റ്റാഫ് റൂമിൽ വന്നിരുന്നാൽപ്പിന്നെ മറ്റു ടീച്ചർമാരൊക്കെ എന്നേം നോക്കി വല്ലാത്തൊരു ചിരിയാണ്. എന്തു ചെയ്യാൻ. ശാരദ ടീച്ചറും മാലിനിയുമൊക്കെ മാഷിനെ കുറേ മോഹത്തോടെ നോക്കുന്നതും, അടുത്തുപോയി കുണുങ്ങിക്കുണുങ്ങി സംസാരിക്കുന്നതുമൊക്കെ കണ്ടിട്ടുണ്ട്. പക്ഷേ, മാഷ് എന്നെയാണ് നോക്കുന്നതെന്നും അതവരെ വിഷമിപ്പിച്ചെന്നും മനസ്സിലായപ്പോഴാണ് കുഴങ്ങിയത്. അന്നുതുടങ്ങിയ മുങ്ങിനടപ്പിനാണ് ഇന്നലത്തെ കുട്ട്യോൾടെ നാടകത്തിനിടെ തിരശീല ഇടേണ്ടി വന്നത്.

സ്കൂളിലാണേൽ ഇപ്പോ സ്ഥിരമായി വിദ്യാർത്ഥി സമരങ്ങളാണ്. രാഷ്ട്രപതി ഭരണോം കഴിഞ്ഞു, നമ്പൂതിരിപ്പാടിന്റെ ഭരണോം കഴിഞ്ഞു, അച്യുതമേനോന്റെ ഭരണമായിട്ടും പ്രശ്നങ്ങൾക്കൊന്നും ഒരവസാനവുമില്ല. ഒരൊറ്റ പാർട്ടിക്കുപോലും പരസ്പരം വിശ്വാസമില്ലാത്ത സ്ഥിതി. അതുമാറാൻ പഠിപ്പുമുടക്കിയിട്ട് വല്ല കാര്യവുമുണ്ടോ. എന്തുപറയാൻ, ആരോടു പറയാൻ. പഠിക്കാൻ വരുന്ന കുട്ട്യോൾടെ ഭാവി കൂടി മുടക്കാം, അല്ലാതെന്താ?

അന്ന് സ്കൂളിലേക്ക് പോകാനിറങ്ങിയപ്പോഴേക്കും വൈകിയിരുന്നു. താഴത്ത തൊടിയിലൂടെ ഇറങ്ങി പാടത്തൂടെ വിളഞ്ഞു നില്ക്കുന്ന പാടത്ത്, താന്താങ്ങളുടേതായ ജോലികളിൽ മുഴുകിയിരിക്കുന്ന പോലെ തലകുനിച്ച് നില്ക്കുന്ന നിറഞ്ഞ കതിരുകൾക്കിടയിലൂടെ വേഗം നടന്നു. പാടം കഴിഞ്ഞ് പശുക്കൾ കൂട്ടം കൂട്ടമായി നിന്ന് പുല്ലു തിന്നുന്ന പുല്ക്കൂട്ടവും കടന്നാൽ പിന്നെയും ഏകദേശം ഒന്നൊന്നര മൈലുണ്ട് സ്കൂളിലേക്ക്. കുട്ടികളും കാളവണ്ടികളും കളിച്ച് തിമിർക്കുന്ന റോഡിലൂടെ പൊടിയും തിന്ന് വേണം സ്കൂളിന് പിന്നിലുള്ള ഇടവഴിയിലേക്കെത്താൻ.

അവിടെയെത്തും മുമ്പിലാണ് പാത്തുമ്മട്ടീച്ചറുടെ വീട്, അവരുടെ പറമ്പിൽ കയറി, മുറ്റത്തുടെ നടന്നാൽ സ്കൂളിന് തൊട്ടു പിന്നിലുള്ള കളിക്കളത്തിലെത്താം. ഇടവഴിയിലൂടെ ചുറ്റിക്കറങ്ങി സ്കൂളിലെത്താൻ എടുക്കുന്നതിനേക്കാളും സമയം കുറവ് മതി, ഒപ്പം അവരുടെ മുറ്റത്തുള്ള, നിറയെ ഗന്ധരാജൻ പൂക്കളുള്ള മരത്തിനു ചുവട്ടിലൂടെ നടന്നാൽ മനസ്സ് നിറയെ പൂമണവും നിറയും. പാത്തുമ്മട്ടീച്ചറ് ചൂടായിരിക്കുന്ന നേരങ്ങളിലാണ് അവരുടെ മുറ്റത്തൂടെ പോകുന്നതെങ്കിൽ വല്ലാത്തൊരു നോട്ടമുണ്ട്, ഇന്നിപ്പോ ആ നോട്ടം കാണണോ എന്നാലോചിക്കും മുന്നേ ഇടവഴിയിലൂടെ നടന്നു തുടങ്ങി.

“ടീച്ചറെ ഒന്നു നിക്കൂ.” ഇടവഴിയിലൂടെ ഓടിനടക്കുന്നതിനിടയിലാണ് ആ ശബ്ദം കേട്ടത്. ഇതിനാണോ പാത്തുമ്മട്ടീച്ചറെ ഒഴിവാക്കി ഈ വഴി തെരഞ്ഞെടുത്തത്, ഈശ്വരാ.

മാഷാണ്. ഇതെങ്ങനെ ഇവിടെ എത്തിയാവോ. കാത്ത് നില്ക്കുകയായിരുന്നോ? ഇതാദ്യമായാണല്ലോ ഇങ്ങനെ വഴിയിൽ വച്ച് കാണുന്നത്.

“ആ മാഷോ, എന്താ ഇവിടെ നില്ക്കണത്, സ്കൂളിലെത്താൻ ഇപ്പഴേ വൈകിയല്ലോ മാഷേ, അതോ ഇന്നും സമരമാണോ.”

“മ്മ്.മ്മ്.” മാഷൊന്നു നിർത്തി.

“തങ്കമണിക്കിന്ന് ആദ്യത്തെ പീരിഡ് ക്ലാസില്ലല്ലോ. എനിക്കും ഇല്ല. പിന്നെന്തിനാ ഓടുന്നത്!”

മനസ്സ് പെട്ടെന്ന് നാണിച്ച് വിറച്ചു, ആദ്യമായാണ് മാഷ് എന്നെ പേരു വിളിക്കുന്നത്. അതോടെ ഞാനറിയാതെ നോട്ടം താഴേക്കായി. മാഷും ഒന്നും മിണ്ടുന്നില്ല. പതുക്കെ മുഖമുയർത്തിയപ്പോൾ ഞാൻ കണ്ട ആ നോട്ടം. സ്നേഹം നിറഞ്ഞ കണ്ണുകൾ മനസ്സിനുള്ളിലേക്ക് എത്തിനോക്കുന്ന പോലെ.

ഇതുവരെ അറിയാത്ത ഒരു വികാരം. മനസ്സ് തുള്ളിത്തുളുമ്പുന്നു.

“മണി, എനിക്ക് തന്നെ ശരിക്കും ഇഷ്ടമാണെന്ന് എത്രയായി പറയാൻ ആഗ്രഹിക്കുന്നു, മണിക്കും എന്നെ ഇഷ്ടമാണെന്ന് എനിക്കറിയാം.”

മനസ്സൊന്നു പിടച്ചു, വീടിന് പുറത്താരേം സ്നേഹിച്ച് ശീലമില്ലേലും എത്രയോ കാലമായി കേൾക്കാൻ കൊതിച്ച വാക്കുകൾ, ഒരിക്കലും കേൾക്കാൻ ഭാഗ്യമുണ്ടാകുമെന്ന് പ്രതീക്ഷിക്കാത്ത വാക്കുകൾ, കണ്ണുകൾ നിറയുന്നു. എന്നിട്ടും, അതെല്ലാം നിഷേധിക്കാനാണ് തോന്നിയത്. ആ സ്നേഹം നഷ്ടപ്പെടുമെന്ന് തോന്നിയത് കൊണ്ടാണോ, അതോ അച്ഛനെപ്പോഴും പറഞ്ഞ് പേടിപ്പിക്കും പോലെ കുടുംബത്തിന് പേർദോഷം വരുത്തരുതെന്ന പേടി കൊണ്ടാണോ.

“മാഷേ, ഇവിടെ നിന്ന് നമ്മള് സംസാരിക്കുന്നത് സ്കൂളിലെ കുട്ട്യോള് കാണണോ. ഹെഡ് മാഷ്ക്ക്, കുട്ട്യോളെ ചീത്തയാക്കണത് നമ്മളാണെന്നു പറയാൻ കാരണം ഉണ്ടാക്കിക്കൊടുക്കണോ? വരൂ, സ്കൂളിലേക്ക് പൂവ്വാം.” ഇതൊന്നും ഇഷ്ടമല്ലാത്ത മട്ടിൽ ഞാൻ പറഞ്ഞു.

"മണി, നോക്കൂ. മണിക്കെന്നെ ഇഷ്ടമാണ്, അല്ലേൽ ഒരിക്കലും അച്ഛനെപ്പോയിക്കാണാൻ പറയില്ല. ഇനി ഇഷ്ടമില്ലെങ്കിലും വെറുപ്പില്ലല്ലോ. അതുമതി. എനിക്ക് കൊറേക്കാലം വീട്ടിലെ പ്രാരാബ്ധമായിരുന്നു. അന്നൊന്നും ഒരു പെൺകുട്ട്യേം ഒന്ന് നോക്കീത് പോലുമില്ല. മണിയെപ്പോലെ ഒരാളെ കിട്ടിയാൽ സ്നേഹിക്കാനും ഒപ്പം സന്തോഷമായി ജീവിക്കാനും കഴിയുമെന്നുറപ്പാണ്. നോക്കൂ മണീ, നമുക്കീ ഒളിച്ചുകളി നിർത്താം. രണ്ടുമൂന്ന് കൊല്ലമായില്ലേ നമ്മളിങ്ങനെ. രണ്ടാൾക്കും നല്ല ജോലിയുണ്ട്, ഒരേപോലെ ചിന്തിക്കുന്നവരാണ്. എന്തിനാടോ വെറുതെ അക്കരെയിക്കരെ നിന്ന് സമയം കളയണത്. ഒന്നിച്ച് സുഖായി ജീവിച്ചൂടെ."

ഒറ്റ ശ്വാസത്തിലാണിത്രയും പറഞ്ഞത്, മാഷ് ഇന്ന് എവിടന്നൊക്കെയോ ധൈര്യം സംഭരിച്ചിട്ടുണ്ടല്ലോ എന്നോർത്ത് ചിരിച്ചുപോയി. മാഷും ചിരിച്ചു. ഞാൻ ചിരിക്കുന്നത് കണ്ടതോടെ ആൾക്ക് ഇത്തിരി കൂടി ധൈര്യം കിട്ടിയതുപോലെ. ഒന്നൂടെ അടുത്തേയ്ക്കു നിന്ന്, കണ്ണിൽ നോക്കിത്തുടർന്നു: "മണീടെ വീട്ടിലെ പ്രശ്നങ്ങൾ എനിക്കറിയാം. വീട്ടിലും സ്ഥിതി ഇതൊക്കെത്തന്നെയാണ്, മൂന്നനിയത്തിമാരേം പഠിപ്പിച്ചു, കല്യാണം കഴിപ്പിച്ചു. ഞാൻ കല്യാണം കഴിക്കാതിരുന്നാൽ ശമ്പളക്കാശിനിയും അവർക്കു മാത്രമായിത്തന്നെ കിട്ടുമല്ലോ എന്നാണിപ്പോ അതേ അനിയത്തിമാരുടെ ഉള്ളിലിരുപ്പ്. അമ്മയ്ക്കുമച്ഛനും അതുതന്നെയാണ് വിചാരമെന്നോർക്കുമ്പോഴാ സങ്കടം. ഇക്കഥ തന്നെയല്ലേ മണിക്കും പറയാനുള്ളൂ."

ഇതൊരാളുടെ മാത്രം കഥയല്ലല്ലേ. മക്കൾക്ക് ജോലി കിട്ടിയാല് അച്ഛനുമമ്മയും സ്വാർത്ഥരാകും എന്നല്ലേ അർത്ഥം, മാഷൊന്ന് നീട്ടി ശ്വസിച്ചു, ആളുടെ ശ്വാസത്തിന് സ്നേഹത്തിനു മാത്രമുണ്ടാകുന്ന സുഗന്ധമായിരുന്നു.

ഇന്നലെ ലസ്റ്റ് എന്നൊക്കെ എന്നോട് പറഞ്ഞനിലയ്ക്ക് അച്ഛൻ മാഷോടും നന്നായി ദേഷ്യപ്പെട്ടിട്ടുണ്ടാകും എന്നുറപ്പ്. അതിനെക്കുറിച്ചൊന്നു മിണ്ടുകയോ പരിഭവിക്കുകയോ കൂടാതെയിതായീ മാഷ് എന്നെ ചേർത്തുപിടിക്കുന്നു. മരുഭൂമിക്കൊത്ത നടുവിൽ വെന്തുരുകുന്നതിനിടെ പെയ്ത മഴയിൽ മാഷോടൊപ്പം ചേർന്നു നടക്കുംപോലെ ഒരാശ്വാസമാണോ ഇപ്പൊ മനസ്സിൽ.

മാഷ് തുടർന്നു. മാഷൊന്നൂടെ അടുത്തേക്ക് നിന്ന പോലെ. ഞാൻ വേഗം ഒരടി പിന്നോട്ടുവച്ചു: "അവർക്ക് വേണ്ടതെല്ലാം കൊടുത്താലും നമുക്ക് സുഖായി ജീവിക്കാൻ പിന്നെയും കാശു ബാക്കിയുണ്ടാകും, മണീ. നമുക്കൊരുമിച്ചു ജീവിക്കാം. പോരാതെ വന്നാൽ ട്യൂഷനും എടുക്കാം. എത്ര കഷ്ടപ്പെട്ടാലും നമുക്കൊരുമിച്ച് തന്നെ ജീവിക്കണം.

മണിക്ക് മൂപ്പന്മാരുടെ വീടറിയില്ലേ? സ്കൂളിനു പിന്നിലുള്ള വീട്. ആ വീടിനപ്പുറത്തുള്ള ഒരു വീട്ടിൽ ഇപ്പോൾ ആരും താമസമില്ല. അത് ഞാൻ വാടകയ്ക്ക് ചോദിച്ചിട്ടുണ്ട്. അവരത് ചിലപ്പോൾ വില്ക്കാനും മതി. എങ്കിൽ നമുക്കത് വാങ്ങുകയും ആവാം. ഞാൻ അതിന് അഡ്വാൻസ്

കൊടുക്കട്ടെ?"

മാഷ് ഉത്തരത്തിനായി പ്രതീക്ഷയോടെ നിറഞ്ഞ് വരുന്ന കണ്ണിലേക്കും നോക്കി നില്ക്കുകയാണ്. മനസ്സിലുള്ളത് പുറത്ത് കാണിക്കാതെ, എന്തു പറഞ്ഞാണ് ഇദ്ദേഹത്തെയിപ്പൊ ഒഴിവാക്കേണ്ടത് എന്നാലോചിച്ച് നില്ക്കുമ്പോഴാണ്, അച്ഛനുറക്കെ കാറുന്നത് കേട്ടത്.

"എന്താ തങ്കേ ഈ വഴീല്. പെണ്ണേ നീയ് അഴിഞ്ഞാട്ടം വീടിന് പൊറത്തും തുടങ്ങ്യോ. എടോ ശുംഭാ, തന്നോടു ഞാൻ പറഞ്ഞതല്ലേ ഇവളെ താനിനി കാണരുതെന്ന്. പറഞ്ഞാ മനസ്സിലാകില്ലെന്നുണ്ടോ. ഐ വിൽ സു യൂ, ഐ വിൽ പുട്ട് യൂ ബിഹൈൻഡ് ബാർസ്.

എടീ, യൂ കം ടു ഹോം. നെനക്കുള്ളത് ഞാനവിടന്ന് തരാം, വഴിയിലാണവളുടെ അഴിഞ്ഞാട്ടം."

അച്ഛൻ ദേഷ്യംകൊണ്ട് നിന്ന് വിറയ്ക്കുകയാണ്. എന്തൊരുറക്കെയാണ് ഓരോന്ന് വിളിച്ച് പറയുന്നത്. അച്ഛൻ ഞങ്ങളുടെ അടുത്തേക്ക് വന്നു. എന്തുദ്ദേശിച്ചാണാവോ. സ്കൂളിലെ കുട്ട്യോളെങ്ങാനും ഈ വഴി വന്നാൽ തീർന്നു, പെട്ടെന്നെനിക്കും കലിവന്നു.

"അച്ഛനെന്തൊക്കെയാണ് ഈ വിളിച്ചുപറയണത്. എന്നെ, സ്വന്തം മകളെ, അഴിഞ്ഞാട്ടക്കാരി എന്നൊക്കെ എല്ലാരും കേൾക്കെ വിളിച്ചുപറയാൻ ഒരു നാണവുമില്ലേ അച്ഛന്. ഈ മാഷ് എന്തു ചെയ്തിട്ടാണ് അച്ഛൻ ജയിലിലേക്ക് വിടുന്നത്. എന്നെ കല്യാണം കഴിക്കാൻ ഇഷ്ടാണ് എന്ന് മാഷ് പറഞ്ഞതോണ്ടോ? എന്നാല് ഞങ്ങള് കല്യാണം കഴിക്കാൻ പോവന്ന്യാണ്. അച്ഛനിഷ്ടല്ലേലും കല്യാണം കഴിക്കും. അച്ഛൻ സമ്മതിച്ചില്ലേലും കല്യാണം കഴിക്കും. കല്യാണം കഴിഞ്ഞ് നമ്മടെ വീട്ടിൽത്തന്നെ താമസിക്കേം ചെയ്യും. അച്ഛനിവിടെക്കിടന്ന് വെറുതേ തുള്ളണ്ട."

അതും പറഞ്ഞ് ഞാൻ മാഷ്ക്ക് നേരേ തിരിഞ്ഞ്, "മാഷേ വായോ, ഇപ്പൊ രണ്ടാമത്തെ പീരിഡ് തുടങ്ങും, വേഗം പൂവാം." ഞാൻ മാഷ്ടെ കൈപിടിച്ചു.

അച്ഛൻ അടുത്തേക്ക് വരുന്നത് നോക്കി, ഇതെന്തിനുള്ള ഭാവമാണെന്ന് സൂക്ഷ്മമായി നിരീക്ഷിച്ചുകൊണ്ടിരുന്ന മാഷ്, ഞാൻ പെട്ടെന്ന് സ്വഭാവം മാറ്റിയത് കണ്ട് അന്തംവിട്ടൊരു നില്പായിരുന്നു. ഇത്രേംകാലം അനുകൂലമായി ഒന്നും പറയാതിരുന്ന ഞാൻ പെട്ടെന്ന് കളം മാറിച്ചവിട്ടിയത് കണ്ട് വിശ്വസിക്കാൻ കഴിയാഞ്ഞിട്ടോ മറ്റോ ആകും, കുറേ പതുക്കെയാണോ ഞാൻ പറഞ്ഞത് മാഷ്ക്ക് മനസ്സിലായതെന്ന് തോന്നി.

കാര്യം തിരിഞ്ഞതോടെ പെട്ടെന്ന് മുഖത്തേക്കു നോക്കി, ഒരു ചെറുപുഞ്ചിരിയോടെ മാഷ് പറഞ്ഞു: "ശരിയാ, പോകാം." ഞങ്ങളൊന്നിച്ച് നടന്നു തുടങ്ങി. മകളുടെ മാറിയ സ്വഭാവം കണ്ട് ഞെട്ടിത്തരിച്ചു നില്ക്കുന്ന അച്ഛനെ അവഗണിച്ച് ഞങ്ങൾ തിടുക്കപ്പെട്ട് സ്കൂളിലേക്ക് നടന്നകന്നു.

തെടങ്ങൾ

ലാൽജി വർഗ്ഗീസ്

പെയ്തു വാശി തീർക്കുന്ന കർക്കിടകം... കാലിൽ പതിയുന്ന ചേറ്റു തുള്ളികൾ ഇറങ്ങാൻ വിഷമിച്ചു. ഒന്നിന് പുറകെ ഒന്നായി ചളി ആ പാദങ്ങളെ മൂടി...

പണ്ടെങ്ങോ കേട്ട 'കള നാടി'– കാളി മല തമ്പുരാൻ ആ ചെവിയിൽ ഓതി, "വയറു നൊന്താലേ തേവര് വിളി കേൾക്കൂ."

ഉള്ളാലെ ചിരിവന്ന 'വീടോടി തെയ്യ'ത്തിനു പശിയാലേ അത് പുറം വരുത്താനായില്ല.. അഥവാ വരുത്താൻ പാടില്ല...

ദേവ ശബ്ദത്തിനായി വീടുകൾ കാതു കൂർപ്പിച്ചു... എട്ടു വയസ്സു കാരന്റെ ശിവമൂർത്തി... കിരാത അർജുനീയം കഥ ചൊരിഞ്ഞു.... കാണിക്ക ഏറിയും കുറഞ്ഞും കിട്ടി അതിനാൽ പോറ്റേണ്ട... നിറയേണ്ട വയറുകൾ സന്തോഷിക്കട്ടെ.. സന്തോഷിക്കും...

തലപ്പാളിയുടെ 21 അലുക്കുകളും കിലുങ്ങി തലച്ചോറിലൂടെ പാഞ്ഞതോ ഉണർത്തിയതോ അനന്തൻ ചെറുതായി പിടഞ്ഞതു ഉറക്കത്തിൽ നിന്നുള്ള തിരിച്ചു വരവ് ആയിരുന്നു. ഞെട്ടൽ പൂർണ്ണതയിൽ എത്താത്തതിനാൽ ഗ്ലാസ് മദ്യത്തിനൊപ്പം താഴെപോയില്ല...

തോറ്റം നാവിൽ ഉണർന്നു..... ഉണർന്ന മനസ്സ് നാവിലൂടെ പുറപ്പെട്ടപ്പോൾ കാവിൽ അലിഞ്ഞ ശബ്ദം തന്നെ പുറപ്പെട്ടു.. മതിയല്ലോ കൂടാൻ നാട്ടാർക്കു... അനന്തന് അങ്ങനെയാ എവിടെയും അവൻ ദൈവം ആയി മാറും.. പുതു കാഴ്ചക്കാർക്ക് ആവശ്യം ആട്ടവും... എന്നാൽ ദൈവത്തിനപ്പോ അതിൽ താല്പര്യമില്ലാ –പറഞ്ഞാലൊട്ടു തലയിൽ നിറഞ്ഞ വീര്യം നുര അനുവദിക്കുന്നുമില്ല പുതുക്കർക്കു.... ഒടുവിൽ അനന്തൻ 'കോതാമൂരി' ആയി അവതരിച്ചു... ചവിട്ടേറ്റ് കുത്തേറ്റു അഭിനവ പനിയന്മാർ വീണപ്പോൾ. അനന്തന് തിട്ടൂരം കേരള പൊലീസ് വക...!

സ്റ്റേഷൻ പടിയേറിയ അനന്തൻ ഉള്ളിൽ കരിഞ്ചാമുണ്ഡിയെ തന്റെ നിശ സഞ്ചാരവേളയിൽ വെടിവെച്ച കോപത്തിനിരയായ കാവല്ക്കാരെ നിറയെ കണ്ടു ചിരിച്ചു... തന്റെ ബെഞ്ചിലേക്ക് ഇരിക്കുമ്പോ (വീഴുമ്പോ) അന്നത്തെ പോലെതന്നെ ഒരു കൈയും അനന്തനെ താങ്ങിയില്ലാ.. ഇടനെഞ്ചിൽ നിന്ന് എപ്പോഴും ആ പരിസരത്തു എത്തുമ്പോ ശ്വാസം പുറത്തേക്കു ഒഴുകാൻ മടിക്കും... കരിനീലക്കണ്ണുകളും കൊഞ്ചലിനും മുകളിലുള്ള സ്വരവും അവനെ വരിഞ്ഞു... ഇതിന്റെ ആവശ്യം എന്താ... അനന്തന് കാശിനും പേരിനും പഞ്ഞമോ? ഈ ജ്ജാതികൾ ഇങ്ങനാ....! പതിവ് കേൾവികൾ ശരീരത്തിലെ ഏറ്റവും ചെറിയ അസ്ഥിയെ തഴുകി ഒന്നും മാറ്റാതെ കടന്നു ...അഥവാ മാറ്റം അത് ഇനി അനന്തൻ പറയുന്ന... നിർമ്മിക്കുന്ന.. തീരുമാനിക്കുന്ന...സമയം അന്ന് മാത്രം സംഭവിക്കും... അന്നേ സംഭവിക്കൂ...!!

ബോധ കനലുകൾ ഞെട്ടി.... 'മേലേരി'യിൽ 101 വട്ടം ആഴ്ന്നമർന്ന തീച്ചാമുണ്ഡി തലച്ചോറിൽ ഉറഞ്ഞു... വീണിടത്തു നിന്ന് കേട്ട... ശകലങ്ങൾ അനന്തൻ പെറുക്കി കൂട്ടി.. സംഘടനാകളെ വരുതിയിലാക്കി ഒരു പരിധിവരെ ഏതു തെയ്യാട്ടവും എവിടെയും ആടാൻ കെല്പുള്ള തന്നെ അന്വേഷിച്ചു പേർഷ്യയിൽനിന്നും ആൾക്കാർ... ചാമുണ്ഡി കെട്ടിയ മലയന്റെ സാമർത്ഥ്യം വീണ്ടും വെളിവാകണം.. ഒപ്പം ഗൾഫ്.. അതിൽ അവിടെ മറഞ്ഞിരിക്കുന്നതായി അനന്തൻ കണക്ക് കൂട്ടുന്നവയെ... തിരയണം... ഒടിയോ.. വശ്യമോ... പാതാള വൃത്തിയോ.. എങ്ങനെയും അതിനു പുറത്തു ചാടിച്ചു... തന്റെ കളത്തിൽ വരുത്തുക. അതത്രെ അനന്തൻ... അഥവാ അതിനുവേണ്ടി മാത്രം ...

മധ്യതിരുവിതാംകൂർ തെക്കു കേരളം ഇവർക്കൊക്കെ എപ്പോഴും അത്ഭുതമത്രെ തെയ്യാട്ടം. അവിടെ ഊഷര ഭൂമിയാണെന്ന തിരിച്ചറിവുകൾ അനന്തന് അറിയില്ലെങ്കിലും.... പുതു സ്ഥലങ്ങൾ അവനെന്നും അന്വേഷണത്തിന്റെ കൊടുമുടി ആണ്.. വീട് കയറി കൂടലിനും തെക്കൻ ഉത്സവ പ്രദേശത്തും സ്കൂൾ കോളേജുകളിലും തെയ്യക്കോലങ്ങൾ ആടാൻതുടങ്ങി ...'കൊടിയില' വാങ്ങി ദൈവ സങ്കല്പത്തിൽ സ്വയം ദൈവമായി ആചാരങ്ങളിൽ ഉറച്ച ചുവടുകൾ... കലാപ്രകടങ്ങൾ ആയി താഴേയ്ക്കാണോ? ചോദ്യം അനന്തൻ അവനോടു തന്നെ. തന്റെ കൂട്ടരൊക്കെ എപ്പോഴേ ഇടുക്കിയിലെ ആ കോളേജിൽ എത്തിയിരിക്കുന്നു... അനന്തൻ അയാൾ കുടുങ്ങിയ ബാറിൽനിന്നും കെ എസ് ആർ ടി സി യിൽ അങ്ങോട്ടേയ്ക്ക് പ്രയാണത്തിലും.. ചുറ്റിലും വർദ്ധിച്ച കൂപ്പിന്റെ വന്യ സൗന്ദര്യം... കൂടെപ്പിറപ്പായ കാടിന്റെ സംഗീതം.. അത് ബസിന്റെ ശബ്ദത്തിനും മുകളിലത്രേ... വയനാട്ടുകുലവൻ, മുത്തപ്പൻ, പൂളോൻ തെയ്യം, വീരമ്പിനാർ, മലപിലാൻ, ഊർപഴശ്ശി. ഇവരിൽ പലരും ബസിനൊപ്പം കാട്ടിലൂടെ അനന്തനെ അതെ വേഗതയിൽ അനുഗമിക്കുന്നു... 'ബപ്പിടൽ'നു 'മെരുവത്തെ' തണ്ടുകെട്ടിക്കൊണ്ട് വരുമെന്നും അത് വീതിച്ചു അവർക്കു നൽകാം എന്ന പ്രതീക്ഷയിലും ... ...മുത്തപ്പന്റെ

നായ ഇവർക്കെല്ലാം മുന്നേ കുതിക്കുന്നതു അനന്തൻ ശ്രദ്ധിച്ചിരുന്നു....

ആരവങ്ങൾക്കു മുന്നിൽ അവൻ കനലാടി ആയി മാറുന്നതിനു മുന്നേ കൂട്ടുകാരും സംഘാടകരും അനന്തനെ ചമയ മുറിക്കുള്ളിലാക്കി.. കോളേജിൽ ആണെങ്കിൽ പോലും അനുവാദം പ്രതീകാത്മകമായി വാങ്ങി... അരിയിട്ട് തൊഴലും. ചടങ്ങുകളും തീർത്തു... മലയ ശ്രേഷ്ഠത കലർന്ന ചെണ്ടമേളത്തിനൊപ്പം ചുവടുകൾ പതിഞ്ഞു... ബാല്യങ്ങളുടെ ആരവം ഇന്ദ്രിയങ്ങളിൽ നിന്ന് മങ്ങി.. താളം തലച്ചോറിലേക്ക് നേരിട്ട് പ്രവേശിക്കാൻ തുടങ്ങി... കോലു വീഴുന്നത് അനന്തന് ഇനി ആവശ്യമില്ല... ആ നിമിഷത്തിൽ ഉദിച്ചു വന്ന മേടയിൽ 'കരിനീല കണ്ണുകൾ' കഥ പറയുന്നു... താഴ്മയിലെ അവഗണനയിൽനിന്നും വൈദ്യ കൊടുമുടി കയറിയ കഥ. അതിൽ കുടകപടയ്ക്കു മുന്നിൽ വീരമൃത്യു വരിച്ച 'കതിവനൂർ വീര'നായ് ഉയർന്നു നിന്ന് തന്നെ പരിപാലിച്ച കരങ്ങളെ പറ്റി. മേടയിൽ താൻ നില്ക്കുമ്പോഴും അഴിച്ച ചമയത്തിന്റെ ഗന്ധ ത്തോടെ തന്നെ കാത്തു നില്ക്കുന്ന സ്നേഹത്തിന്റെ രൂപത്തെ പറ്റി... അനുഗ്രഹം മാത്രം ചൊരിഞ്ഞ ദൈവത്തെ പറ്റി –. ഉണരുമ്പോ ചായം മുഖത്തില്ല. അരുളിനായി ആരും കാത്തിരിപ്പും ഇല്ല.. ഇനിയും അവൻ തുറന്ന കണ്ണുകൾക്ക് മുൻപിൽ ഒരാളെ കണ്ടു. സംഘാടക വർഗ്ഗം.. സാമ്പത്തികം കിട്ടി... മരുന്ന് അവന്റെ കൈവശവും ഉണ്ടായിരുന്നതിനാൽ പരിചയപെടൽ എളുപ്പമായി... സ്ഥലം അവൻ മൊഴിഞ്ഞു നക്രം കുന്നു.... വാദ്യം മുറുകി... പേശികൾ വലിഞ്ഞു കുടിച്ചതൊക്കെയും ഒന്നായി തലച്ചോറിനെ വിഴുങ്ങി.. അനന്തൻ കൊടുങ്കാറ്റായി അവിടം വിട്ടു..!

അനന്തൻ ആ പേരിനു ഒടി എന്ന അർത്ഥം കൂടിയുള്ള കാലം... കാതങ്ങൾ അകലെനിന്നും സ്വഭൂമിയിൽനിന്നും മലയന്റെ വിദ്യ പ്രയോഗിക തലത്തിൽ എത്തിക്കാൻ ആവശ്യക്കാർ കാത്തു നിന്നു. പുതുമ നിറഞ്ഞ കാലത്തു... ഒടിക്കു അവശ്യം വേണ്ട കൂരിരുട്ട് പോലും അന്യമാകുന്ന കാലത്തും ഒരു തപസ്സ് പോലെ അനന്തൻ ഒടിവിദ്യ നടത്തി.. മലയന്റെ ഈ കഴിവിനെ അധികം താമസമില്ലാതെ എല്ലാരും ഭയക്കുവാനും തുടങ്ങി...

അയിത്താചാരങ്ങൾ മനസ്സിലേക്ക് മാത്രം കുടിയേറുന്നതിനു മുന്നേ കൊടികുത്തിവാഴുന്ന സമയത്തും സവർണ്ണ ഗൃഹങ്ങളിൽ കടക്കാ മായിരുന്ന പേറ്റിച്ചികളെ കണ്ടും കേട്ടും വളർന്നതിനാലാവണം അനന്തൻ ഒരു വേർതിരിവും ഒന്നിനോടും ആരോടും കാണിക്കാതിരുന്നത്... അതിനാൽ തന്നെ അയാളുടെ സൗഹൃദയ ഭ്രമണ പഥം വളരെ വലുതാ യിരുന്നു–. പഞ്ചമൂർത്തികൾ ഭൈരവൻ, കുട്ടിച്ചാത്തൻ, പൊട്ടൻ, ഗുളികൻ, ഉച്ചിട്ട ഇവരെ പോലെയോ... പുലിദൈവങ്ങൾ ഐവർ ആയോ..... മുത്തപ്പനും തിരുവപ്പനും പോലെയോ അല്ലാതെ അനന്തനെ ഒറ്റയ്ക്ക് കാണുക പ്രയാസം... ചെറുക്കനും നയനാറും ആടി മുടിയഴിച്ചു വരു ന്നേരം അയാളെ കാത്തൊരു സംഘം... 'കരിയടിക്കൽ' കഴിഞ്ഞു കൂടി

യൊഴുകി എത്തപ്പെട്ടത് നിസ്സംശയം ആണല്ലോ മദ്യ സഭ... വന്നവർക്കു ആവശ്യങ്ങൾ നിരവധി... ബോധമണ്ഡലത്തിൽ അപ്പോഴും ആടിക്കൊണ്ടിരുന്ന മുത്തപ്പൻ കേൾക്കുന്നു... ആത്മാവ് കൊടുക്കണം തെയ്യാട്ടത്തിന്റെ... 'ബോനം നൽകും' ഒപ്പം പലതും... പകരമായി.... ആദ്യം പറഞ്ഞത് കൂടാതെ ഒടി കൺകെട്ടിവയും ഉരിയാടുക അഥവാ ചെറുതായെങ്കിലും അറിയുക... മറുപടി ഒന്നും പറയാൻ അയാൾ തുനിഞ്ഞില്ല ആ സമയങ്ങളിൽ അയാൾ അങ്ങനെ ആയിരുന്നു 'ഇല്ല' എന്നൊന്ന് പറഞ്ഞിരുന്നില്ല... ആരോടും... അങ്ങനെ അലൻ ജോ അയാൾക്കൊപ്പം തുടർന്നു..!

'അന്തിത്തിരിയി'ൽ നിന്ന് കൊടിയില വാങ്ങുന്ന മുതൽ അവസാനം മുടി അഴിക്കുന്ന വരെ അനുവാദം കല്പിച്ചുകിട്ടിയ കാവുകളിലും അല്ലാത്തിടത്തും ജോ.. അയാളുടെ സഹചാരി ആയി... താമസം അല്പം അകലെ കൂട്ടിയിരുന്നെങ്കിലും. മിക്കപ്പോഴും അനന്തന്റെ ചെറു വീട്ടിലത്രേ നങ്കൂരം.. സ്നേഹാൽ ചൊരിയപെട്ട ആഹാരം രുചിയാണോ... മറ്റെന്തെങ്കിലുമോ?? ജോ പലപ്പോഴും സംശയിച്ചു... ഉത്തരത്തിനായി അയാൾക്ക് അധികം അലയുക വേണ്ടി വന്നില്ല...

സഹോദര വലയത്തിൽ അനുസരണയോടെ കഴിഞ്ഞിരുന്ന അനന്തൻ മെല്ലെ കലാലയ അന്തരീക്ഷത്തിലേക്കും എത്തപ്പെട്ട ജോയിലൂടെ അവന്റെ അതിഥിയായി... നീലക്കണ്ണുകൾ കൊണ്ട് ജനനം മുതൽ കഥ പറയുന്ന പെങ്ങൾ മീനുവിനേയും കൊണ്ട് പണ്ടെങ്ങോ അതോ വളരെ അടുത്തോ പോയിരുന്നു. നാട് ഒപ്പം നിന്ന് ഡോക്ടർ ബിരുദത്തിനായി മലയിറങ്ങിയ നേരം.... നാടറിയുന്ന വയറ്റാട്ടിയും ഗാന കോവിദയും ആയി മാറുക മാത്രമല്ല ഇനിയും ഇവളുടെ ധർമ്മം... പക്ഷേ, അവൾ മുച്ചിലോട്ട് ഭഗവതിയായി പുനരവതരിക്കുമോ... കാത്തിരിക്കാം...! അനന്തൻ ഉണർന്നത് ജോയുടെ ഹോസ്റ്റൽ മുറിയിൽ... പുകയും..... നിറഞ്ഞ കുപ്പികളും അവനെ ലോകം മാറ്റി വച്ചപോലെ തോന്നിച്ചു...

താളം പുറപ്പെടുന്നവ അപരിചിതമെങ്കിലും അയാൾ അതിലും ലയിച്ചു.... നേരിട്ട ബലപരീക്ഷണങ്ങളിൽ അയാൾ വേഗം വേഗം ജയിച്ചു... നിസ്സാര സമയത്തിൽ ഒടിയിൽ ചിലർക്ക് ഭയം സമ്മാനിച്ചു...

താളവേഗം കുറഞ്ഞു വീട്ടിലെത്തിയ അയാൾ ജ്യേഷ്ഠ സഹോദങ്ങളുടെ പുലഭ്യവർഷത്തിനിരയായി... മീനുവിന്റെ അഭാവം അയാൾ അറിഞ്ഞു....

ഒപ്പം വന്ന ജോ പ്രകൃതിയിൽ ലയിച്ച പോലെ മറഞ്ഞത് അയാൾ മനസ്സിലാക്കുമ്പോഴേക്കും വൈകിയിരുന്നോ? അവൾ അവധിക്ക് വരുമ്പോഴാകും ഇനിയൊരു പുറപ്പെടൽ അനന്തൻ തീരുമാനിച്ചു...

അവനിൽ വീണ്ടും നിറഞ്ഞ കൊടുങ്കാറ്റ് ശമിപ്പിക്കാൻ എടുത്ത തീരുമാനം ശരിയാകുന്നു എന്നോതി ഗേറ്റ് കടന്നു അയാൾക്ക് മുന്നിലേക്ക് ആ നക്രം കുന്നുകാരൻ നടന്നടുത്തു.. അയാൾ അത് പ്രതീക്ഷിച്ചത്രേ നിന്നതും... വീണ്ടും സിരകളിലേക്ക് ഒഴുകി വർദ്ധിത വീര്യം. അരണ്ട

വെളിച്ചത്തിൽ അയാൾ അവനിൽ നിന്ന് കണ്ടെത്തിയവ എല്ലാം വിലപിടിപ്പുള്ളവയായിരുന്നു... അനന്തന്റെ ജീവിതത്തെ പ്രകാശിപ്പിക്കാൻ പോന്നവ... വർഷങ്ങൾക്കു ശേഷം ഇനിയും പാനം ചെയ്യാതെ പെരുവിരൽ മുതൽ തലമുടി വരെ 'മേലേരി'യുടെ ചൂട് കണക്കെ വികാരം അത് ഏതെന്നറിയാതെ തിരതല്ലി.... ഒടയിലും മുടിയിലും തീപ്പന്തം കെട്ടി 'കണ്ഠാ കർണൻ' രൗദ്രഭാവം പൂണ്ടു...

പശ്ചിമ ഏഷ്യൻ രാജ്യത്തേക്ക് പറന്നിറങ്ങിയ അനന്തൻ 'മനിപ്പന തെയ്യം' ഇവിടെങ്ങനെ കെട്ടും എന്നൊരാശങ്കയിൽ മുന്നോട്ട് നീങ്ങി... പലതായി പിരിച്ചു വന്ന 'പേളിക' കേടുകൂടാതെ കയ്യേൽക്കാനയാൾ വെമ്പി. ആഴ്ച നീണ്ടേക്കാവുന്ന ഒരു വലിയ പരിപാടിയിലേക്ക് മനസ്സാ അയാൾ നൂഴ്ന്നു. എവിടെയോ ഒരു ശങ്കയുമായി...

തുളുനാട്ടിലെയും തെയ്യാട്ടം കേട്ടുകേൾവി ഉള്ളവരും എല്ലാം അനന്തൻ ദൈവത്തെ കാണാൻ എത്തി... ...ദൈവം മറു സംസ്കാരത്തിൽ പെരുമാറേണ്ടതിന്റെ ജാള്യത മറയ്ക്കാൻ വഴി തേടിക്കൊണ്ടിരുന്നു... നാട്ടിലെ പേർഷ്യക്കാരിൽനിന്നും തികച്ചും വ്യത്യസ്തരായ ചിലരെയും നാട്ടിൽ കാണപ്പെടുന്ന വരേണ്യ പേർഷ്യക്കാരെയും അനന്തൻ കണ്ടു. പുതുമയുള്ള കാഴ്ചയായിട്ടു... സ്ത്രീ കഥാപാത്രങ്ങൾ മാത്രം ഉറഞ്ഞാടുന്ന അടുക്കളയിൽ.. നീളൻ മുടിയും പ്രാക്കെഴുത്തു മുഖത്തെഴുത്തും വെള്ളി എകിറും വിത്താനത്തറ അരക്കച്ചയുമായി.... പോതികൾക്ക് പകരമായി.... പുരുഷ കോലങ്ങൾ ആടി തിമിർക്കുന്നതു തെല്ലാശ്ചര്യത്തോടെ അയാൾ കണ്ടു.. മുത്തപ്പനെ അറിയുന്നവർ 'ബോനം നല്കി'.... അതോടെ ആയിരക്കണക്കിന് കാതങ്ങളുടെ അകലവും അക്ഷരവിരോധിയായിരുന്നതിന്റെ വൈക്ലബ്യവും –എല്ലാം ഓടിയൊളിച്ചു... അനന്തൻ അവനായി മാറി.... പരിപാടികൾ — കലാപരിപാടികൾ എന്ന് തിരുത്തുക അഭികാമ്യം... ഒന്നൊന്നായി വിവരിക്കപ്പെട്ടു.. സുരക്ഷ കാരണങ്ങൾ ഉള്ളതിനാൽ അതിനുവേണ്ട തയ്യാറെടുപ്പുകൾ വീണ്ടും ചർച്ചയിൽ വന്നു... സാമ്പത്തികം രഹസ്യ ചർച്ചയിൽ ഒതുങ്ങി... അരങ്ങു ഉണരാൻ പോകുന്നു... അനന്തന്റെ വലയൊരുക്കലിന്റെ മറ്റൊരു കോലം കൂടി... കാടുവെട്ടി മദ്യപിച്ചു തീയിട്ട കേളൻ.. അറിയാത്തതിൽ ഉൾപ്പെട്ട കണ്ടൻ രക്ഷപെടാൻ പിടിച്ച മരത്തിലെ കരിമൂർഖനാൽ വിഷമേറ്റു തീയിൽ പതിച്ചു 'കണ്ടനാർ കേളൻ' ആയി... കത്തിക്കയറുമ്പോൾ മുന്നിൽ വിഷപ്പല്ല് ആഴ്ത്താൻ ഉള്ളവനും അവനെ ഭസ്മീകരിക്കാനുമുള്ള തിട്ടവും മാത്രമായി.. കരകാണാത്ത മണൽ ആഴിയിൽ... തെയ്യാട്ടം രൂപം മാത്രമായി... കാണികളും അയാളുടെ കണ്ണിൽ നിന്നപ്രത്യക്ഷമായി.....!

നടത്തിപ്പുകാർ നെട്ടോട്ടത്തിൽ... അനന്തൻ ദൈവം ഉണരുന്നില്ല... മുടിയഴിച്ചു കിടന്ന ശേഷം കാര്യമായ അനക്കം ദർശിക്കാനാകുന്നില്ല... കൂട്ടത്തിലെ ഭിഷഗ്വരന്മാർ നോക്കിയിട്ടും ഫലം ഇല്ലാ... വന്നത് അനുഗ്രഹദായിനിയായ പോതിയായി എല്ലാരും കണ്ടു കഴിഞ്ഞു, ഇനിയും മറ്റു സ്ഥലങ്ങളിൽ ഉറഞ്ഞാടാൻ കഴിയാതെ അവൾ മടങ്ങാൻ വെമ്പുകയോ??

എല്ലാരും അയാളുടെ മടക്കത്തെ പറ്റി ചിന്തിച്ചു. ഇനിയും ഒരു അനർത്ഥ ത്തിനു മുന്നേ ദൈവത്തെ അവർ നാടുകടത്തി... അറിഞ്ഞു, അനുഗ്രഹം ഏല്ക്കാൻ ഓരോരുത്തർ ആഗ്രഹിച്ചപ്പോഴേയ്ക്കും പെരുങ്കളിയാട്ടത്തി നായ് നാട്ടിലേക്ക് എല്ലാരേയും ക്ഷണിച്ചു ദൈവം മടങ്ങിയിരുന്നു... ക്ഷണം/അറിയിപ്പ് എത്തേണ്ടിടത്തു എത്തുകയും ചെയ്തു...

പുത്തൻ വിദ്യാർത്ഥികളെ സ്വീകരിക്കുന്നിടം കലാലയത്തിൽ.. മീനു തന്റെ സ്വരം അവിടെ പതിപ്പിച്ചു. അവിടെയും നിന്നതു ഒഴുകി നാട്ടുത്സ വങ്ങളിൽ പല വേദികളിൽ ഉപരി... തന്റെ സ്വകാര്യതയിൽ... കുടുംബ ത്തിൽ... അത് നുകർന്ന് കൊണ്ട് എല്ലാരും മയങ്ങുമ്പോ. അലൻ ജോ അവന്റെ ഹൃദയത്തിൽ പെരുമ്പറ മുഴക്കി... അലകളെ നിയന്ത്രണാതീത മാക്കി... മനഃപൂർവം. കാരണം... അവൻ അത്രയും വിശ്വാസം അവനിലെ സ്ത്രീ വിഷയ ബോധത്തിന് ഉണ്ട് എന്നുള്ളത് തന്നെ.. അനന്തനൊപ്പം. ജോയുടെ സാമീപ്യം ആർക്കും അലോരസം ഉണ്ടാക്കിയില്ല–. എന്നാൽ മീനുവിന് അസ്വസ്ഥത തോന്നിത്തുടങ്ങി... അത് 'മനയിൽ പോതി'യായി അവൾ മാറാൻ തുടങ്ങുകയായി.....! ഉറക്കത്തെ വിട്ടുണരാൻ മടിക്കുന്ന മനസ്സും കണ്ണും അനന്തൻ തുറന്നു പിടിച്ചു... യാനം നിലം തൊടാൻ പോകുന്നു. പോതി അതിനു പുറമെ അവനെ അനുഗമിച്ചു.....!

കാവുകളിൽ നിന്ന് കാവുകളിലേക്കുള്ള പ്രയാണം അനന്തനൊപ്പം ജോ നടത്തിയപ്പോൾ. മീനുവിനോടുള്ള അടുപ്പവും ജോ വളർത്തി... മരക്കലം ഏറി വന്ന പോതിമാർ മീനുവായി മാറിയെന്നു അനന്തൻ പറഞ്ഞു... ജ്യേഷ്ഠ അംഗങ്ങൾ ജോയുടെ സാമീപ്യം എതിർക്കേണ്ടതാ യിരുന്നെങ്കിലും ഒറ്റക്കോലം കെട്ടിയാടി പതം വന്ന കനലാടികൾ... മായാ പ്രപഞ്ചത്തിൽ ആട്ടം തുടർന്നു. കാരണം.... ജോയ്ക്ക് ഒഴികെ ആർക്കും അജ്ഞാതം.... ഒരു കോലത്തിനും മായാ കാഴചയ്ക്കും പിടികൊടുക്കാതെ മീനുവും..!

'അന്തിമഹാകാളി' ദാരുകാസുര വധത്തിനായി രൗദ്ര ഭാവമേറി അനന്തനിലൂടെ കാവിലുറഞ്ഞപ്പോൾ... ജോയുടെ സാന്നിദ്ധ്യം അവിടി ല്ലായിരുന്നു... പടിഞ്ഞാറ് തിരിഞ്ഞു മുടിയഴിക്കുന്ന നേരം.. അയാൾ പ്രത്യക്ഷപ്പെട്ടത്.. പെണ്ണൊരുത്തി ആരെന്ന തിരിച്ചറിവിൽ ആയിരുന്നു. സകല... വൈദഗ്ദ്ധ്യവും ചോർന്നൊലിച്ചു. ....ശങ്കരാചാര്യർക്കു അദ്വൈത തത്ത്വ പൊരുൾ പറഞ്ഞുകൊടുത്ത ശ്രീ പൊട്ടൻ ദൈവത്തെ ദർശിച്ചു ചോർന്നു ഇല്ലാണ്ടായി ജോ അനന്തന് മുന്നിൽ നിന്നു... ജ്വലിച്ച കോപം ഇനി ഏഷണി ആയി പെയ്തിറങ്ങും... അതിൽ പലതും ഉലയും... അസ്ത മിക്കും.. ജോ നിശ്ചയിച്ചുറപ്പിച്ചു... പക്ഷേ, നിലം അത് വിതയ്ക്കാനുള്ളത് അനന്തൻ അല്ല... മൂത്ത കുലം അത്രേ.... അനന്തനും മീനുവും അതാണ്... ഒരേ രക്തമെന്നതിലുപരി... ഒരു വ്യക്തിയത്രെ...! അതുലയ്ക്കുക അസാ ദ്ധ്യം!

ബോധമണ്ഡലത്തിൽ ദൈവവും കോലവും വ്രതവും മാത്രം ഉറങ്ങുന്ന മൂത്തോർ വേഗം ജോയുടെ 'അറിവിൽ' വീണു... കാടങ്കോട്ട്

തറവാട്ടിലെ ഏഴാങ്ങളമാർക്ക് ഒരേയൊരു പെങ്ങളായ മാക്കം അന്ന് നാത്തൂൻ ഏഷണിയിൽ മക്കളൊപ്പം പെട്ട് തലയറുക്കപ്പെട്ടെങ്കിൽ... ഇന്ന് മീനു അവൾ നേടിയ വലിയ അറിവിനും സ്നേഹത്തിനും ഒപ്പം ഉടലിൽ ലോഹക്കലകൾ കൊണ്ട് മരണം ഏറ്റു... ചോരയായ് മാറിയ അവളെ മാറോടു ചേർത്ത് ഓടുമ്പോ 'ഉച്ചേലി തെയ്യം' ആയി അനാഥൻ തന്റെ കൈ നാരായംകൊണ്ട് വരഞ്ഞു... വാഴയിലയിൽ വീണു..... ഓട്ടം തുടർന്ന് ആശുപത്രികളിൽ ശേഷം പൊലീസ് സ്റ്റേഷനിൽ അവിടെ അയാൾ ആ ബെഞ്ചിൽ വീണു. ആശ്രയരഹിതനായി... പെങ്ങളെ കൊന്നവനെന്ന പേരുകാരനായി....!

അപ്രത്യക്ഷനായ ജോ ഒരിക്കലെങ്കിലും തനിക്കായി ഉദിക്കുമെന്നുറച്ചു അനന്തൻ മുന്നോട്ടു... നക്രം കുന്നിലെ തന്റെ പഴയ തോഴൻ ഒരു വിദ്യാർത്ഥിയിലൂടെ വീണ്ടും തെളിഞ്ഞു.... മരക്കലം ഏറിയോ ആകാശ നൗകയിലോ അവനെത്തിയ ഇടം തിരിച്ചറിഞ്ഞ അനന്തൻ.. തനിക്കു വന്ന ക്ഷണവും അവിടേക്കെന്ന ബോധത്തിൽ ഉണർന്നു...! ആഴ്ചകളുടെ പര്യടനം ഒരു ദിവസത്തിൽ അവസാനിപ്പിച്ചു.. മടങ്ങുമ്പോ അയാൾ എറിഞ്ഞത് തന്റെ പേരിനേക്കാൾ വരാൻ പോകുന്ന പെരുങ്കളിയാട്ടം അവിടെ പരസ്യപ്പെടണമെന്നായിരുന്നു... അന്ന് മാറ്റി വയ്ച്ചു ജോ പോയ കാഴ്ചകൾക്കായ് അവൻ മടങ്ങി വരുമെന്ന് അനന്തൻ ഉറപ്പിച്ചു...!

പെരുങ്കളിയാട്ട ചമയപ്പുരയിൽ അനന്തൻ കിടന്നതു കണ്ട ചമയക്കാർ തങ്ങൾ ഇതിൽ കൂടുതൽ എഴുതിയിരുന്നല്ലോ എന്ന സംശയം മനസ്സാ പ്രകടമാക്കി ...ങ്കിലും സംശയമേതുമില്ലാതെ.. ചായയ്ക്കൂട്ടുകളിലേക്കു...

ദൈവത്തെ ഉണർത്തി അനുവാദം വാങ്ങി അരിയെറിഞ്ഞെതിരേറ്റു ചമയം ഏല്ക്കാൻ പോയത് വരെയും ജോയുടെ സാന്നിദ്ധ്യം അനന്തൻ അറിഞ്ഞു... അനന്തൻ പൂരംകഴിഞ്ഞ കാവോന്നു താണ്ടിയപ്പോഴേയ്ക്കും കാണായി ജോയുടെ നുര പൊങ്ങിയ തലച്ചോറിലുള്ള അമിത ആത്മവിശ്വാസത്തിന്റെ കാലൊച്ചകൾ...

ജോയ്ക്ക് മറ്റൊരു സാമീപ്യം തിരിച്ചറിഞ്ഞു തുടങ്ങിയപ്പോഴേയ്ക്കും അനന്തൻ അയാൾക്കരികിൽ ഒടിയിൽ രൂപാന്തരണം പ്രാപിച്ചു...

സമീപത്തെ പടവുകളിൽ എവിടെയോ രക്ഷാമാർഗം തേടി ജോ... പാഞ്ഞു കയറി....

'ഒന്നൂറെ നാല്പതു' കെട്ടിയാടാൻ ഗുരുക്കൾ എടുത്തത് വെളുപ്പിന് വരെയുള്ള സമയമെങ്കിൽ. അനന്തൻ നാല്പതിൽ ഒന്ന് കുറഞ്ഞത്ര വേഷമായി ജോയ്ക്കു മുകളിൽ നിമിഷങ്ങൾ കൊണ്ട് പറന്നിറങ്ങി..

ആസുര താളം അതിന്റെ ലാസ്യം വിട്ടുണർന്നു ...അനന്തന്റെ കൈകളാൽ ഭൂമിയിലെ വായുവിനെ ജീവനായി വിഴുങ്ങിയിരുന്ന ജോയുടെ കഴുത്തു അടഞ്ഞു.... പ്രാണനായി പിടഞ്ഞവന് സ്വരുധിരം... പോലും ശ്വാസം നൽകിയില്ല... പകുതി എഴുത്തിൽ തിളങ്ങിയ അനന്തന്റെ

മുഖം..... ചാന്ദ്ര ശോഭയിൽ തിളങ്ങി... ഒഴുകിയത് നിണം ആയിരുന്നു... കണ്ണുനീർ വറ്റിയിരുന്നു......!

ഇത് അനന്തന്റെ 'വിളക്കുഴിയലോ' 'കരിയടിക്കലോ' അല്ല.. അയാളുടെ

'തെടങ്ങൽ'....

അഥവാ 'തുടങ്ങൽ.............!'

ലോക്ക് ഡൗൺ

അനിൽ നാരായണ

ശബ്ദം കേൾപ്പിക്കാതെയാണ് ഗേറ്റ് തുറന്നതെങ്കിലും അയാളെ ഉണർത്താൻ അത് ധാരാളം മതിയായിരുന്നു. കുറച്ചുകാലമായി അയാൾ നേരത്തെ ഉണരും. അതിനുശേഷം ചെറിയൊരു മയക്കം. കുട്ടികൾ മുറി വല്ലാതെ തണുപ്പിക്കുന്നതുകൊണ്ട് ഈയിടെയായി സോഫയിലാണ് ഉറക്കം. വാതിൽ തുറന്നപ്പോൾ അവൾ...!. സാരികൊണ്ടു തലമൂടി... നീണ്ടയാത്രയുടെ അവശത ചെറിയ വെളിച്ചത്തിലും വ്യക്തമായിരുന്നു. പൊട്ടു തൊട്ടിട്ടില്ല. കണ്ണെഴുതാത്തതുകൊണ്ടാകാം കണ്ണുകൾ കുഴിഞ്ഞിരിക്കുന്നു.

"ബക്കറ്റിലെ വെള്ളത്തിൽ കാല് കഴുകിക്കോളു... സോപ്പ് അവിടെ തന്നെയുണ്ട്. അറിയാല്ലോ..ഇപ്പോഴത്തെ കാലമല്ലേ. അതാ.."

അവൾ വളരെ നേരമെടുത്തു കാലുകഴുകുന്നത് അയാൾ നോക്കി നിന്നു. എപ്പോഴും കാലുകൾ നന്നായി സൂക്ഷിച്ചിരുന്നതാണല്ലോ... അകത്തുനിന്നു തോർത്തുമായി എത്തുമ്പോൾ അവൾ ആകാശത്തേക്ക് നോക്കിനില്ക്കുകയായിരുന്നു. നേരം വെളുത്തു തുടങ്ങിയിട്ടും ചില നക്ഷത്രങ്ങൾ അവളുടെ വരവറിയിക്കാനായി കാത്തു നിന്നിരുന്നു.

മുഖത്തു നോക്കാതെയാണ് അവൾ തോർത്ത് വാങ്ങിയത്. വാതിൽ അടയ്ക്കാതെ അകത്തേക്ക് നടക്കുമ്പോൾ പുറകിൽ ശബ്ദമുണ്ടാക്കാതെ അവളുണ്ടായിരുന്നു. കിലുങ്ങുന്ന പാദസരം യാത്രയിൽ എവിടെയെങ്കിലും നഷ്ടമായിക്കാണും.

കോണിയുടെ അടുത്തെത്തിയപ്പോൾ അയാൾ നിന്നു. "മുകളിലേക്ക് പൊയ്ക്കോളു. അറിയാമല്ലോ.. ഏഴു ദിവസം. നിന്റെ മുറിയിൽ എല്ലാം അതുപോലെ തന്നെയുണ്ട്... ആദ്യമൊന്നു കുളിക്കു.. അപ്പോഴേക്കും ഞാൻ ചായയുണ്ടാക്കാം..."

അവളും മക്കളും എന്നും താഴത്തെ മുറിയിലാണ് കിടന്നിരുന്നെങ്കിലും മുകളിൽ അവൾക്കായി ഒരു മുറിയുണ്ട്, അവളുടെ പുസ്തകങ്ങളും വസ്ത്രങ്ങളുമെല്ലാം ഭംഗിയായി അടുക്കിവച്ചൊരു മുറി.

മകൾ എണീറ്റ് വന്നപ്പോൾ അയാൾ ഉപ്പുമാവുണ്ടാക്കുകയായിരുന്നു. അവൾ അടുക്കളയിലേക്കൊന്നെത്തിനോക്കി നേരെ പോയി സോഫയിലിരുന്ന് ഉറക്കം തുടർന്നു.

വിദേശത്തായിരിക്കുമ്പോൾ അയാൾ വെള്ളിയാഴ്ചകളിൽ അടുക്കളയിൽ കയറും. നാട്ടിൽ വന്നാലും പാചകത്തിലെ ചില പൊടിക്കൈകൊണ്ട് അയാൾ മക്കളെ കൈയിലെടുക്കുക പതിവാണ്. അച്ഛന്റെ പാചകത്തെ മക്കൾ പൊക്കിപ്പറയുമ്പോൾ അവൾ ആരോടെന്നില്ലാതെ പിറുപിറുക്കും... "വർഷം മുഴുവൻ വച്ച് വിളമ്പി കൊടുക്കുന്ന നമുക്കൊരു വിലയുമില്ല".. എങ്കിലും അവൾക്കും താൻ ഉണ്ടാക്കുന്നതെല്ലാം ഇഷ്ടമാണ്.

മുകളിൽ വാതിൽ തുറക്കുന്ന ശബ്ദം. അയാൾ ചായയും ഉപ്പുമാവും കടലക്കറിയുമായി മുകളിലേക്ക്. കോണി കയറുമ്പോൾ മോൾ നോക്കുന്നുണ്ടായിരുന്നു. "മുഴുവൻ കഴിക്കണോട്ടോ...കുളി കഴിഞ്ഞതല്ലേ... ഒരു പൊട്ടു തൊട്ടോളു.. അതും പതിവ് സ്ഥാനത്തു കാണും."

അവൾ വാതിലിനു പിന്നിൽ മറഞ്ഞു നില്ക്കുകയായിരുന്നു. "കഴിച്ചു കഴിയുമ്പോൾ പാത്രങ്ങൾ പുറത്തേക്കു വച്ചോളു.."

മോൾ ഓടി അടുത്തുവന്നു... "ആരാ അച്ഛാ?" അയാൾ ചിരിച്ചതേയുള്ളൂ. മുകളിൽ അവളൊന്നു ചുമച്ചു. മകൾക്കെന്തോ മനസ്സിലായി.. മുകളിലേക്ക് ഓടിക്കയറാൻ പോയ അവളെ തടഞ്ഞു അയാൾ... മറക്കല്ലേ ഏഴുദിവസം.. അതിനുശേഷം പോകാല്ലോ... മകൾ അവിശ്വാസത്തോടെ ചേട്ടനെ വിളിക്കാനോടി... ബ്രഷിൽ പേസ്റ്റുമായി വന്നപ്പോൾ രണ്ടുപേരും മുകളിലേക്ക് നോക്കി നില്ക്കുകയാണ്!

"ഇങ്ങിനെ നിന്നാൽ മതിയോ.. വേഗം പല്ലുതേച്ചു കാപ്പി കുടിച്ചേ... ഇന്ന് നമുക്ക് കുറെ പണിയുള്ളതാ..."

മക്കൾ അയാളെ ചേർത്ത് പിടിച്ചു.

"ഇന്നിനി രണ്ടുപേരും ഓൺ ലൈൻ ക്ലാസിൽ കേറണ്ട..."

കാപ്പി കുടി കഴിഞ്ഞു അവർ പറമ്പിലേക്കിറങ്ങി. ഒരു വീട്ടിലേക്കു വേണ്ട പച്ചക്കറികളൊക്കെ ഇപ്പോൾ പറമ്പിലുണ്ട്. അവൾക്കീ കൃഷിയിലൊന്നും വലിയൊരു താല്പര്യം ഇല്ലായിരുന്നു. അവളുടെ അമ്മയാണ് അതെല്ലാം നട്ടു നനച്ചത്. അയാൾ വിദേശത്തു നിന്ന് തിരിച്ചെത്തുമ്പോൾ അവരവിടെ ഉണ്ടായിരുന്നല്ലോ. പിന്നീടൊരു ദിവസം അയാളെ താക്കോൽ ഏല്പിച്ച് അവർ ഇറങ്ങി.

"ഒന്ന് കരുതിയാൽ ഞാനും ഇതിനു കാരണമാ... അവസാന ദിവസങ്ങളിൽ അവൾ എന്റെ ഫോണാ ഉപയോഗിച്ചത്."

അവരുടെ വാക്കുകളിൽ കുറ്റബോധം തുളുമ്പിനിന്നിരുന്നു. അവർ തന്നെ മരുമകനായല്ല, ഒരു മകനായിട്ടാണല്ലോ എന്നും കണ്ടിരുന്നത്. അന്നൊക്കെ പല രാത്രികളിലും വളരെ വൈകിയും അവളെ ഓൺ

ലൈനിൽ കാണുമ്പോൾ അയാൾ വഴക്കു പറഞ്ഞിരുന്നത് കൊണ്ടാകാം അവൾ അമ്മയുടെ ഫോൺ ഉപയോഗിക്കാൻ തുടങ്ങിയത്.

മക്കൾ ബാൽക്കണിയിലേക്ക് നോക്കുന്നുണ്ട്. അയൽപക്കത്തെ ആളുകളൊന്നും എത്തിനോക്കുന്നില്ല. ലോക്ക് ഡൗണിന് ഇങ്ങിനെയും ഗുണങ്ങൾ ഉണ്ട്. വന്നത് കണ്ടുകാണും. കാണട്ടെ.

പച്ചക്കറികൾകൊണ്ട് നല്ലൊരു സദ്യയൊരുക്കി.. കൂട്ടത്തിൽ ചെറിയൊരു പായസവും. പാത്രങ്ങളിലാക്കി മക്കളെ ഏല്പിച്ചു. നിങ്ങൾ കൊണ്ടുപോയി കൊടുത്തോളൂ. അകത്തേക്ക് കയറേണ്ടട്ടോ... മറക്കണ്ട ഏഴു ദിവസം...

അയാൾ പുറത്തേക്കിറങ്ങി. വണ്ടികൾ ഒന്നും ഓടുന്നില്ല.. അവൾ എങ്ങനെയാകും ഇത്ര ദൂരം എത്തിയത്?

അന്ന്, വിവരമറിഞ്ഞോടിയുമെത്തുമ്പോൾ ഇവിടെ ആകെ തിരക്കായിരുന്നു.. അയാൾക്കൊന്നും അറിയില്ലായിരുന്നു. ആളുകളുടെ സഹതാപം കണ്ടു മടുത്തു. കുറ്റപ്പെടുത്തുന്ന നോട്ടങ്ങളും കൂടെ ഉണ്ടായിരുന്നു. മക്കൾ കെട്ടിപ്പിടിച്ചു കരഞ്ഞപ്പോൾ പിന്നെ തിരിച്ചു പോകാൻ തോന്നിയില്ല.

രണ്ടുപേരും താഴേക്ക് വന്നു. മോൾ കരഞ്ഞിരിക്കുന്നു.മോന്റെ മുഖവും ചുവന്നിട്ടുണ്ട്... അവരെ ചേർത്തുപിടിക്കുമ്പോൾ അയാൾക്കും കരച്ചിൽ വന്നു.. മുകളിലെ കരച്ചിലിന്റെ ശബ്ദം താഴേക്ക് എത്തിയിരുന്നു. മോൻ പുറത്തിറങ്ങി അയല്പക്കത്തേക്ക് നോക്കുന്നുണ്ട്... കുട്ടികൾ വലുതായിരിക്കുന്നു!

മോൾ വിളക്ക് വച്ചു. പതിവില്ലാതെ നാമം ചൊല്ലാൻ മോനും കൂടി .. ഇടയ്ക്കിടെ കോണിയിൽ വന്നു പോകുന്ന നിഴലിനെ അവൻ നോക്കുണ്ടായിരുന്നു. രാത്രിയിലെ ഭക്ഷണം മുകളിൽ കൊണ്ട് വയ്ക്കാൻ അവർ മൂന്നുപേരും ഒരുമിച്ചാണ് പോയത്. അയാൾ എന്തൊക്കെയോ സംസാരിച്ചു. പഴയ ചില കാര്യങ്ങൾ... അവൾ എല്ലാത്തിനും മൂളിക്കൊണ്ടിരുന്നു.. മോൾ പറഞ്ഞത് അവർ നനച്ചുവളർത്തിയ പൂക്കളെയും പച്ചക്കറിത്തോട്ടത്തെയും കുറിച്ചാണ്... മോൻ ഇടയ്ക്കിടെ അകത്തേക്ക് നോക്കുന്നുണ്ടായിരുന്നു.. വിഷമിക്കണ്ടാട്ടൊ.. ഏഴു ദിവസം കഴിയുമ്പോൾ താഴേക്ക് വരുമല്ലോ. പിന്നെന്താ ഞങ്ങടെ, അല്ല നമ്മുടെ പച്ചക്കറിത്തോട്ടം നീ കണ്ടില്ലല്ലോ, എല്ലാം നിനക്കിഷ്ടപ്പെട്ട പച്ചക്കറികൾ...

മോളുടെ കണ്ണ് നിറഞ്ഞത് അയാൾ തുടച്ചു. അകത്തു വീണ്ടും തേങ്ങൽ തുടങ്ങി.

"ഇതാപ്പോ നന്നായേ... നിങ്ങളെ കാണാതെ ആ മരുഭൂമിയിൽ ഒന്ന് രണ്ടു വർഷമൊക്കെ ഞാൻ നിന്നിട്ടുണ്ട്. ഇത് വെറും ഏഴു ദിവസം ഇപ്പൊ കഴിയും. ഉറങ്ങിക്കോളൂ. പ്രാർഥിച്ചിട്ടു കിടന്നോളൂ..."

ഏട്ടൻ വിളിച്ചു.. "വന്നു അല്ലെ?"

അയാൾ മൂളി.

"വേണ്ടായിരുന്നു."

അയാൾ ഒന്നും പറഞ്ഞില്ല

പിന്നെയും ചോദ്യം വന്നു.

"എന്ത് തീരുമാനിച്ചു?"

"എന്ത് തീരുമാനിക്കാൻ... എന്റെ മക്കളുടെ..."

മുഴുവൻ പറയാതെ അയാൾ ഫോൺ കട്ട് ചെയ്തു... ഇനിയും വിളികൾ വന്നേക്കാം. മക്കൾ കിടന്നു കാണും. അയാൾ കട്ടിൽ കോണിച്ചുവട്ടിലേക്ക് നീക്കിയിട്ടു. അവൾ വിളിച്ചാൽ കേൾക്കണം. കുറച്ചു കഴിഞ്ഞപ്പോൾ മക്കൾ രണ്ടും വന്നു അടുത്ത് കിടന്നു. മോൾ നെഞ്ചിൽ മുഖം വച്ച്.. അവൻ കെട്ടിപ്പിടിച്ചും.. മക്കൾക്ക് കൂടുതൽ സ്നേഹം തോന്നിയാൽ ഇങ്ങിനെയാണ്. രണ്ടുപേരെയും ചേർത്തുപിടിച്ചു കണ്ണടച്ച് കിടന്നു... അയാൾ ഇടയ്ക്കിടെ ഉറക്കത്തിൽ ചിരിക്കുന്നുണ്ടായിരുന്നു

ലക്കായിയുടെ മരണം

സലീം പുതിയ വീട്ടിൽ

മർലിൻ എന്നായിരുന്നു അവളുടെ പേര്. പച്ച നിറത്തിൽ വെള്ളാരം കല്ല് പോലെ കണ്ണുകളുള്ള അവൾ അതീവ സുന്ദരിയായിരുന്നു. ലക്കായി അതിരാവിലെ എഴുന്നേല്ക്കുമ്പോൾ കൂടെ അവളും എഴുന്നേല്ക്കും. എത്ര തണുപ്പിലും അയാൾ നാല് മണിക്ക് എഴുന്നേല്ക്കും. അതാണ് പതിവ്.

നീണ്ടരോമങ്ങളുള്ള ശരീരം അയാളുടെ കാലിൽ ഉരച്ചുകൊണ്ട് അവളും കൂടെ കൂടും. ലക്കായി കഴിക്കുന്നതിൽ നിന്ന് ഒരു വിഹിതം അവൾക്കും കൂടിയുള്ളതാണ്.

മുറ്റത്തെ വലിയ ബേർ മര*ത്തിന്റെ ഇലകൾ രാത്രിയിലെ കാറ്റിൽ മുറ്റത്ത് പൊഴിഞ്ഞു വീണിട്ടുണ്ടാകും. അത് വൃത്തിയാക്കുന്നത് അയാളുടെ ജോലിയല്ലെങ്കിലും ലക്കായി അതൊക്കെ അടിച്ചു വാരി വൃത്തിയാക്കും. ഏഴുമണിക്ക് ജോലിക്ക് പോകുമ്പോൾ മർലിനും കമ്പനി വാതിൽ വരെ അനുഗമിക്കും. റോഡ് മുറിച്ചു കടക്കുന്നതിന് മുമ്പേ തിരിച്ചു പോകാൻ എത്ര നിർബ്ബന്ധിച്ചാലും അവൾ കേൾക്കില്ല.

അങ്ങനെ ഒരുദിവസം അവൾ ഗർഭിണിയായി. മർലിനെപോലെ അഞ്ചു സുന്ദരിക്കുട്ടികൾ അവൾക്കുണ്ടായി. ലക്കായി അവരെയും സ്നേഹിച്ചു, ലാളിച്ചു. കമ്പനിയിൽ ക്രാങ്ക്ഷാഫ്റ്റ് വരുന്ന മരപ്പെട്ടി കൊണ്ട് അവർക്ക് വേണ്ടി കൂടുണ്ടാക്കി. അവർ അതിൽ സുഖമായുറങ്ങി.

ഓരോരോ ചിന്തയിൽ മുഴുകി കമ്പനിയിലേക്ക് നടന്നു പോകുകയായിരുന്നു ലക്കായി. അപ്പോഴേക്കും ഗൾഫിൽ ജോലിക്ക് വന്ന് നീണ്ട

---

* ബേർ മരം = ഇലന്ത മരം.

പതിനേഴ് വർഷങ്ങൾ പൂർത്തിയായിരുന്നു. ഒരിക്കൽ പോലും അയാൾ തിരികെ നാട്ടിൽ പോയില്ല. ഓരോ തവണയും ഓരോരോരോ പ്രശ്നങ്ങൾ അയാളെ തടഞ്ഞു. അതോർത്ത് നടക്കുമ്പോൾ മർലിൻ പിന്തുടരുന്നത് അയാൾ ശ്രദ്ധിച്ചില്ല. അതിവേഗം കടന്നുപോയ ഒരു ട്രക്ക് മർലിനെ ഇടിച്ചു തെറിപ്പിച്ചു. ഒരു ഞരക്കത്തോടെ അവൾ അയാളുടെ കാൽക്കീഴിൽ വന്നു വീണു മരിച്ചു. ദയനീയമായ ഒരു കൂപ്പുകൈ പോലെ പാദങ്ങൾ കൂട്ടിപ്പിടിച്ചുള്ള മരണം അയാളെ വല്ലാതെ വേദനിപ്പിച്ചു. ഒരുപക്ഷേ, അവളുടെ കുഞ്ഞുങ്ങളെ നോക്കണം എന്നായിരിക്കാം ആ പാവം അമ്മപ്പൂച്ച അയാളോട് അവസാനമായി അപേക്ഷിച്ചത്.

സന്ദർശകരെല്ലാം പോയിക്കഴിഞ്ഞ് ആശുപത്രി അസ്വസ്ഥമായ മൗനത്തിലേക്ക് വീണിരുന്നു. ലക്കായി ആ ആശുപത്രിയിൽ അഡ്മിറ്റ് ആയിട്ട് അന്നേക്ക് ഒരാഴ്ചയായി. ശ്വാസമെടുക്കാൻ പ്രയാസപ്പെട്ടാണ് അയാൾ വന്നത്. ശ്വാസകോശത്തിൽ നീർക്കെട്ടായിട്ടുണ്ട്. ഓപ്പറേഷൻ കഴിഞ്ഞിട്ടും കുറഞ്ഞില്ല. നെഞ്ചിൽ ആരോ ചവിട്ടി നില്ക്കുന്ന പോലെയാണ് ലക്കായിക്ക് തോന്നിയത്. ഒട്ടും ഉറങ്ങാൻ അയാൾക്ക് സാധിച്ചില്ല. അമ്മയുടെ ചൂട് പറ്റി ഉറങ്ങിയിരുന്ന കുട്ടിക്കാലം ലക്കായി യുടെ ഓർമ്മകളിൽ നിറഞ്ഞു. അമ്മ മധുരമായി പാടുമായിരുന്നു. അതെന്തൊരു സുഖമുള്ള ഉറക്കമായിരുന്നെന്ന് അയാൾ ഓർത്തു. അമ്മയുണ്ടായിരുന്നെങ്കിൽ ഒരുപക്ഷേ, ഒന്നുറങ്ങാൻ കഴിഞ്ഞേനെ എന്നയാൾ വെറുതെ കൊതിച്ചു. പിന്നീട് എപ്പോഴോ നഴ്സ് വന്ന് ഇഞ്ചക്ഷൻ എടുത്ത ശേഷമാണ് ഒന്ന് മയങ്ങുന്നത്.

അന്ന് ഉച്ചയ്ക്ക് ശേഷം അഡ്മിറ്റായ ഒരു കുഞ്ഞിന്റെ കരച്ചിൽ കേട്ടാണ് ലക്കായി ഉണർന്നത്. ആ കുട്ടിയുടെ കുടുംബം സഞ്ചരിച്ച കാർ ഒരപകടത്തിൽ പെട്ടതാണ്. വരുമ്പോൾ അവന്റെ തല പൊട്ടി തലയോട്ടിയുടെ വെള്ള നിറം കാണുന്ന നിലയിലായിരുന്നു. ചോരയിൽ കുളിച്ചിരുന്നു. അവന്റെ ഉമ്മയ്ക്കും ഉപ്പയ്ക്കും സഹോദരിക്കും ഗുരുതര പരിക്ക് പറ്റി. അപകടസ്ഥലത്ത് ആദ്യമെത്തിയ പൊലീസുകാരൻ കരുണ തോന്നി അവനെ സ്വന്തം വണ്ടിയിൽ ആംബുലൻസ് വരുന്നതിന് മുമ്പേ കൊണ്ട് വന്നതാണ്. എന്നാൽ ആംബുലൻസ് മറ്റുള്ളവരെ വേറെ ആശുപത്രിയിലാണ് കൊണ്ടുപോയത്.

അർദ്ധരാത്രി പിന്നിട്ട ഏതോ സമയമാണതെന്ന് ലക്കായിക്ക് തോന്നി. കുഞ്ഞിന് ബോധം വന്നപ്പോൾ അമ്മയെ തിരഞ്ഞു കരയുന്ന താവും. ആ കരച്ചിൽ അയാളെ അസ്വസ്ഥപ്പെടുത്തി. ഓർമ്മകളിലേക്ക് പലതും ഇരച്ചെത്തി.

വർഷങ്ങൾക്ക് മുമ്പ് മനിലയിൽനിന്നും പിരിയുമ്പോൾ തന്റെ കൈ യിൽ കിടന്നു കരഞ്ഞ മകളെ അയാൾക്ക് ഓർമ്മ വന്നു. അവളിപ്പോൾ

കോളേജിൽ പഠിക്കുകയാണ്. ഓരോ വർഷവും അവളെ കാണാൻ പോകണമെന്ന് ആഗ്രഹിക്കും. അപ്പോഴെല്ലാം ഓരോരോ ചെലവുകൾ വന്ന് യാത്ര മുടങ്ങും. വീട്, കുട്ടികളുടെ വിദ്യാഭ്യാസം, രോഗം എന്നിങ്ങനെ പലകാര്യങ്ങൾ. പാപ്പയെ കാണണമെന്ന് എപ്പോഴും അവൾ ഫോണിൽ വിളിക്കുമ്പോൾ വാശിപിടിക്കും. ഒരു വിധത്തിലാണ് അവളെ സമാധാനിപ്പിക്കുക.

ലക്കായിക്ക് രണ്ട് മക്കളാണുള്ളത്. കമ്പനിയിൽ നിന്ന് ലോണെടുത്തും, കമ്പനിയിലെ തന്നെ ജോലിക്കാരുടെ കൈയിൽ നിന്ന് പലിശയ്ക്ക് വാങ്ങിയുമാണ് എഡ്വാർഡോ എന്ന മകനെ അയാൾ പഠിപ്പിച്ചത്. കമ്പനി കാണിച്ച ദയപോലും അയാളുടെ സഹപ്രവർത്തകർ അയാളോട് കാണിച്ചില്ല. പലിശ മുടങ്ങുന്ന ഓരോ മാസവും കൂട്ടുപലിശ ചേർത്ത് അവർ അയാളിൽ നിന്ന് വസൂലാക്കി. അത് അയാളെ വരുമാനത്തിൽനിന്നും വീട്ടാൻ കഴിയാത്ത അത്ര വലിയ കടക്കാരനാക്കി.

എഡ്വാർഡ് എഞ്ചിനീയറിങ്ങിന് പഠിക്കുകയായിരുന്നു. അത് കഴിഞ്ഞ് അവന് നാട്ടിലോ വിദേശത്തോ നല്ലൊരു ജോലി ലഭിക്കുമെന്നും അയാളുടെ പ്രയാസങ്ങൾ തീരുമെന്നും അയാൾ പ്രതീക്ഷിച്ചു. പരിചയമുള്ളവരോട് മകന് ഒരു വിസ തരപ്പെടുത്തി കൊടുക്കണമെന്ന് മുൻകൂറായി അപേക്ഷിച്ചു. അയാളുടെ നല്ല സ്വഭാവത്തിന് പലരും അങ്ങനെ ചെയ്യാം എന്ന് സമ്മതിക്കുകയും ചെയ്തിരുന്നു.

അതൊരു നവംബർ മാസമായിരുന്നു. വിശുദ്ധൻമാരുടെയും, മരിച്ച ആത്മാക്കളുടെയും മാസം. ലക്കായി കരഞ്ഞു തൂങ്ങിയ കണ്ണുമായി താമസസ്ഥലത്തെ വരാന്തയിൽ ചുവപ്പും, വെള്ളയും, മഞ്ഞയും മെഴുകുതിരികൾ കത്തിച്ചു വച്ചു. അതിന് മുമ്പിൽ മുട്ടു കുത്തി പ്രാർത്ഥനാ നിരതനായി നിന്നു. മകൻ എഡ്വാർഡോയുടെ മരണ വാർത്തയാണ് അന്നയാളെ തേടിയെത്തിയത്. മയക്കുമരുന്നിനെതിരെ സർക്കാർ യുദ്ധം പ്രഖ്യാപിച്ചതിന് ശേഷം അപരിചിതരായവരിൽ നിന്ന് വെടിയേറ്റ് മരിക്കുന്ന അസംഖ്യം ചെറുപ്പക്കാരിൽ ഒരാളായിരുന്നു എഡ്വാർഡ്.

ഒരു കുറ്റവും ചെയ്യാത്ത കൊച്ച് എഡ്വാർഡോയെ എന്തിനവർ കൊന്നു എന്ന് ലക്കായിക്ക് മനസ്സിലായില്ല. തന്റെ ഗേൾ ഫ്രണ്ടിന് പിറന്നാൾ സമ്മാനം നല്കാൻ സൈക്കിൾ ചവിട്ടി പോയതായിരുന്നു അവൻ. ആ സമ്മാനം അത്ര വിലപിടിപ്പുള്ളതൊന്നും ആയിരുന്നില്ല. അത് വാങ്ങാനുള്ള തുക അമ്മയോട് അവൻ വാങ്ങിയതായിരുന്നു. തെല്ലൊരു നാണത്തോടെ യാത്രപറഞ്ഞു പോയ മകന്റെ ചേതനയറ്റ ശരീരമാണ് പിന്നീട് ആ അമ്മ കണ്ടത്. നഗരത്തിലെ ഫാക്ടറികളിൽനിന്നും വീടുകളിൽനിന്നും അലക്കാനുള്ള തുണി ശേഖരിച്ച് അത് അലക്കി

നല്കിയാണ് അവൾ അവന്റെ പഠനത്തിന് തികയാതെ വന്ന പണം കണ്ടെത്തിയിരുന്നത്. സ്വന്തം മകന് മേൽ അന്യായമായി ചാർത്തിയ അപമാനത്തിന്റെയും, മകൻ നഷ്ടപ്പെട്ട ദുഃഖത്തിന്റെയും കയ്പ്പ് കുടിച്ച് ആ അമ്മ തേങ്ങി.

പിന്നെയും കുഞ്ഞിന്റെ കരച്ചിൽ ഉയർന്നുകേട്ടു. മർലിൻ മരിച്ച ദിവസം ആ അഞ്ച് പൂച്ചകുഞ്ഞുങ്ങളുടെ കരച്ചിൽ ലക്കായിക്ക് ഓർമ്മവന്നു. അതിന് ശേഷമാണല്ലോ അയാൾക്ക് ലക്കായി എന്ന പേര് വീണത്. ജുവാൻ സാലിനാസ് എന്നാണ് അയാളുടെ യഥാർത്ഥ പേര്. മർലിന്റെ കുഞ്ഞുങ്ങൾ അനാഥരായ ശേഷം അവയെ നോക്കിയത് അയാളായിരുന്നു. രാവിലെ എന്നും ഒരു സൈക്കിളിൽ പഴയ ഒരു നീല കോട്ടും ബ്രൗൺ നിറമുള്ള മങ്കിക്യാപ്പും ധരിച്ച് പൂച്ചകളോടൊപ്പം അയാൾ നടക്കാൻ പോകും. അയാളുടെ കൈയിൽ അഗ്രഭാഗത്ത് കൊളുത്തുള്ള ഒരു വടിയും ഉണ്ടാകും. പൂച്ചകൾക്കുള്ള ഭക്ഷണം ബലദിയ ബോക്സിൽ* നിന്നും കൊളുത്തിയെടുത്ത് വൃത്തിയാക്കി അവയ്ക്ക് കൊടുക്കും. അതിൽനിന്നും ലഭിക്കുന്ന പെപ്സി ക്യാനുകൾ, അലൂമിനിയം പാത്രങ്ങൾ, കാർഡ്ബോർഡ് ബോക്സുകൾ എന്നിവ സഞ്ചിയിലാക്കി ആക്രിയെടുക്കുന്ന കടയിൽ കൊടുക്കും. അതിൽ നിന്ന് കിട്ടുന്ന പണത്തിൽ നിന്ന് ഉച്ചയ്ക്കും രാത്രിയും പൂച്ചകളും ലക്കായിയും കഴിക്കും. കുറച്ച് കാലം കഴിഞ്ഞപ്പോൾ ആ സംഘത്തിൽ പല പുതിയ പൂച്ചകളും ചില നായ്ക്കുട്ടികളും വന്നു ചേർന്നു. അവരുടെ യാത്ര കാണുന്നവർക്ക് ഒരു വൃദ്ധൻ മൃഗങ്ങളുമായി ജാഥ നയിച്ചു പോകുന്നതായേ തോന്നൂ. ലക്കായി എന്ന വാക്കിന് ഫിലിപ്പീൻസിൽ വൃദ്ധൻ എന്നാണ് അർത്ഥം. അതിപ്പോൾ അയാളുടെ പേരായി മാറിയിരുന്നു. അയാൾ തന്നെ അയാളുടെ പേര് മറന്നു തുടങ്ങിയിരുന്നു. ഇടയ്ക്ക് ആശുപത്രിയിലെ നഴ്സ് വിളിക്കുമ്പോൾ ആണ് അതയാളുടെ പേരാണെന്ന ഓർമ്മ അയാൾക്ക് ഉണ്ടാകുന്നത്.

നേരം പുലർച്ചയോടടുത്തിരുന്നു. എന്നാൽ ആ പുലർച്ചയിൽ അയാളുടെ എല്ലാ ജീവിത ഭാരവും അയാൾക്ക് നിസ്സാരമായി മാറിയതായി തോന്നി. കുടുംബത്തെക്കുറിച്ചോ, ഭക്ഷണത്തിന് കാത്തു നില്ക്കുന്ന പൂച്ചകളെക്കുറിച്ചോ അയാൾക്ക് തെല്ലും ആകുലത തോന്നിയില്ല. ജീവവായുപോലും ആവശ്യമുള്ള ഒന്നായി അയാൾക്ക് തോന്നിയില്ല. അതിപുരാതനമായ കാലത്ത് പൊട്ടിത്തെറിച്ച ഏതോ നക്ഷത്രത്തിന്റെ ആത്മാവായി അപ്പോൾ അയാൾ മാറിയിരുന്നു.

ഒരു ദിവസം കമ്പനിയിലെ മാനേജർക്ക് ഒരു ഈ മെയിൽ വന്നു. ലക്കായിയുടെ മകളുടെ ഇമെയിൽ ആയിരുന്നു അത്. കുറച്ച് ദിവസമായി

* ബലദിയ ബോക്സ് = കോർപ്പറേഷൻ കുപ്പപ്പെട്ടി.

അവൾ മെയിൽ അയക്കുന്നുണ്ട്. ലക്കായിയുടെ ഭൗതിക ദേഹം അയച്ചു കൊടുത്ത ശേഷം അത് അവളുടെ പാപ്പയല്ല എന്ന പരാതിയുമായി അവൾ പലവട്ടം മെയിൽ അയച്ചിരുന്നു. വർഷങ്ങൾക്ക് മുമ്പ് പിരിഞ്ഞ പിതാവിന്റെ ഓർമ്മയിലുള്ള മുഖത്തോട് സാമ്യമില്ലാത്തതാകുമതെന്നാണ് കരുതിയത്.

എന്നാൽ അന്നയച്ച മെയിലിൽ ലക്കായി ശവമഞ്ചത്തിൽ കിടക്കുന്ന ഫോട്ടോയും ഉണ്ടായിരുന്നു. ഒരു ഞെട്ടലോടെ അയാൾ ആ വസ്തുത തിരിച്ചറിഞ്ഞു.

അത് ലക്കായി ആയിരുന്നില്ല!!!

കുനാഫ

ഷനീബ് അബൂബക്കർ

രാവിലത്തെ ഫോൺ കോളിലെ വാക്കുകൾ നായിഫിന്റെ ഹൃദയത്തെ വീണ്ടും വീണ്ടും മുറിപ്പെടുത്തിക്കൊണ്ടിരുന്നു..

'നിങ്ങളുടെ കെയർ ഓഫിൽ ഒരു ബോഡി ഇവിടത്തെ മോർച്ചറിയിൽ നാലുമാസമായി ക്ലിയർ ചെയ്യാതെ കിടപ്പുണ്ടല്ലോ..... നിങ്ങളുടെ കെയർ ഓഫിൽ ഒരു ബോഡി...'

എല്ലാം കഴിഞ്ഞു വീട്ടിലെത്തിയിട്ടും ഹൃദയമിടിപ്പിന്റെ വേഗത കുറയുന്നുണ്ടായിരുന്നില്ല... മനസ്സു തണുക്കാനായി കുറേ നേരം ഷവറിനു ചോട്ടിൽ പോയിനിന്നു.. ഇടയ്ക്കിടയ്ക്ക് റംസി വന്ന് വാതിലിൽ തട്ടുന്നുണ്ടായിരുന്നു.. "എന്താ ഇറങ്ങാത്തെ ഇക്കാ.. വേഗം വായോ എനിക്കൊരു കാര്യം പറയാനുണ്ടെന്ന് പറഞ്ഞിട്ട്, എത്ര നേരായി ഇതിന്റകത്ത് കേറി നിക്കണത്... ഇനീം ഇറങ്ങിയില്ലെങ്കി കുനാഫ മുഴുവൻ ഞാൻ തീർക്കും.." അവൾ ഭീഷണിപ്പെടുത്തി...

മുഖത്ത് വീഴുന്ന വെള്ളത്തിനൊപ്പം അവന്റെ കണ്ണുനീരും കലർന്നു താഴേക്കൊഴുകിക്കൊണ്ടിരുന്നു..

"ഇതാണ് ചേട്ടാ.. ഓപണിങ് സീൻ...

ഒരു കൂട്ടുകാരന്റെ ലൈഫ്ൽ ഉണ്ടായ ഇൻസിഡന്റാ.. ഞാനതൊന്നു വട്ടമൊപ്പിച്ചു ഒരു ചെറിയ സ്ക്രിപ്റ്റാക്കി നോക്കിയതാ."

ജിനു തന്റെ മനസ്സിലുള്ള ഷോർട്ട് ഫിലിം കഥ, സീനുകളായും ഷോട്ടുകളായും ബെന്നി ചേട്ടനോട് പറഞ്ഞു തുടങ്ങി.

9–സെപ്തംബർ–2022 ചൊവ്വ – 9.15 AM
ഞങ്ങളുടെ ഓഫീസ്

നായിഫ് അവന്റെ ക്യാബിനിലേക്ക് എന്നെ വിളിച്ചു.. വല്ലാത്തൊരു അവസ്ഥയിലായിരുന്നു ഞാൻ ചെന്നപ്പോ.. കൈയും കാലുമൊക്കെ വിറയ്ക്കുന്നുണ്ടായിരുന്നു..

ഒന്നു റിലാക്സായപ്പോഴാണ് ഫോൺ കോളിന്റെ കാര്യം പറഞ്ഞത്.

ദവാ ഹോസ്പിറ്റലിൽ നിന്നായിരുന്നു വിളിച്ചത്... പക്ഷേ, എന്താണെന്ന് അവനപ്പോഴും ഒരു ഐഡിയ കിട്ടുന്നുണ്ടായില്ല. അവന്റെ പേരിലൊരു ബോഡി അവിടുത്തെ മോർച്ചറിയിൽ..അതെങ്ങനെ??? കൂടുതലൊന്നും ചോദിക്കാനോ മനസ്സിലാക്കാനോ ആ വെപ്രാളത്തിൽ അവനു പറ്റിയിരുന്നില്ല.

9 സെപ്തംബർ–2022 ചൊവ്വ – 10.20 AM
ദവാ ഹോസ്പിറ്റൽ അഡ്മിൻ ഓഫീസ്

ആശുപത്രിയിലെത്തി സംസാരിച്ചപ്പോഴാണ് കാര്യങ്ങൾക്ക് വ്യക്തത വന്നത്..

നാലു മാസത്തെ മോർച്ചറി ഫീ 12,000 റിയാലോ.. അതും നിങ്ങളുടെ സ്റ്റാഫ് വരുത്തിയ തെറ്റിന്.. അഡ്മിൻ മാനേജറുടെ മുറിയിൽ കയറിയത് ഒരുമിച്ചായിരുന്നെങ്കിലും ചോദിച്ചതും സംസാരിച്ചതുമെല്ലാം ഞാനായിരുന്നു.

"ഇക്കാ... വരുമ്പോ കുനാഫ കൊണ്ടുവരണേ..."

ആശുപത്രിയുടെ കോറിഡോറിൽ കാത്തിരിക്കുമ്പോ ഇടയ്ക്കിടയ്ക്ക് നായിഫിന്റെ ഭാര്യ വിളിച്ചു കൊഞ്ചുന്നുണ്ടായിരുന്നു.. പക്ഷേ, അവനൊട്ടും ദേഷ്യപ്പെട്ടില്ല.. ചിരിച്ചുകൊണ്ട് ഇൻ ഷാ അല്ലാഹ് പറഞ്ഞു. തിരക്കിലാണെന്നും പിന്നെ വിളിക്കാമെന്നും പറഞ്ഞു ഫോൺ വെക്കുകയായിരുന്നു.. വീണ്ടും ഇടയ്ക്കിടയ്ക്ക് വിളിക്കുമ്പോഴെല്ലാം ചിരിച്ചുകൊണ്ട് അതുതന്നെ പറഞ്ഞുകൊണ്ടിരുന്നു.. ഫോൺ വെച്ചു കഴിയുമ്പോ അസ്വസ്ഥനായി അങ്ങോട്ടുമിങ്ങോട്ടും നടക്കും...

9–സെപ്തംബർ–2022 ചൊവ്വ – 04.45 PM
വഹദ് തിസീൻ മഖ്ബറ

മയ്യത്ത് നിസ്കാരം കഴിഞ്ഞതും ആളുകൾ ഓരോ മയ്യത്തുകളെടുത്ത് പല കൂട്ടങ്ങളായി പല ഭാഗത്തേക്ക് നടന്നു

"മോനെ നീ അതെടുത്ത് ഈ മയ്യിത്തിന്റെ പിറകെ വാ.." ബാബുക്ക വന്നു നായിഫിനോട് പറഞ്ഞു

അവൻ ആ കുഞ്ഞി വെള്ളത്തുണിക്കെട്ട് ഇരു കൈയിലുമാക്കി

യെടുത്ത് സാവധാനം നടന്നു.. പിറകെ ഞങ്ങളും... ഉള്ളു തിളച്ചുമറിയുമ്പോഴും കരയാതെ,

കൈയിൽ കുഞ്ഞു മയ്യത്തുമായുള്ള അവന്റെ നടപ്പ് ചുറ്റുമുള്ളവരുടെ മുഴുവൻ കണ്ണുകളും നനച്ചു... കണ്ണീരു കാണാതിരിക്കാൻ ഞങ്ങളെല്ലാവരും തല കുമ്പിട്ടാണ് നടന്നത്..

"നീയിങ്ങനെ അവിടുന്നും ഇവിടുന്നുമൊക്കെ പറഞ്ഞാലെങ്ങനാ.. ആരാ ഈ ബാബുക്ക? ആരുടെ കുഞ്ഞിന്റെ ബോഡിയാ അവനെടുത്തത്??" ബെന്നിചേട്ടന് ആകെ കൺഫ്യൂഷൻ...

"അതേയ് ഞാൻ മറ്റേ ലൈൻ സ്റ്റോറി ടെല്ലർ ഫാനാ.. നോൺ ലീനിയർ.. നോൺ ലീനിയർ."

"അവസാനം ഒക്കെ സെറ്റാക്കാം ചേട്ടാ.. ഡോണ്ട് വറി."

ആശുപത്രിയിൽ എന്തു ചെയ്യുമെന്നറിയാതെ നിക്കുമ്പോളാണ് യാദൃച്ഛികമായി ബാബുക്ക ഒരു കേസുമായി അവിടെയെത്തുന്നത്..

ബാബുക്ക.. ബാബു വാടാനപ്പിള്ളി...

അറിയപ്പെടുന്ന സാമൂഹിക പ്രവർത്തകനാണ്... ഇവിടെ മരിക്കുന്നവരുടെ മയ്യത്ത് ഖബറടക്കാനും, നാട്ടിലെത്തിക്കാനുമൊക്കെ വേണ്ട കാര്യങ്ങൾ ചെയ്യാൻ വേണ്ടി ജീവിതം ഉഴിഞ്ഞു വെച്ച ഒരിക്ക... മുമ്പൊരിക്കൽ ഒരു കാര്യത്തിനുവേണ്ടി പോയിക്കണ്ടിട്ടുണ്ട് ആളെ. ആ ഒരു പരിചയത്തിൽ ഞാൻ ഇക്കാന്റെ അടുത്തേക്ക് ചെന്നു.. കാര്യങ്ങളൊക്കെ പറഞ്ഞു..

പിന്നെ ഇക്കായാണ് ആശുപത്രി മാനേജ്മെന്റുമായി സംസാരിച്ചതൊക്കെ.. ഇടയ്ക്ക് ചെറിയ ഭീഷണിയൊക്കെ വേണ്ടി വന്നു..അവസാനം ആയിരത്തി ചില്ലറ റിയാലാക്കി കുറച്ചു..

''ഇനി കൂടുതൽ ഇതാക്കണ്ട..അതടച്ചു എത്രയും പെട്ടെന്ന് നമുക്കിത് സോൾവാക്കാം ഇക്കാ..'' സങ്കടത്താൽ നായിഫിന്റെ കൈയും കാലും വിറയ്ക്കുന്നുണ്ടായിരുന്നു.

9–സെപ്തംബർ–2022 ചൊവ്വ – 8.30 PM
നായിഫിന്റെ വീട്

"ഇക്കാടെ കണ്ണെന്താ വല്ലാണ്ട് ചൊമന്നിരിക്കണത്... വന്നപ്പോ മൊതല് ഒരു സെന്റി മൂഡും എന്താ പറ്റിയത്.." അവൾ കുനാഫയെടുത്ത് സെറ്റിയിൽവെച്ചു കട്ട് ചെയ്യുകയായിരുന്നു..

"ഇന്നൊരു വല്ലാത്ത സൈറ്റിൽ പോണ്ടി വന്നു.. മൊത്തം പൊടിയായിരുന്നു. കണ്ണിലും മൂക്കിലും, വായിലും ഒക്കെ പൊടി കേറി ആകെ നാശകോടാലിയായി." നായിഫ് സ്വയം ചിരിക്കാനും അവളെ ചിരിപ്പിക്കാനും ശ്രമിച്ചുകൊണ്ടിരുന്നു...

"ഞാനൊരു സർപ്രൈസ് പറയാനാ രാവിലെ തൊടങ്ങി വിളിച്ചോ

ണ്ടിരുന്നത്..”

“എന്താടി?”

“എന്തിനാ ഞാൻ രണ്ടു കുനാഫ പറഞ്ഞതെന്നറിയാമോ?”

“അത് നമ്മൾ ഇടയ്ക്ക് വാങ്ങാറുള്ളതല്ലേ?”

“അതെ.. പക്ഷേ, ഇന്ന് അതല്ല റീസണ്!”

“പിന്നെ?”

പെട്ടെന്നാണ് നായിഫിന്റെ ഫോൺ റിംഗ് ചെയ്തത്. അവൻ അതുമെടുത്ത് റൂമിലേക്ക് നടന്നു.

ബാബുക്കയുടെ ശബ്ദം അവനെ വീണ്ടും മഖ്ബറയിലേക്ക് കൊണ്ടു പോയി...

ഖബറിനരികിൽ വെച്ച് കുഞ്ഞു മയ്യത്ത് ബാബുക്ക കൈയിലേക്ക് വാങ്ങി, വെളുത്ത തുണിക്കെട്ടിന്റെ അറ്റം അഴിച്ചു. “മോന് കുഞ്ഞിനെ ഒന്നു കാണണ്ടേ??..”

കടലോളം സങ്കടം ഉള്ളിലൊതുക്കി നിറഞ്ഞ കണ്ണുകളോടെ അവൻ കുറച്ചു നേരം ആ കുഞ്ഞു ശരീരത്തിലേക്ക് നോക്കി നിന്നു.

നായിഫ് ഖബറിന്റെ ചവിട്ടു തട്ടിൽ കാലുവെച്ച് ഇറങ്ങി നിന്നു. കുഞ്ഞിനെയെടുത്ത് ആദ്യം വെച്ച മയ്യത്തിനോട് ചേർത്തു കിടത്തി...

മുതിർന്ന മയ്യത്തുകളുണ്ടെങ്കിൽ കുഞ്ഞുങ്ങളെ ഒറ്റയ്ക്ക് അടക്കാറില്ലത്രേ.. ആ സമയത്ത് പേപ്പർ വർക്ക് കഴിഞ്ഞ ബാബുക്കാന്റെ ഒരു പരിചയക്കാരനായിരുന്നു ആ കുഞ്ഞിനു കൂട്ടായി കിട്ടിയത്..

മണ്ണു മൂടിയ ഖബറിനരികിൽ അവൻ കുറേ നേരം ഇരുന്നു..ഇടയ്ക്ക് കരഞ്ഞും.. ഇടയ്ക്ക് എന്തൊക്കെയോ ആലോചിച്ചും... എന്തൊക്കെയോ ഓതിയും പ്രാർത്ഥിച്ചുമൊക്കെ...

“അവളോട് ഇപ്പൊ ഒന്നും പറയണില്ല ഇക്കാ..ഈ ടെൻഷൻ കൂടി പാവം താങ്ങൂല. കുറച്ചു വർഷങ്ങളുടെ കാത്തിരിപ്പായിരുന്നു ആ പ്രഗ്നൻസി. പ്രഗനന്റ് ആയതു മുതൽ ബെഡ് റെസ്റ്റും ഒക്കെയായി ആധിപിടിച്ച ദിവസങ്ങളായിരുന്നു.. ആറു മാസം കഴിഞ്ഞപ്പോഴാ കൊമ്പ്ലിക്കേഷൻസായി അവിടെ അഡ്മിറ്റ് ചെയ്യുന്നത്..കുഞ്ഞിന്റെ ഹൃദയമിടിപ്പ് നിലച്ചു പോയിരുന്നു..അന്നു തന്നെ സർജറി ചെയ്തു പുറത്തെടുത്തു... മാസം തികയാത്തതിനാൽ കാണിക്കാൻ പറ്റില്ലാന്നാ അന്ന് അവിടെയുണ്ടായിരുന്ന നഴ്സ് പറഞ്ഞത്..വാശി പിടിച്ചു കാണാനുള്ള മനക്കരുത്ത് ഞങ്ങൾ രണ്ടാൾക്കുമുണ്ടായിരുന്നുമില്ല.. സർജറിയുടെ മൂന്നാമത്തെ ദിവസം ഡിസ്ചാർജ്ജും തന്നു.

അന്നു തുടങ്ങിയ കരച്ചിലാ ഇക്കാ..നാലു മാസങ്ങൾ കഴിഞ്ഞു.. ഞങ്ങൾ അതീന്ന് ഒന്നു റിക്കവർ ആയി വരുന്നേ ഉണ്ടായിരുന്നുള്ളൂ.. അപ്പോഴാ ഇങ്ങനൊരു വിധി...” ആശ്വസിപ്പിക്കാനെത്തിയ ബാബുക്കാടെ

തോളിലേക്ക് മുഖം ചേർത്തുവെച്ച് അവൻ പൊട്ടി പൊട്ടിക്കരഞ്ഞു

"ഒരു കസ്റ്റമറുടെ കോളായിരുന്നു.." ഫോൺ ടേബിളിലേക്ക് വെച്ച് നായിഫ് അവളുടെ അടുത്തേക്കിരുന്ന് ഒരു പീസ് കുനാഫയെടുത്ത് വായിലേക്കിട്ടു.

"ആ ഇനി പറ.. എന്താടി സർപ്രൈസ്??"

"അതേയ്.. രണ്ടു കുനാഫ പറഞ്ഞതേയ്... ഒന്നെനിക്ക്.." അവൾ കൊഞ്ചി "പിന്നെ ഒന്നെനിക്കല്ലേ?" നായിഫ് ഇടയ്ക്കു കയറി

"അല്ല.. പിന്നെ ഒന്ന്... ഒന്ന്.."

പുരികം ഉയർത്തിക്കൊണ്ട് ഒരു കള്ളച്ചിരിയോടെ വയറിലേക്ക് ചൂണ്ടിക്കാണിച്ചു... പിന്നെ അവന്റെ തോളിലേക്ക് മുഖം ചേർത്തുവെച്ച് ഒരു കടി കൊടുത്തു..

അവന്റെ ഉള്ളിലൂടെ ഒരു തണുപ്പ് പടർന്നു കയറി..

സത്യം??? അവനു വിശ്വസിക്കാൻ പറ്റുന്നുണ്ടായിരുന്നില്ല

അവളുടെ മുഖം ഇരു കൈകളിലാക്കി തന്റെ മുഖത്തോടു അടുപ്പിച്ചു... ശെരിക്കും.. സത്യം പറ.. എനിക്ക് വിശ്വസിക്കാൻ പറ്റണില്ല."

അവൾ കരയുകയായിരുന്നു.

"ഇക്ക പോയിക്കഴിഞ്ഞു ചായകുടിയൊക്കെ കഴിഞ്ഞപ്പോ ചുമ്മാ ഒന്നു ഞാൻ നോക്കിയതാ.. ഞെട്ടിപ്പോയി... ഉറപ്പിക്കാൻ കുറച്ചു കഴിഞ്ഞു പിന്നേം ഒന്നു കൂടി നോക്കി.. അതും പോസിറ്റീവ്... അപ്പൊ മുതല് ഞാൻ ഇക്കാനെ വിളിക്കണതാ.. ബിസി ആന്ന് പറഞ്ഞോണ്ടാ കുനാഫ കൊണ്ടു വരാൻ പറഞ്ഞത്.. എന്നിട്ട് വരുമ്പോ നേരിട്ട് സർപ്രൈസ് ആയി പറയാന്നു കരുതി.."

കുന്തു കാലിലിരുന്ന് ഹൃദയം നുറുങ്ങുന്ന വേദനയിൽ ഖബറിനെ തഴുകുന്ന നിമിഷങ്ങളാണ് അവളുടെ വാക്കുകൾ കേട്ടു കഴിഞ്ഞപ്പോൾ അവന്റെ മനസ്സിലേക്ക് വന്നത്..ആ ഓർമ്മയിൽ, കൈയെടുത്ത് അവളുടെ വയറിൽ ഒന്നു തലോടി.. ആ സ്പർശത്തിൽ അവന്റെയുള്ളിൽ തിങ്ങിക്കൂടിയിരുന്ന കാർമേഘങ്ങളെല്ലാം കണ്ണുകളിലൂടെ പെയ്തിറങ്ങാൻ തുടങ്ങി.. അവളെയും ആ മഴയിലേക്ക് ചേർത്തു നിർത്തി.. പെയ്തൊഴിയും വരെ.. മഖ്ബറയിൽ നിന്ന് പിരിയാൻ നേരം ബാബുക്ക പറഞ്ഞ വാക്കുകൾ അവനു ചുറ്റും ഒരു പ്രവചനം പോലെ മുഴങ്ങിക്കൊണ്ടിരുന്നു..

"ഇതൊക്കെയാ മോനെ ജീവിതം..ചിലപ്പോ അല്ലാഹ് ഇങ്ങനെ നമ്മളെ കുറേ കരയിക്കും.. അതിലൊക്കെ നമ്മൾ ക്ഷമിക്കണം. വലിയ എന്തെങ്കിലും സന്തോഷം പുറകെ തരാനാണത്.. ഉറപ്പ്.."

കുനാഫയുടെ മധുരം ചുറ്റും പടർന്നുകൊണ്ടിരുന്നു.. ഭാവനയുടെ അസാമാന്യമായ ഏതോ മുഹൂർത്തത്തിൽ അവരും അതിലലിഞ്ഞു ചേർന്നു.

"കട്ട് ഇറ്റ്..."

"കട്ട് പറയല്ലേ.. കട്ട് പറയല്ലേ..."

"എന്താ ചേട്ടാ..."

"അല്ല.. പേരെഴുതി കാണിക്കുന്നില്ലേ.."

"ആരുടെ??"

"പ്രൊഡ്യൂസ്ട് ബൈ, ബെന്നി മേത്തലപ്പാടം ന്ന്."

"ഹ ഹ ഹ.."

"പൂക്കോയി, ഒറപ്പിക്കാമോ??"

"പിന്നല്ല!"

"ഓക്കേ ചേട്ടാ.. Done."

ബോളൻ

ബീന

ദ്വീപിലെ ഒറ്റമുറിവീട്ടിൽ തണുത്ത നിലത്തുവിരിച്ച പായയിൽ പ്രഭാകരൻ കൂനിക്കൂടി ഇരുന്നു. പുറത്ത് കനത്തുപെയ്യുന്ന കർക്കടകമഴ. കട്ടിളപ്പഴുതിലൂടെ ഇരച്ചുകയറുന്ന കാറ്റിൽ ആടിയുലയുന്ന മെഴുകുതിരി വെട്ടം. കുത്തനെ കുന്നിറങ്ങിയ മഴച്ചാൽ മലക്കംമറിഞ്ഞ് പുഴയിലേക്ക് കുത്തിയൊലിച്ചുകൊണ്ടിരുന്നു. കൂരിരുട്ടിനെ പിളർന്ന് മിന്നൽക്കീറുകൾ ഇടയ്ക്കിടെ ദ്വീപിലേക്കും പാളിവീഴുന്നുണ്ട്. കുഞ്ഞായിരുന്നപ്പോൾ ദ്വീപ് ഒരു അത്ഭുതം ആയിരുന്നു. ഇപ്പോൾ ഗതികെട്ടവന്റെ അത്താണി.

“എളേപ്പൻ ദീപിൽക്ക് പോയ്ക്കൂടേ? ആട ഒര വീട്ണ്ടല്ലൊ. ഈ കോലത്തില് ഞങ്ങള ഇങ്ങനെ നാണം കെടത്തണോ?”

പെരുമഴയുടെ കുളിരിൽ വിറച്ചിരിക്കുമ്പൊഴും അമൃതയുടെ വാക്കുകൾ അയാളെ പൊള്ളിച്ചു. ഇളയപ്പനായ താൻകൂടി കൊഞ്ചിച്ചു വളർത്തിയ മോളാണ്. നെഞ്ചിലൊരു സങ്കടക്കടൽ ഇരമ്പുന്നുണ്ട്. മങ്ങലപ്പെണ്ണ് തന്നെ മുഖത്തുനോക്കി വീടുവിട്ട പോകാൻ പറഞ്ഞാൽ മറ്റെന്ത് നിവൃത്തി! കോലാകെട്ടവന്റെ നിഴൽപോലും ഇനിയങ്ങോട്ട് വീട്ടുകാരുടെ മുന്നിൽ വീഴരുതെന്ന് ഉറപ്പിച്ച് വീടുവിട്ട് ഇറങ്ങിയതാണ്.

ചോതിപ്പുഴയെ രണ്ടായിപ്പിരിച്ച് കറുത്തമ്പുവിന്റെ ദ്വീപ്. കാലങ്ങളോളം എക്കലടിഞ്ഞ് പൊന്തിവന്ന ഭൂമി. കാടും പടലും വെട്ടിവെളുപ്പിച്ച് ഏറ്റുകാരൻ കറുത്തമ്പു സ്വന്തമാക്കിയ ദ്വീപ്. എല്ലാ വേനലിലും പുഴയിൽ നിന്ന് പൊയ്യ കോരിയിട്ട് അയാൾ ദ്വീപിന്റെ വിസ്മൃതി കൂട്ടി. തെങ്ങിൻതൈകളും മാവിൻതൈകളും നട്ടും നെൽവിത്തെറിഞ്ഞും അതിനെ പൊലിപ്പിച്ചെടുത്തു. ചെത്തുകഴിഞ്ഞ് മടങ്ങും മുൻപ് ഏറ്റുകുടം ഇറക്കിവെച്ച് ഒന്നിരുന്ന് ക്ഷീണം മാറ്റാൻ ചൂളക്കട്ടകൾകൊണ്ട് ദ്വീപിൽ ഒരു

കുഞ്ഞുവീട് പണിതിരുന്നു കറുത്തമ്പു. കൊല്ലംതോറും മെടഞ്ഞോലയും പാറപ്പുല്ലും കൊണ്ടുവന്ന് പുരപൊത ചെയ്യേണ്ട മെനക്കേട് ഒഴിവാക്കാൻ വാരിയും കഴുക്കോലും അടിച്ച് ഓട് മേയുകയും ചെയ്തിരുന്നു. തെങ്ങുകയറ്റം പറ്റാണ്ടാവുന്ന കാലം വരെ ദ്വീപിലെ തെങ്ങുചെത്ത് കറുത്തമ്പു തന്നെ ചെയ്തുപോന്നു. പിന്നീട മകൻ ചോയ്യമ്പുവും.

"പഠിക്കാൻ കയ്യാത്ത ബോളൻ ഏറാൻ പോട്ട്" എന്നും പറഞ്ഞ് ചോയ്യമ്പു പ്രഭാകരനെ ഏറ്റുപണി പഠിപ്പിച്ചത് അവൻ പത്തിൽ തോറ്റപ്പോഴാണ്. അങ്ങനെ സ്കൂൾ പഠിപ്പിൽ മണ്ടനായ പ്രഭാകരൻ ഏറ്റുകാരനായി.

അച്ഛാച്ഛന്റെ നല്ലകാലത്ത് ദ്വീപിൽ ഒരു പുര കെട്ടിയത് എത്ര ഉപകാരമായെന്ന് പ്രഭാകരൻ നന്ദിയോടെ ഓർത്തു. മനസ്സ് മടുക്കുമ്പൊഴൊക്കെ ദ്വീപിലെത്തി മണിക്കൂറുകൾ ചെലവഴിക്കുമായിരുന്നു അയാൾ. രാത്രി തങ്ങുന്നത് ഇതാദ്യമായാണ്.

ഇടമുറിയാതെ പെയ്യുന്ന മഴയിൽ ദ്വീപിലാകെ വെള്ളം കെട്ടിക്കിടന്നിരുന്നു. ഓർമ്മയിലെ ഒരു വർഷകാലത്തും ദ്വീപ് വെള്ളത്തിനടിയിലായിട്ടില്ല എന്നത് വലിയ ആശ്വാസമായി. എങ്കിലും ഇടിവെട്ടിന്റെയും കനത്ത കാറ്റിന്റെയും അകമ്പടിയോടെ പെയ്യുന്ന മഴയിൽ വീട് നിലംപതിച്ചേക്കുമോ എന്ന് ഭയന്നു. ജലജീവികളുടെ ഒച്ചകൾ അയാളുടെ ഉറക്കംകെട്ട രാത്രിക്ക് കൂട്ടിരുന്നു. ഇടയ്ക്കെപ്പോഴോ ഒന്ന് മയങ്ങിപ്പോയതാണ്. ഒരിടിമുഴക്കത്തിൽ ഉറക്കം മുറിഞ്ഞ അയാൾ നേരം വെളുക്കുവോളം കണ്ണുമിഴിച്ച് കിടന്ന് പോയകാലത്തിൽ പരതി. ഓർമ്മകളിൽ ഉള്ളുവേവോടെ അലഞ്ഞു.

അടിവയറ്റിലെ കടച്ചിൽ സഹിക്കാതെ പ്രഭാകരൻ കണ്ണുകൾ ഇറുക്കിയടച്ചു. വേദനയും ഉറക്കമില്ലായ്മയും അയാളെ വല്ലാതെയാക്കിയിരുന്നു. ഏറ്റുകാലത്തെ പണിസാമാനങ്ങൾ കണ്ണിലുടക്കിയപ്പോൾ പ്രഭാകരന് പിന്നെയും നൊന്തു. കൂമ്പ് ചെത്താനുപയോഗിച്ചിരുന്ന കത്തിയും കേടുള്ള പൂങ്കുല ചെത്തിയിരുന്ന പിച്ചാത്തിയും ദ്രവിച്ചുതുടങ്ങിയിരുന്നു. കള്ളു നിറയ്ക്കാൻ ഉപയോഗിച്ചിരുന്ന ചുരക്കത്തോടുകൊണ്ടുള്ള കുടുക്ക മാറാല മൂടിയിരിക്കുന്നു. കത്തിക്കൂടും മൂർച്ചകൂട്ടാനുപയോഗിച്ച പാലത്തടിയും കൂമ്പ് തല്ലിയിരുന്ന എല്ലിൻമുട്ടിയും പഴകിയെങ്കിലും മുറിയുടെ മൂലയിൽ ചാരിവെച്ച നിലയിൽത്തന്നെയുണ്ട്. അയാളുടെ ജീവിതം പോലെതന്നെ ഗതിപിടിക്കാതെ പോയ ശേഷിപ്പുകൾ.

ഏറ്റുകാരനാവാൻ ആക്കമുണ്ടായിട്ടല്ല അച്ഛൻ പണി പഠിപ്പിച്ചപ്പോൾ അനുസരിച്ചത്. സ്കൂളിൽ പഠിപ്പിച്ചതൊന്നും തലയിൽ കയറാത്ത ബോളൻ മറ്റെന്തു ചെയ്യാൻ! അച്ഛാച്ഛൻ വാത്സല്യത്തോടെ പറഞ്ഞു

കൊടുത്ത പുരാണകഥകളും ഏറ്റുകാരുടെ മഹിമകളും അയാളുടെ ഉള്ളിനെ ആഴത്തിൽ തൊട്ടിരുന്നു. കുറച്ചുനാൾ ഏറ്റുപണിയെടുത്തപ്പൊഴേക്ക് "ചോയ്യമ്പൂന്റെ മോൻ നല്ലസ്സല് ഏറ്റ്കാരനാന്ന്പ്പാ എന്ന് കേൾക്കാൻ യോഗമുണ്ടായി. ബോളനെന്നും ബെഗിഡനെന്നും മാത്രം വിളിക്കപ്പെട്ടിരുന്ന ഒരുത്തന് കിട്ടുന്ന വലിയ അന്തസ്സായിരുന്നു അത്. അങ്ങനെയാണ് ഏറ്റുപണിയോട് ഒരിഷ്ടമൊക്കെ തോന്നിത്തുടങ്ങിയത്. എന്നാലും ബോളൻ എന്ന കുറ്റപ്പേര് മുഴുവനായി വിട്ടുപോയൊന്നുമില്ല.

ഇതുപോലൊരു മഴക്കാലത്ത് വിടാതെ പിടികൂടിയ പനിയിലും നീർക്കെട്ടിലും ആയിരുന്നു പ്രഭാകരന്റെ ദുരിതങ്ങൾ തുടങ്ങിയത്. മണിവീക്കം വന്ന് പണിക്ക് പോകാൻ വയ്യാതായവരെപ്പറ്റി അയാൾക്ക് ഒരു മുന്നറിവും ഉണ്ടായിരുന്നില്ല. തെങ്ങിൽ കയറുമ്പോൾ ഉരഞ്ഞ് ചെറിയ പരിക്ക് പറ്റിയതാവാം വീക്കത്തിന് കാരണം എന്നേ ആദ്യം കരുതിയുള്ളു. അത് കാര്യമാക്കാതെ ആദ്യമൊക്കെ തെങ്ങ് ചെത്താൻ പോവുകയും ചെയ്തു. പിന്നെ ഇടയ്ക്കിടെ പനിച്ച് കിടപ്പായി. അതോടൊപ്പം നീർക്കെട്ടും വേദനയും കൂടി വന്നപ്പോൾ നാട്ടുവൈദ്യനെക്കണ്ട് വിവരം പറഞ്ഞു. ഒറ്റമൂലിയായി എരിക്കിന്റെ ഇലയിൽ വെളിച്ചെണ്ണ ചാലിച്ച് പുരട്ടാനാണ് വൈദ്യൻ ഉപദേശിച്ചത്. ഒറ്റമൂലി ചെയ്തുനോക്കിയെങ്കിലും ശമനം കിട്ടിയില്ല. ക്രമേണ വീക്കം കൂടി തുടയിടുക്ക് വലിയ ബോളുപോലായി. വേദനയും അസഹ്യമായി. തലയുയർത്തി നടക്കാനാവാത്ത നാണക്കേട് അയാളുടെ സ്വൈര്യം കെടുത്തി.

ഏറാൻ പോന്നില്ലേന്നും ചോദിച്ച് ആദ്യമൊക്ക അച്ഛനും അമ്മയും പ്രഭാകരനോട് കലമ്പി. പിന്നെ കാര്യമറിഞ്ഞപ്പോഴും വൈദ്യരെ കണ്ടല്ലോ മാറിക്കോളും എന്നേ കരുതിയുള്ളൂ. വീക്കം പിന്നെയും കൂടിക്കൊണ്ടിരുന്നപ്പോൾ "എന്റെ കുഞ്ഞീരെ വെരുത്തം മാറ്റിത്തരണേ മുത്തപ്പാന്ന്" കുഞ്ഞിപ്പെണ്ണ് ഒരു മുത്തപ്പൻ വെള്ളാട്ടം നേർന്നു. ആശുപത്രിയിൽ പോകാനൊന്നും ആരും പ്രഭാകരനോട് പറഞ്ഞില്ല. തന്നത്താൻ അതിനു പുറപ്പെടാൻ ജാള്യത അയാളെ അനുവദിച്ചുമില്ല. ഉപദേശിക്കാനോ സഹായിക്കാനോ പറ്റിയ നല്ല ചങ്ങാതിമാരൊന്നും ഉണ്ടായിരുന്നുമില്ല. ബോളാന്നും ബെഗിഡാന്നും വിളിച്ച് പരിഹസിച്ചവരാരും ചങ്ങാതിമാരല്ല എന്നുതന്നെ പ്രഭാകരൻ കരുതി.

"ബാക്കീല്ലപ്പേരെ പ്രാരാബ്ധം തിരിയുന്നോനാന്നെങ്കില് ഓന്റെ ഓഹരി നമ്മക്ക് എയ്തിത്തെരുലെ. എത്ര്യാന്ന് വെച്ചിറ്റാ ചോയ്ക്കല്. എനക്ക് വിടിഞ്ഞ് പോയീപ്പാ. എനി ഓൻ എന്താന്ന്ച്ചാ ചെയ്യട്ട്."

വീട്ടിലേക്കുള്ള ഓരോ വരവിലും ഏട്ടത്തി ശ്യാമള അമ്മയോട് പരിഭവം പറഞ്ഞു. അളിയൻ കടുപ്പിച്ച് മാത്രം പ്രഭാകരന്റെ മുഖത്ത് നോക്കി.

"ഓളും കുഞ്ഞളുല്ലാത്ത ഏട്ടനെന്തിനാന്ന് മൊതല്? നമ്മളെ അലസിയൊന്നും ഏട്ടനി അറിയണ്ടല്ലൊ. ഇങ്ങൻത്തൊര് ഏട്ടന്ണ്ടായിറ്റ് എനക്കെന്ത് കാര്യുല്ലത്പ്പാ..." നേർക്കുനേർ കാണുമ്പോഴെല്ലാം അനിയത്തി രാധ കണ്ണീരൊലിപ്പിച്ചു.

ഏട്ടൻ രാധാകൃഷ്ണനും ചെലപ്പൊഴെങ്കിലും മുനവെച്ച് സംസാരിച്ചു.

പടിഞ്ഞാക്കരയിൽ വലിയ വിലയൊന്നുമില്ലാതെ കിടന്നിരുന്ന ഇരുപത് സെന്റ് തെങ്ങിൻപറമ്പുണ്ടായിരുന്നു ചോയ്യമ്പുവിന്. ചോയ്യമ്പു മരിച്ചതോടെ കുഞ്ഞിപ്പെണ്ണും മക്കളും തുല്യാവകാശികൾ. ആ പറമ്പിനടുത്ത് സൂപ്പർ മാർക്കറ്റും ഫ്ളാറ്റുകളും വരുന്നതിന്റെ പണികൾ തുടങ്ങിയതോടെ ഭൂമിക്ക് നിട്ടപ്രാണ വില കൂടി. പ്രഭാകരന്റെ പങ്കുകൂടി തങ്ങൾക്ക് കിട്ടാനുള്ള ആർത്തിയായിരുന്നു കൂടെപ്പിറപ്പുകൾക്ക്. കുഞ്ഞിപ്പെണ്ണിന് അവരുടെ കുടുംബത്തിൽ നിന്ന് ഭാഗം വെച്ച് കിട്ടിയ മുതലെല്ലാം മറ്റ് മൂന്നുമക്കൾ നേരത്തേതന്നെ കൈക്കലാക്കിയിരുന്നു. എന്നിട്ടും അവരുടെ ആർത്തി കെട്ടില്ലല്ലൊ എന്ന് ചിലപ്പൊഴൊക്കെ പ്രഭാകരന് തല പെരുത്തു.

"ഈ വെരുത്തും വെച്ചിറ്റ് ഒര മങ്ങലം കയിച്ച് കുടുംബായിറ്റ് ജീവിക്കാനൊന്നും നിനിക്ക് കയ്യൂലല്ലൊ പ്രബാരാ. നിന്റെ ജാഗ അപ്പൃക്ക് എയ്തിക്കൊട്ക്കറോ. കുഞ്ഞള പഠിപ്പിക്കാനും മങ്ങലം കയിപ്പിക്കാനും അയിറ്റങ്ങക്ക് അതൊർ സഹായാവുലേപ്പാ."

കുഞ്ഞിപ്പെണ്ണ് നാഴികയ്ക്ക് നാല്പത് വട്ടം എന്നോണം പായ്യാരം പറഞ്ഞു.

"ഇത് എന്തൊര് അങ്കരയാന്ന്പ്പാ! അമ്മേരെ മൊതലെല്ലം അപ്പൃക്കല്ലെ കൊട്ത്തിറ്റൂ. എനക്കൊന്നും തന്നിറ്റല്ലൊ. എനക്ക് ആകെ കിട്ട്യത് ഈ നാല് സെന്റ് ജാഗ! അയിലാന്നല്ലൊ ഇപ്പൊ എല്ലാരീം നോട്ടം!"

പൊറുതികേട് സഹിക്കാതെയാണ് അയാൾ അമ്മയോട് അങ്ങനെ പറഞ്ഞത്. അരക്കെട്ടിലെ കനം താങ്ങിനടന്നു തളർന്ന് വീട്ടിലേക്ക് കയറിവന്ന നട്ടപ്പിരാന്തിൽ അങ്ങനെ പറഞ്ഞുപോയി. പണിയും കൂലിയും ഇല്ലാത്ത വെരുത്തക്കാരനായ മോന് ജീവിക്കാൻ ഒരു വഴിയും ഇല്ല എന്ന വിചാരം പോലും പെറ്റമ്മയ്ക്കില്ലല്ലൊ എന്ന നൊമ്പരം സഹിക്കാനാവാതെ.

ഇതിനെല്ലാം പുറമെ വല്ലാത്തൊരു പരിഭ്രാന്തി പ്രഭാകരനെ അലട്ടിത്തുടങ്ങിയിട്ട് കുറച്ചു നാളുകളായി. ചത്തുകിടക്കുന്ന സ്വന്തം ദേഹമാണ് ബോധം നിറയെ. ചാവാൻ പേടിയുണ്ടായിട്ടല്ല. ചത്തു കഴിഞ്ഞും ഈയൊരു കോലത്തിൽ മറ്റുള്ളവർക്ക് മുന്നിൽ കിടക്കണമല്ലോ എന്ന ആധി. പല വിധത്തിലുള്ള ചാവും ചത്തുകിടപ്പും അയാൾ ഭാവന ചെയ്തുകൊണ്ടിരുന്നു. ശവക്കച്ചയിൽ പൊതിഞ്ഞ

നിലയിലും ഉരുണ്ടുകെട്ടിക്കിടക്കുന്ന അപമാനം. ചിന്തകൾ കാടു കയറുമ്പോൾ പ്രാന്തെടുത്തപോലെ ലക്ഷ്യമില്ലാതെ അലഞ്ഞുനടന്നു. ഉടുമുണ്ടിനുമുകളിൽ ഇളകിമറിയുന്ന കാഴ്ചയിലേക്ക് അടക്കിച്ചിരികൾ വീഴുന്നുണ്ടെന്ന് ഭയന്ന് തലകുനിച്ചാണ് നടപ്പുതന്നെ.

വീടുവിട്ട് ദ്വീപിലേക്ക് തോണി തുഴയുമ്പോൾ ഒരുപാട് കാര്യങ്ങൾ പ്രഭാകരന്റെ മനസ്സിൽ മിന്നിമാഞ്ഞു. ഇടവപ്പാതിയിൽ ദ്വീപിൽ ഒറ്റയ്ക്ക് എങ്ങനെ കഴിയും എന്നത് ഉത്തരമില്ലാത്ത ചോദ്യമായി. ഓടം മറിഞ്ഞാൽ പൊറം എന്ന് അച്ഛാച്ഛൻ എപ്പോഴും പറയാറുള്ളത് അയാൾ ഓർത്തു. പ്രതീക്ഷകൾക്ക് വകയില്ലാത്തവന് വരുമ്പോലെ വരട്ടെ എന്ന് കരുതുകയല്ലാതെ മറ്റെന്ത് വഴി!

അരക്കെട്ട് കനത്ത് നടന്ന് ജീവിതം മടുത്തു. കടച്ചിലും വേദനയും കടിച്ചമർത്തി ഇനിയെത്ര കാലം! തന്നിൽനിന്ന് കിട്ടാനുള്ളത് കിട്ടിയ തോടെ കൂടപ്പിറപ്പുകൾക്ക് അധികപ്പറ്റായി. അതുവരെ പറഞ്ഞിരുന്ന തൊക്കെ അവർ മറന്നു. ഈ വീട്ടില് നിനിക്ക് ഒന്നിനും ഒര് മൂട്ട്ണ്ടാവൂല എന്ന് ആവർത്തിച്ചു പറഞ്ഞിരുന്ന ഏട്ടനാണ്! പിന്നെ മട്ടുമാറി. മകളെ പെണ്ണുകാണാൻ വരുന്നവർ കോലം കെട്ട ഇളയപ്പനെ കാണുന്നത് നാണക്കേടാണ് എന്ന് ഒരച്ഛൻ കരുതിയാൽ തെറ്റില്ല എന്നത് നേരുതന്നെ. പക്ഷേ, ഈ സൂക്കേടും പേറി എങ്ങോട്ടുപോകും?

വീട്ടിൽ ഏട്ടനെപോലെ തനിക്കുമുണ്ടല്ലോ അവകാശം. വീട് വെച്ച് മാറിത്താമസിക്കുകയല്ലേ ശമ്പളക്കാരനായ ഏട്ടൻ ചെയ്യേണ്ടത്. ഇതേക്കുറിച്ചൊന്നും ഏട്ടന് വേവലാതിയില്ല. മകളുടെ ഭാവി ഓർത്ത് താൻ മുറിയിൽ നിന്ന് പുറത്തിറങ്ങരുത് എന്നായിരുന്നു ആദ്യ ആവശ്യം. ഇപ്പോളിതാ വീട്ടിൽനിന്നുതന്നെ പുറത്തായി.

ദ്വീപ് പട്ടയമില്ലാത്ത ഭൂമി ആയതുകൊണ്ടുമാത്രമാണ് അതിൽ അവരാരും കണ്ണുവെക്കാത്തത്. അല്ലെങ്കിൽ അതും കൈക്കലാക്കിയേനെ. കൈയേറിയ ഭൂമി എന്നും പറഞ്ഞ് നാട്ടുകാരാരും കേസ് കൊടുക്കാ ത്തതുകൊണ്ടുമാത്രം ഇപ്പോഴും കറുത്തമ്പുവിന്റെ ദ്വീപ് തന്നെ. എത്രകാലം ദ്വീപിൽ താമസിക്കാനാവും എന്നൊന്നും നിശ്ചയമില്ല. പരിസ്ഥിതി പ്രവർത്തകരോ രാഷ്ട്രീയക്കാരോ കേസാക്കിയാൽ ഒഴിഞ്ഞ് പോകേണ്ടിവരും. ഇതൊക്കെ അറിയാന്മാത്രം പഠിപ്പുള്ളവളായിട്ടും ദീപിൽക്ക് പോയ്ക്കൂടേ എന്ന് അമൃത ചോദിച്ചല്ലോ എന്ന് അയാൾക്ക് സങ്കടം മുട്ടി.

"കുഞ്ഞി പറേന്നയിലും കാര്യുണ്ട് പ്രബാരാ. അങ്ങൻത്തെ വെരുത്തോല്ലേപ്പാ. ഇപ്പളത്തെ കുഞ്ഞ്യക്ക് ഇദെല്ലം നാണക്കേടന്നെല്ലെ. നീ എന്നാപ്പിന്ന ദീപിൽക്ക് പോയ്ക്കോറോ."

അമ്മയുടെ വായിൽ നിന്നുതന്നെ അത് കേട്ടപ്പോൾ പിന്നെ വീട്ടിൽ

നില്ക്കാൻ കഴിയില്ല എന്ന അവസ്ഥയായി. തുണിയും കുപ്പായവുമെല്ലാം ഒരു സഞ്ചിയിൽ വാരിയിട്ട് ഇറങ്ങി. നേരെ പോയത് നാരായണേട്ടന്റെ ചായപ്പീടികയിലേക്ക്. അച്ഛന്റെ ചങ്ങാതിയാണ് നാരായണേട്ടൻ. ഇപ്പോൾ കച്ചവടമൊക്കെ കുറവാണ്. പ്രായത്തിന്റെ ബുദ്ധിമുട്ടൊന്നും വല്ലാണ്ട് ബാധിച്ചിട്ടില്ല.

"എനക്കാരുല്ല നാരാണേട്ടാ. ഞാൻ ദീപിൽക്ക് പോവ്ന്ന്. നേരാം വണ്ണം ന്ക്കാനും ഇരിക്കാനും കയ്യാത്ത ഞാൻ ആട എന്താക്കുംന്ന് ഒര് എത്തും പിടിയും കുട്ടന്നില്ല."

പ്രഭാകരൻ നാരായണേട്ടനോട് സങ്കടം പറഞ്ഞു.

"എന്റെ പ്രബാരാ... നിനിക്ക് ഞങ്ങോല്ലം ഇല്ലേപ്പാ. നീ ഈട പീട്യേല കൂടിക്കോ. നിനിക്ക് പൈപ്പടക്കാനില്ലതും ഈട ഇണ്ട്റോ."

"അദൊന്നും വേണ്ട നാരാണേട്ടോ. കാണ്ന്നോര് പേക്രാന്തംന്ന് പറയും. ആരിക്കും ഒര് എടങ്ങേറുണ്ടാക്കാതെ ചത്ത്പോയാ മത്യാരുന്നു."

"ഏയ്... അതെന്ത് വർത്താനാന്ന്പ്പാ. ഞങ്ങക്കെല്ലം നിന്നക്കൊണ്ട് എന്ത് എടങ്ങേറ്? എന്തായാലും ഈ എദക്കേടും വെച്ചിറ്റ് പെരുമയേത്ത് നീ ദീപിൽക്ക് പോണ്ട. ചിങ്ങം പെറക്കട്ട്പ്പാ. വെള്ളോല്ലം ഒന്ന് വലിയട്ട. വീടിന്റെ വാര്യോ കൌക്കോലോ ഓടോ മറ്റൊ മാറ്റണ്ടത്ണ്ടെങ്ക്ല് മാറ്റീറ്റ് നെലം ഒന്ന് ചായ്ക്കാം. എല്ലോന്ന് മനാരാക്ക്ന്നത് വരെ നീ ഈട കൂടിക്കോ?"

"ഞാൻ നാള വെരാം നാരാണേട്ടാ." എന്നുപറഞ്ഞ് പീടികയിൽനിന്ന് ഇറങ്ങി ദ്വീപിലേക്ക് തുഴഞ്ഞതാണ്.

ദ്വീപിൽ നിന്ന് നോക്കിയാൽ അക്കരെ കണ്ണെത്തുന്ന ദൂരത്ത് അമ്പൂഞ്ഞി മേസ്ത്രിയുടെ വീടുണ്ട്. തെങ്ങുകളുടെ വിടവുകളിലൂടെ കാണുന്ന ആ കാഴ്ചയല്ലാതെ വേറെ വീടുകളൊന്നും അവിടെ ഇല്ല. ആ പറമ്പിൽ തെങ്ങ് ചെത്താൻ പോയിരുന്ന കാലത്ത് മേസ്ത്രിയുടെ മകൾ വനജയോട് ചെറിയ ഒരിഷ്ടം തോന്നിയിരുന്നു പ്രഭാകരന്. തെങ്ങിൽ നിന്ന് ഇറങ്ങിയപാടെ നുരയുന്ന കള്ള് അമ്പൂഞ്ഞിമേസ്ത്രിക്ക് ഒഴിച്ചുകൊടുക്കുമായിരുന്നു. ഒരു പുഞ്ചിരിയോടെ അത് നോക്കിനില്ക്കുന്ന വനജയുടെ രൂപം അയാളുടെ മനക്കാഴ്ചയിൽ തെളിഞ്ഞു. വീട് കെട്ടുന്ന പണിയായിരുന്നു അമ്പൂഞ്ഞിമേസ്ത്രിക്ക്. മരിച്ചുപോയെങ്കിലും മേസ്ത്രിയുടെ പണിയിലെ പേരും പെരുമയും ഇന്നുമുണ്ട്. ആൺമക്കൾ അച്ഛനിൽ നിന്ന് പരിശീലിച്ച പണിതന്നെ തുടർന്നു.

അക്കരെ ഒറ്റപ്പെട്ടുകിടക്കുന്ന വീട്ടിലെ പാർപ്പ് മതിയാക്കി മറ്റെവിടെയെങ്കിലും വീടുവെച്ച് മാറാൻ ആരൊക്കെ നിർബ്ബന്ധിച്ചിട്ടും മേസ്ത്രിയുടെ മകൻ ബാലൻ കൂട്ടാക്കിയില്ല. മഴക്കാലത്ത് മാത്രം ബാലനും കുടുംബവും കോഴികളും ആടുകളും സഹിതം പുഴ കടന്ന്

ഏട്ടൻ കുഞ്ഞിക്കണ്ണന്റെ വീട്ടിൽപോയി താമസിച്ചു. അതിനാൽ ഈ ഏകാന്തതയിൽ മേസ്ത്രിയുടെ വീട്ടിലെ ആളനക്കവും വെളിച്ചവും പ്രഭാകരന്റെ കാഴ്ചവട്ടത്തിൽ ഇല്ലാതായി.

മേസ്തിയുടെ വീടിനു നേർക്കുള്ള നോട്ടം വനജയോടുണ്ടായിരുന്ന ഇഷ്ടത്തിന്റെ ഓർമ്മയിലേക്ക് നീണ്ടപ്പോൾ പ്രഭാകരന് നെഞ്ചും അരക്കെട്ടും വിങ്ങി. അടിവയറ്റിലെ കനം താങ്ങാനാവാതെ അയാൾ വീർപ്പുമുട്ടി. വേദനയും മൂത്രക്കടച്ചിലും വേർതിരിച്ച് അറിയാനാവാത്തവിധം തുടകൾക്കിടയിൽ കെട്ടുപിണയുന്നപോലെ. വല്ലാതെ വിശക്കുന്നുമുണ്ട്. നാരായണേട്ടൻ പൊതിഞ്ഞുനല്കിയ അവലും പഴവും സഞ്ചിയിലുണ്ട്. അടുപ്പ് കത്തിച്ച് കുറച്ചു വെള്ളമെങ്കിലും തിളപ്പിച്ച് കുടിക്കാൻ എന്തുവഴിയെന്ന് അയാൾ ആലോചിച്ചു. മഴയൊന്ന് ശമിച്ച് വെയിൽ പരന്നാലേ കെട്ടിക്കിടക്കുന്ന വെള്ളം ഇറങ്ങുകയുള്ളൂ. ദ്വീപിലെ വെള്ളം പുഴയിലേക്ക് ഊറിപ്പോകണമെങ്കിൽ കൂടിയ ജലനിരപ്പ് താഴ്ന്നു കിട്ടുകയും വേണം. മലവെള്ളപ്പാച്ചിലിൽ ഒലിച്ചെത്തിയ മരത്തടികളും ചില്ലകളും കായ്കനികളുമെല്ലാം പുഴയിലെ കലക്കവെള്ളത്തിലൂടെ ഒഴുകിനീങ്ങുന്നത് കാണാം. അവയ്ക്കിടയിൽ മലമ്പാമ്പോ ശവങ്ങളോ ഉണ്ടായേക്കുമെന്ന് അയാൾ ഭയന്നു. ഉക്കൻ മഴയിലും പുഴയിലിറങ്ങി മരത്തടികളും കായ്കനികളും പിടിച്ചെടുത്ത് ഓടത്തിൽ കയറ്റി കൊണ്ടുവന്ന കാലം പ്രഭാകരൻ ഓർത്തു. പഴയ ചുറുചുറുക്ക് ഒരുനിമിഷം അയാളുടെ സിരകളിലേക്ക് ഇരച്ചു. അടുത്തനിമിഷംതന്നെ കെട്ടഴിഞ്ഞ ബലൂണിലെ കാറ്റുപോലെ അത് ഒഴിഞ്ഞുപോയി.

ഒരുവിധത്തിൽ എഴുന്നേറ്റ് ഇറയച്ചാലിലേക്കിറങ്ങി പ്രഭാകരൻ മൂത്രമൊഴിക്കാനാഞ്ഞു. അടിത്തറയോടു ചേർന്ന് മുളച്ചുപൊന്തിയ പുൽച്ചെടികൾ കാലുകളെ തൊട്ടപ്പോൾ അയാൾക്ക് രോമാഞ്ചമുണ്ടായി. അതിനിടെ ഏറെ പണിപ്പെട്ട് മുക്കിമുക്കി മൂത്രമൊഴിച്ചു. നീറ്റലും പുകച്ചിലും കുറച്ചൊന്ന് ശമിച്ചപ്പോൾ വലിയ ആശ്വാസം തോന്നി. മഴവെള്ളം കെട്ടിനിന്ന ചെളിക്കുണ്ടുകളുടെ വട്ടത്തിൽ തവളക്കുഞ്ഞുങ്ങൾ നീന്തുന്നുണ്ടായിരുന്നു. അതിരിലെ മാവിൽ കൂടുകൂട്ടിയ കിളികൾ മ്ലാനതയോടെ ചിറകുകുടഞ്ഞു. കൊഴിഞ്ഞുവീഴാതെ ബാക്കിയായ മാമ്പഴങ്ങൾ കാറ്റിനെ ഭയന്ന് ഇലക്കൂട്ടങ്ങളിലേക്ക് നൂണ്ടുമറഞ്ഞു.

ഒന്ന് നിവർന്നിരിക്കാൻ സൗകര്യമില്ലാത്തതിനാൽ അയാളുടെ അടിവയറ്റിൽ നന്നായി നീരുവീണിരുന്നു. തറവാട്ടുവീട്ടിലെ തന്റെ മുറിയിൽ കസേരയിൽ ഇരിക്കുമ്പോൾ മുന്നിൽ ഒരു സ്റ്റൂൾ വെച്ച് വീങ്ങിയ വൃഷണങ്ങൾ അതിന്മേൽ എടുത്തുവെച്ചാണ് ഇരുന്നിരുന്നത്. അങ്ങനെപോലും അധികനേരമൊന്നും ഇരിക്കാൻ അയാൾക്ക് കഴിയുമായിരുന്നില്ല.

ഒരു കരിഞ്ചായ കുടിക്കാനായി പ്രഭാകരന് കൊതി തോന്നി. ചെറിയൊരു അടുപ്പും ചായപ്പാത്രവും ഉണ്ടെങ്കിലും അടുപ്പു പുകയ്ക്കാൻ വിറകൊന്നും ഉണ്ടായിരുന്നില്ല. അടുപ്പിനകത്തും മുറിയിൽ അവിട വിടെയായും മഴവെള്ളം ചോർന്നുകിടപ്പുണ്ട്. പൊട്ടിയ ഓടുകൾക്കിടയിൽ മുൻപെന്നോ തിരുകിയ പാളക്കഷണങ്ങൾ കോടിപ്പോയിരിക്കുന്നു. തൊണ്ട വരണ്ട് അയാൾ നാരായണേട്ടൻ കൊടുത്ത കുപ്പിവെള്ളത്തിൽ നിന്ന് പകുതിയോളം കുടിച്ച് ഒരു നേന്ത്രപ്പഴം തിന്ന് വയറിന്റെ കാളലടക്കി.

ചെറിയ ഇടവേളയ്ക്കുശേഷം മഴ വീണ്ടും ഇരുട്ടുകെട്ടി പെയ്തുതുടങ്ങി. വീടിനകത്തേക്ക് തെറിച്ചുവീഴുന്ന ചിന്നലിന്റെ നനവ് അയാളെ ശീതത്തിൽ പൊതിഞ്ഞു. കുന്നിൽനിന്നും കുതിച്ചുപായുന്ന കലക്കുവെള്ളത്തിലേക്ക് നോക്കിയിരിക്കെ ഓർമ്മകൾ പ്രഭാകരനെ പലവഴികളിലൂടെ നടത്തിച്ചു. പറങ്കിമാങ്ങാക്കറയുള്ള ട്രൗസറും ബനിയനുമിട്ട് കൊരട്ട പെറുക്കാൻ കുന്നുകയറിയ കാലം. മതിയാവോളം പറങ്കിമാങ്ങകൾ തിന്നുനടന്ന വൈകുന്നേരങ്ങൾ. ആ കാലവും കടന്ന് കുന്നിൻചെരിവിലെ കാറ്റേറ്റുകിടന്ന് ആണത്തത്തിൽ തരിച്ച ആളൊഴിഞ്ഞ ഉച്ചനേരങ്ങൾ...

ഓർമ്മകളുടെ ഒഴുക്കിനുമേൽ പൊടുന്നനെ അയാളുടെ ശവം വെള്ളപുതച്ച് നിവർന്നുകിടന്നു. ചുറ്റും പടരുന്ന സാമ്പ്രാണിമണം. ഉടലിന്റെ നടുഭാഗത്ത് തറഞ്ഞുനില്ക്കുന്ന സഹതാപനോട്ടങ്ങൾ. അടക്കിയ വർത്തമാനങ്ങൾ. മരണാനന്തര ചടങ്ങുകളുടെ തിരക്കുകളിൽ മുഴുകുമ്പൊഴും ചത്തവനുണ്ടായിരുന്ന അസുഖത്തെപറ്റി ഉറക്കെ വർത്തമാനം പറയുന്ന ആൺകൂട്ടം.

പ്രഭാകരന് സമനില തെറ്റുന്നതായി തോന്നി. ദ്വീപ് വിട്ട് നാരായണേട്ടന്റെ അടുത്തേക്കുതന്നെ തിരിച്ച് പോയാലോന്ന് അയാൾ ആലോചിച്ചു. ചായ കുടിയും നാട്ടുവർത്തമാനം പറച്ചിലുമായി ആരെങ്കിലുമൊക്കെ അവിടെ ഉണ്ടാവും. ഓരോരുത്തരുടെയും കുത്തിക്കുത്തിയുള്ള ചോദ്യങ്ങൾക്ക് എന്ത് മറുപടി കൊടുക്കുമെന്ന് അറിയാത്തതിനാൽ അങ്ങോട്ടു പോകാനുള്ള തോന്നൽ അടക്കി.

കാണുന്നവരെല്ലാം തന്റെ അരക്കെട്ടിലേക്ക് നോക്കി ചിരിക്കുകയാണ് എന്നത് വെറും തോന്നലാവാമെന്ന് വിശ്വസിക്കാൻ അയാൾ ശ്രമിക്കാറുണ്ട്. അപ്പോഴെല്ലാം അതിൽ പരാജയപ്പെടുകയാണ് പതിവ്. വഴിയിലൂടെ അടക്കം പറഞ്ഞു കടന്നുപോകുന്ന പെൺകുട്ടികൾ തന്നെ മക്കാറാക്കുകയാണ് എന്നുതന്നെ അയാൾ എപ്പോഴും സംശയിച്ചു. മൈതാനത്ത് പന്തുകളിക്കുന്ന കുട്ടികൾ അരയിളകുന്ന തന്റെ നടപ്പിലേക്ക് നോക്കി 'ബോളാ, ഒര് ബോള് തെരോ?' എന്ന് ചോദിച്ച് കൂക്കിവിളിക്കുമ്പോൾ 'പിള്ളറെ വെറും ചൊക്ക് എന്ന്' അതിനെ നിസ്സാരമാക്കാനും

അയാൾക്ക് കഴിയുമായിരുന്നില്ല. ചുറ്റും കാണുന്ന കാഴ്ചകളും ഒച്ചകളുമെല്ലാം അയാളുടെ ബോധത്തെ നിരന്തരം കൊഞ്ഞനം കുത്തിക്കൊണ്ടിരുന്നു.

പഠിപ്പിൽ വളരെ മോശമായിരുന്നെങ്കിലും പന്തുകളിയിലും കുട്ടിയും കോലും കളിയിലുമെല്ലാം മിടുക്കനായിരുന്നു പ്രഭാകരൻ. എന്നിട്ടും മാഷന്മാരുടെ ബോളൻവിളിയും ബെഗിഡൻ വിളിയും കളിസ്ഥലത്തും കുട്ടികൾ ഏറ്റുപിടിച്ചു. ആദ്യമൊക്കെ അവരോട് തല്ലുണ്ടാക്കി കളി നിർത്തി പോവുമായിരുന്നു. പിന്നെപ്പിന്നെ കളിക്കാൻ തന്നെ പോകാതെയായി. ഏറ്റുകാരനായതോടെ അതൊക്കെ മറന്ന് അയാൾ സന്തോഷിച്ചു. ബോളനായതുകൊണ്ടല്ലെ വേറെ പണിയൊന്നും കിട്ടാതെ ഏറാൻ പോകണ്ടിവന്നത് എന്ന് അപ്പോഴും ചിലരൊക്കെ അയാളെ സുയിപ്പാക്കി.

അസുഖം പ്രഭാകരന്റെ എല്ലാ ആത്മവിശ്വാസവും കെടുത്തിയിരുന്നു. അയാൾ തികച്ചും ബലഹീനനും നിസ്സഹായനുമായി. തുടക്കത്തിൽ തന്നെ ഡോക്ടറെ കാണിച്ചിരുന്നെങ്കിൽ ഈ ഗതി വരുമായിരുന്നില്ല എന്ന് അയാൾ നിരന്തരം നീറി. സ്വയം ശപിച്ചു. കുന്നിൻപുറത്തെ ആളില്ലാത്ത ഇടങ്ങളിൽ ചെന്നിരുന്ന് വാവിട്ട് കരഞ്ഞു. പൊള്ളുന്ന പാറയിൽ കമഴ്ന്നുകിടന്ന് വേദന അധികരിപ്പിച്ച് തന്നോടുതന്നെ ക്രൂരനായി.

ഒടുക്കം ദ്വീപിൽ കഴിയുന്നതിനിടെ നാരായണേട്ടനാണ് നിർബ്ബന്ധിച്ചു ആശുപത്രിയിൽ കൊണ്ടുപോയത്. അപ്പൊഴേക്കും ഏറെ വൈകിപ്പോയെന്ന് ഡോക്ടർ പറഞ്ഞു. ആദ്യരക്തപരിശോധനയിൽ ഒന്നും കണ്ടെത്താൻ കഴിയാഞ്ഞപ്പൊഴാണ് രാത്രിയിൽ ചെന്ന് രക്തപരിശോധന നടത്തണമെന്ന് യൂറോളജിസ്റ്റ് പറഞ്ഞത്. മന്തുവിരകളുടെ ലാർവകൾ പെരുകിയാണ് വീക്കവും വേദനയും ഇത്രയും ഗുരുതരാവസ്ഥയിൽ ആയതെന്നും ഇനി സർജറിയിലൂടെ മാത്രമേ നീർക്കെട്ട് കളയാനാവൂ എന്നും ഡോക്ടർ പറഞ്ഞു. നാരായണേട്ടൻ ആ വിവരം പ്രഭാകരന്റെ വീട്ടിൽ അപ്പോൾത്തന്നെ അറിയിക്കുകയും ചെയ്തു.

“ഓപ്പറേഷനെല്ലം പ്രശ്നാവൂപ്പാ, വെർദ്ദേ വേണ്ടാത്ത പണിക്ക് പോണ്ട. അതോടെ കെടന്ന് പോയാ ആരാന്ന് ഓന നോക്കാനില്ലത്? വയസ്സായ അമ്മയോ?”

രാധാകൃഷ്ണൻ പറഞ്ഞൊഴിഞ്ഞു.

“എനക്കിപ്പൊ അയ്മ്പത് വയസ്സ് കയിഞ്ഞു നാരാണേട്ടാ. എനി ഇദ്പോലങ്ങനെ പോട്ട്പ്പാ. ഓപ്പറേഷൻ ചെയ്യാനെല്ലം എനക്ക് നല്ല പേട്യൂണ്ട്.”

നാരായണേട്ടനെ ആശ്വസിപ്പിക്കാനായി പ്രഭാകരൻ പറഞ്ഞു.

ഓപ്പറേഷൻ ചെയ്യാനെല്ലാം എന്റട്ക്ക ഏട്ന്ന്പ്പാ പൈശ എന്ന് അയാൾ തന്നോട് തന്നെ നിസ്സഹായനായി.

മഴയൊഴിഞ്ഞ് ദ്വീപിലും ചിങ്ങവെയിൽ പരന്നു. വെള്ളം ഊർന്നു വറ്റിയ ചതുപ്പിൽ കാക്കപ്പൂക്കൾ വിരിഞ്ഞു. പ്രഭാകരൻ എന്നുമെന്ന പോലെ നാരായണേട്ടന്റെ ചായപ്പീടികയിലേക്ക് പുറപ്പെട്ടു. അമ്പൂഞ്ഞി മേസ്ത്രിയുടെ മകൻ ബാലനും കുടുംബവും ഏട്ടന്റെ വീട്ടിലെ മഴക്കാല പൊറുതി കഴിഞ്ഞ് അക്കരേയ്ക്ക് മടങ്ങുന്ന തോണി അയാളെ കടന്നുപോയി.

"ഏട്ടന്റെ മോളെ മങ്ങലായിറ്റ് നീ എന്തറോ പ്രബാരാ പൊയേല് തോണി തൊയഞ്ഞ് കളിക്ക്ന്ന്." ബാലൻ ലോഹ്യം പറഞ്ഞു.

"ഈ വെരുത്തും വെച്ചിറ്റ് നാലാളെ മിന്ന പോണ്ടാന്ന് ഓനും വിജാരിച്ചിറ്റണ്ടാവും."

ബാലന്റെ അമ്മ കാർത്യായനി കൂറ്റ് താഴ്ത്തിയാണ് പറഞ്ഞതെങ്കിലും പുഴയത് പ്രഭാകരന്റെ കാതിലിട്ടു. അയാൾ തുഴച്ചിൽനിർത്തി കുറെനേരം ഒരേയിരിപ്പ് ഇരുന്നു. പിന്നെ സാവധാനം തുഴഞ്ഞ് തോണി കരയ്ക്കടുപ്പിച്ചു.

നാരായണേട്ടന്റെ ചായപ്പീടികയ്ക്കുമുന്നിൽ അമൃതയുടെ കല്യാണത്തിനു പോകാനൊരുങ്ങി നില്ക്കുന്ന കുറച്ചുപേർ ഉണ്ടായിരുന്നു. മങ്ങലം കൂടാൻ യോഗമില്ലെങ്കിലും ദൂരെനിന്നെങ്കിലും അമൃതയെ ഒന്ന് കാണണമെന്നുണ്ടായിരുന്നു പ്രഭാകരന്. പീടികയിൽ ഇരുന്നാൽ കല്യാണം നടക്കുന്ന ക്ഷേത്രത്തിലേക്ക് പോകുന്ന മങ്ങലപ്പാർട്ടിയിൽ പുതിയപെണ്ണിനെ കാണാം എന്നുതന്നെ അയാൾ ആശിച്ചു.

"നീ ഇപ്പൊ ഈട ന്ക്കണ്ട പ്രബാരാ. ആൾക്കാര് ഓരോന്ന് ചോയ്ക്കല് തൊടങ്ങും. നിനിക്കത് വൈശമ്യാവും. നീ ദീപിൽക്ക് മടങ്ങിപ്പോയ്ക്കോ. ഇദാ, ഇദ് കൊണ്ടോയ്ക്കോ".

മറ്റാരും കേൾക്കാതെ നാരായണേട്ടൻ പറഞ്ഞു.

വീടുവിട്ടുശേഷം എല്ലാ ദിവസവും തന്നെ ഊട്ടുന്ന ആളായതു കൊണ്ടുമാത്രം നാരായണേട്ടൻ നീട്ടിയ ആഹാരപ്പൊതി വാങ്ങി. മറുപടിയൊന്നും പറയാതെ പ്രഭാകരൻ തിരിഞ്ഞുനടന്നു.

അമൃത ജനിച്ചതുമുതലുള്ള പല കാര്യങ്ങൾ അയാളുടെ മനസ്സിലൂടെ കടന്നുപോയി. കുഞ്ഞായിരുന്നപ്പോൾ അവളെ കളിപ്പിച്ചത്, ഉടുപ്പുകളും കളിപ്പാട്ടങ്ങളും വാങ്ങിക്കൊടുക്കുമ്പോഴുള്ള അവളുടെ സന്തോഷങ്ങൾ...

എല്ലാ ആശകളും കെട്ടവനായി പ്രഭാകരൻ കടവിലേക്ക് നടന്നു. ദ്വീപിലേക്ക് തിരിച്ചുപോകാൻ മനസ്സുവന്നില്ല. കുന്നിനഭിമുഖമായി അയാൾ അക്കരേക്ക് തുഴഞ്ഞു. തോണിയിറങ്ങി കുന്നുകയറി വെയിൽപ്പരപ്പിലൂടെ പതുക്കെ നടന്ന് പാറക്കൂട്ടങ്ങളിലെത്തി. കുന്നിൻ ചെരിവിലെ പറങ്കിമാവിൻ തോട്ടത്തിൽ തനിച്ചിരുന്ന് ഉടലിനെ ലാളിച്ച കാലം ഉള്ളിൽ തികട്ടിവന്നപ്പോൾ ലോകത്തോട് മുഴുവൻ പ്രഭാകരന് അടങ്ങാത്ത കലി തോന്നി. പരിഹസിക്കുന്നവരുടെ നേർക്ക് ഉടുതുണിയഴിച്ച് ആർത്തട്ടഹസിക്കാൻ അയാൾക്കപ്പോൾ വല്ലാത്തൊരു ഊക്ക് തോന്നി. അതിനൊന്നും തനിക്ക് കരുത്തില്ലെന്ന് അടുത്ത നിമിഷംതന്നെ നിസ്സഹായനാവുകയും ചെയ്തു. ഉച്ചവെയിൽ തിളക്കുന്ന പാറമേൽ ഇരുകൈവെള്ളകളിൽ തന്റെ ദുരിതഗോളം താങ്ങി പ്രഭാകരൻ തളർന്നിരുന്നു. അയാളുടെ കലങ്ങിയ കണ്ണുകൾ അതിലേക്ക് പെയ്തുകൊണ്ടിരുന്നു.

ഗുളികൻ

എസ് അനിലാൽ

മരിച്ചവരുടെ പേരുകൾ കേട്ടതും ഷോക്കടിച്ചതു പോലായി. 'യ്യോ! എന്തുപറ്റി?'യെന്ന് അമൽ അറിയാതെ ഉറക്കെ ചോദിച്ചുപോവുകയും ചെയ്തു.

ഒന്നിലും കൂടുതലങ്ങോട്ടു മനസ്സുറപ്പിക്കാനാവാത്ത നിലയിലാണ്. എന്നിട്ടും തന്റെ ഗാങ്ങിന്റെ അവിചാരിതമരണം അവനെ പെട്ടെന്നൊരു കരുതലിലേക്കുണർത്തി. ആകാംക്ഷയുടെ സൂചിക കുത്തനെയുയർന്നു. മുൻകൂട്ടി തീരുമാനിച്ചുനടപ്പാക്കിയ കൂട്ട ആത്മഹത്യ? ഏയ് അതാവില്ല. അതിനെന്തെങ്കിലും കാരണം വേണ്ടേ? എല്ലാവരും വളരെ ഹാപ്പി ആയിരുന്നല്ലോ. പിന്നെ? പിറകോട്ടോരോന്ന് ആലോചിച്ചു തുടങ്ങു മ്പോഴേക്കും ഉൾമൂടിയ പുകമറ കനത്തു. ചെന്നി രണ്ടും പടാപടാന്നു മിടിച്ചു. കുറേനേരമെടുത്തിട്ടാണ് അവസാനമായി അവരെ കണ്ടദിവസം ഓർത്തെടുത്തതുതന്നെ.

“മോർണിങ് ഷോ' അവസാനിക്കാൻ മിനിറ്റുകൾമാത്രം ബാക്കിയുള്ളപ്പോഴാണ് നിർഭാഗ്യകരമെന്ന ആമുഖത്തോടെ അവതാരകൻ അതുപറഞ്ഞത്. പ്ലസ് റ്റു വിദ്യാർത്ഥികളായ മൂന്നുപേരെ, ഒരേമുറിയിൽ മരിച്ചനിലയിൽ കണ്ടെത്തിയെന്ന്. സ്ഥലം എടത്തറയാണെന്നു കേട്ടിട്ടുകൂടി ആ പേരുകൾ കേൾക്കുംവരെ തലയ്ക്കകത്തൊന്നും പതിയുന്നുണ്ടായിരുന്നില്ല – ആദി, സുദീപൻ, ഹരീഷ്. കംബൈൻഡ് സ്റ്റഡിക്കായി ആദിയുടെ വീട്ടിൽ കൂടിയതായിരുന്നു അവർ. പുലർച്ചെയോടെയാണ് സംഭവം. കൂടുതൽ വിവരങ്ങൾക്ക് റിപ്പോർട്ടറിലേക്കു പോകാന്നേരം അവൻ ടി വി ഓഫാക്കി.

നിർത്തിക്കഴിഞ്ഞാൽ അതൊരു നാശംപിടിച്ച സാധനമാണ്. എന്തെന്നില്ലാത്ത പേടിയും ആകുലതകളും ഉൽക്കണ്ഠകളുമായി ദിവസങ്ങളോളം ഇങ്ങനെയാണ്. അതുകാരണമാണ് ആരെയും കാണാത്തതും മിണ്ടാത്തതും. വീടിനു പുറത്തേക്കിറങ്ങാറേയില്ല. സ്കൂളിൽ പോയിട്ടുതന്നെ കുറെയായി. എല്ലാം ഒന്നടങ്ങിവരുമ്പോഴാണ് എരിതീയിൽ എണ്ണകമഴ്ത്തിയപോലെ ഈ വാർത്ത. എല്ലാ സൈ്വരവും തകർന്ന് ആകെ ഇളകിമറിയാൻ തുടങ്ങിയിരിക്കുന്നു.

സാധാരണ താൻ കൂടെയറിയാതെ ഗാങ്ങിൽ ഒന്നും സംഭവിക്കാറില്ല. കഴിഞ്ഞ മൂന്നുനാലുദിവസമായി, അവരുമായി യാതൊരുബന്ധവും ഉണ്ടായിരുന്നില്ല എന്നതുനേരാണ്. എന്നാലും അത്യാവശ്യമെങ്കിൽ വാട്സ്ആപ്പിൽ സന്ദേശം വരേണ്ടതാണ്. അങ്ങനെയൊന്നും കണ്ടുമില്ല.

മുറതെറ്റിയ വിചാരങ്ങളാൽ വെറിപിടിച്ച്, മൂടിയിരുന്ന പുതപ്പുവലിച്ചു ദൂരെയെറിഞ്ഞു. സോഫയിൽനിന്നു ചാടിയെണീറ്റ് വാശിയോടെ ബാത്റൂമിലേക്കു നടന്നു. ഉറക്കമില്ലാത്തകാരണം ആടിപ്പോവുന്നുണ്ട്. പമ്മി അകത്തുകയറി വാതിൽ ചാരി. ടോയ്‌ലറ്റ് ടാങ്കിന്റെ മൂടി തുറന്നു. ആഹ്! അത് അവിടെത്തന്നെയുണ്ട്- അവൻ ദീർഘമായി ഒന്നു ശ്വാസമെടുത്തു. അതിന്റെ ഭിത്തിയിൽ ക്ലിപ്പിൽ പിടിപ്പിച്ചിരുന്ന ചെറുതും സുതാര്യവുമായ പ്ലാസ്റ്റിക് ബാഗ് കൈയിലെടുത്ത് ഉയർത്തിപ്പിടിച്ചു. ഒരു പിങ്ക് ലൈറ്റർ, മെലിഞ്ഞുനീണ്ട സിറിഞ്ചും സൂചിയും, സൂചികളുടെ പാക്ക്, പിടിയുള്ള ചെറിയ സ്പൂൺ, പിന്നെ ഗുളികകൾ നിറച്ച കുഞ്ഞൊരുപാക്കറ്റ്. ഒരാഴ്ചമുമ്പ് അവർക്കു കിട്ടിയതായിരുന്നു ഈ പുതിയ സംഗതി. കൂടുതൽ ശ്രദ്ധകിട്ടുമെന്നും യാതൊരു സ്ട്രെസുമില്ലാതെ റിലാക്സ് ആവുമെന്നും ഉറങ്ങാൻ ഉത്തമമെന്നുമൊക്കെയായിരുന്നു വാഗ്ദാനം. സോബർ' ആവാൻ തീരുമാനിച്ചകാരണം അവൻ അത് ഉപയോഗിച്ചുതുടങ്ങിയിരുന്നില്ല.

തന്റെ ഗാങ് ഇതിലായിരുന്നോ? ഇനി അതാവുമോ കാരണം? ആവാൻ വഴിയില്ല, അങ്ങനെയെങ്കിൽ മിനിമം ഉദ്ഘാടനമെസേജെങ്കിലും വന്നേനെ.

പ്ലാസ്റ്റിക് ബാഗ് നിക്കറിന്റെ പോക്കറ്റിലൊളിപ്പിച്ച് അടുക്കള വാതിലിലൂടെ പുറത്തിറങ്ങി. പറമ്പിലേക്ക് അത് വലിച്ചെറിയുമ്പോൾ കൈവിറയ്ക്കുന്നുണ്ടായിരുന്നു. തിരികെ വീടിനുള്ളിൽക്കയറി മുറിയിലെത്തി കട്ടിലിൽ വീണു. പുതപ്പുവലിച്ചുമൂടി അതിനുള്ളിലൊളിച്ചു.

വർഷങ്ങളുടെ സന്തോഷം മുൻകൂറെടുത്ത് ആഘോഷമാക്കുകയായിരുന്നു കുറേ മാസങ്ങളായി നാലുപേരും.

കൂട്ടത്തിൽ അമലിനുമാത്രം ഒന്നുരണ്ടു മാസങ്ങൾ കഴിയുമ്പോൾ വീണ്ടുവിചാരമുണ്ടാവും. ഇതുപാടില്ല, നിർത്തണം എന്നാവും. വല്ലാത്ത

കുറ്റബോധം വന്നുകയറിയിട്ടാണ് അങ്ങനെ. അച്ഛൻ നാട്ടിലില്ലാതിരുന്നിട്ടുകൂടി, അതറിയരുതെന്നു കരുതി ചോദിക്കുമ്പോഴൊക്കെ ഇഷ്ടത്തിന് ചെലവുചെയ്യാൻ വിടുന്ന അമ്മ. ഓരോ മുട്ടാപ്പോക്കു പറഞ്ഞു കാശ് ഒപ്പിക്കുമ്പോഴും ഒരിക്കൽപ്പോലും എന്തിനെന്നൊരു സംശയം കാണിച്ചിട്ടില്ല. അത്രയ്ക്ക് വിശ്വാസമായിരുന്നു. അതിനുപിന്നിൽ കഴിഞ്ഞ വർഷംവരെയുള്ള ട്രാക്ക് റെക്കോർഡും ഉണ്ടായിരുന്നല്ലോ. എന്നാൽ വീണ്ടും സാധനം ഉപയോഗിച്ചുതുടങ്ങിയാൽ മറ്റെല്ലാം മറക്കും; അതുമാത്രമാവും ഒരേയൊരാവശ്യം. അന്നേരം, യാതൊരുളുപ്പുമില്ലാതെ ഇഷ്ടത്തിനു ഭാവനചേർത്തു കള്ളം പറയാനും എന്തുചെയ്തും അതുനേടിയെടുക്കാനും മടിയില്ലാതെയാവും.

എല്ലാം നിർത്തി സുബോധത്തിലേക്കു വരാൻതുടങ്ങുമ്പോഴെല്ലാം എന്തിനിതു വീണ്ടും തുടങ്ങിയെന്ന വേവലാതിയാണ്. അടുക്കും ചിട്ടയുമില്ലാതെ വിചാരങ്ങൾ നുരയിട്ടുപൊങ്ങി ഉറക്കം കെടുത്തും. അകമേനിന്നും വരൾച്ച ദേഹത്താകെപടരും. തൂങ്ങിയടഞ്ഞ കണ്ണുകൾ വലിച്ചുതുറന്നാലോ? ഭീമാകാരമായ വലക്കണ്ണികൾ പൊതിയുന്ന പോലാണ്. കൂട്ടത്തോടെ തന്നെ കീഴ്പ്പെടുത്താനോടിക്കുന്നവരുടെ ബൂട്ടുകളിട്ട കാലടികൾ കാണും. കനത്ത കാലൊച്ചകൾ കേൾക്കും. ഒടുവിൽ അവയുടെ ചവിട്ടേറ്റു വീഴുമ്പോൾ 'അമ്മാ' എന്ന് നിലവിളിച്ചലറും. അടുത്ത മുറിയിൽനിന്നും അതുകേട്ടു പാഞ്ഞെത്തി ഏറെനേരം നിസ്സഹായയായി നോക്കിനില്ക്കും അമ്മ. ആഴ്ചകൾ കഴിയുമ്പോഴേക്കും ചങ്കരൻ പിന്നെയും തെങ്ങേൽത്തന്നെ എന്നുപറഞ്ഞകണക്കു വീണ്ടും പഴയതിലേക്കു മടങ്ങും.

മുറിയിലെ മൂകതയിൽ തന്നെത്താൻ മിണ്ടിയും കേട്ടും കുറേനേരം കിടന്നു.

വൈകുന്നേരം സ്കൂളിൽ നിന്നുവന്നുകേറിയപാടേ മുറിയിലെത്തി അമ്മ ചോദിച്ചു:

"എങ്ങനൊണ്ട്?" ചോദ്യംകേട്ടു എന്നറിയിക്കാൻ രണ്ടു തോളുമുയർത്തി അയച്ചുകാണിച്ചത് പുതപ്പിനു ചെറിയ അനക്കം മാത്രമായി.

"കേട്ടോ നിന്റെ ഫ്രണ്ട്സിന്റെ കാര്യം?"

"ഉം ടി വിയിൽ കണ്ടു" അമൽ വലിഞ്ഞെണീറ്റു കുനിഞ്ഞിരുന്നു.

"അവർക്കെന്തുപറ്റിയതാടാ? ടി വില് മുഴുവൻ ഇതാ ഇപ്പൊ."

"എനിക്കെങ്ങനെയറിയാം. മൂന്നാലു ദെവസമായിട്ടു ഞാനിവിടെ കെടക്കേല്ലേ?"

"കുറച്ചുകഴിഞ്ഞു അവിടം വരെയൊന്നു പോണം."

മുറിയിൽനിന്നു പുറത്തിറങ്ങവേ കൈയിലിരുന്ന പേപ്പർച്ചുരുൾ വച്ചുനീട്ടി. "ന്നാ പുതിയ കലണ്ടറ്. സ്കൂളീന്നാ... ചൊമരിൽ തൂക്കിക്കോ."

അമ്മയുടെ നോട്ടം നേരിടാനാവാതെ അതുവാങ്ങി തുറന്നു.

അവർ തിരിഞ്ഞു നിന്നു.

"നീയും കൂടെവന്നോ, എനിക്കൊരു കൂട്ടുമാവും."

അപ്പോൾ അവൻ കലണ്ടർ തുറന്നു കാണുകയായിരുന്നു. പുതുവർഷം. ഓരോ മാസത്താളിലും ആവർത്തിക്കുന്ന ആഹ്വാനം- ലഹരി ഉപേക്ഷിച്ചു ആരോഗ്യം സംരക്ഷിക്കുക. ആദ്യമായാണ് അങ്ങനെയൊന്നു കാണുന്നത്.

"ഞാമ്പിന്നെ പൊക്കോളാം."

"നിന്റടുത്ത ഫ്രണ്ട്സ് അല്ലെ?"

പെട്ടെന്നവനു ദേഷ്യം വന്നു.

'പറഞ്ഞില്ലേ ഞാൻ പൊക്കോളാമെന്ന്. ചുമ്മാകെടന്നു നിർബ്ബന്ധിക്കണ്ട" അതുകേട്ട അമ്മയേക്കാൾ അടുത്തനിമിഷം കൂടുതൽ ഞെട്ടിയത് അമലായിരുന്നു. "സോറി."

"ഹോസ്പിറ്റലീ പോണോ?"

വേണ്ടെന്നു തലയാട്ടി.

"എന്തെങ്കിലും കഴിച്ചോ?"

"വിശപ്പില്ല."

"ന്നാ കുറച്ചുകഴിഞ്ഞു കഞ്ഞിയെടുക്കട്ടെ, തേങ്ങയും ചുട്ടരച്ച പപ്പടോം കൂട്ടി..."

"ഞാമ്പറഞ്ഞില്ലേ വെശപ്പില്ല. വെശപ്പില്ലാന്നു... കഞ്ഞികുടിക്കാനെനിക്ക് പനിയൊന്നുമില്ല. ക്ഷീണം അതേയുള്ളൂ."

"നാലും ഇത്തിരി ചൂടുകഞ്ഞി കുടിക്കുമ്പം എല്ലാം വിയർത്തു പോവും. ഒരുസുഖം കിട്ടും."

വളരെ കരുതലോടെയാണ് മറുപടി പറഞ്ഞിരുന്നത്. എങ്കിലും പ്രയാസമാണ്. ചിലപ്പോൾ കൈവിട്ടുപോവും. പിന്നെ ചോദിച്ചാൽ ഓർക്കുന്നുപോലുമുണ്ടാവില്ല.

"കുളിച്ചോ? ഇന്നത്തെ ദെവസം?"

"അമ്മ അമ്മേടെ കാര്യം നോക്ക്. പിന്നേ... ഞാൻ കൊച്ചുകുട്ടിയല്ലേ. കുളിപ്പിക്കാൻ വനേക്ക്ന്ന്."

കൈയുയർത്തി മണത്തു. ദിവസങ്ങളായി ദേഹം നനഞ്ഞിട്ട്. വിയർപ്പൊട്ടി നാറുന്നു.

ഒന്നും മിണ്ടാതെ അവർ മുറിയിറങ്ങിപ്പോയി. അവൻ വാതിലടച്ചു.

തലവഴി ഷീറ്റുവലിച്ചിട്ടു ചുമ്മാകിടന്നു, മണിക്കൂറുകൾ.

എപ്പൊഴോ, ജനാലയിലൂടെ, മുറിക്കുപുറത്തെ ഇരുട്ടിലേക്ക് കണ്ണുതുറന്നു.

തപ്പിപ്പിടഞ്ഞെണീറ്റു നടന്ന് അടുക്കളവാതിൽ തുറന്നു പുറത്തേക്കിറങ്ങി.

മെയിൻറോഡുതിരിഞ്ഞു ഇടവഴിയിലൂടെ നിലാവു വീഴ്ത്തിയ നിഴലുകൾ മുറിച്ചു നടന്നു.

ചുറ്റുമതിലില്ലാത്ത ആദിയുടെ വീട്.

മുറ്റത്തൊരുഭാഗത്ത് ചെറിയ പന്തൽ. ട്യൂബ് ലൈറ്റുകളുടെ വെളിച്ചത്തിൽ ആൾക്കാർ അങ്ങോട്ടുമിങ്ങോട്ടും നടക്കുന്നുണ്ട്. കസേരകൾ പന്തലിലും മുറ്റത്തുമായി ചിതറിക്കിടക്കുന്നു.

ചിലർ കൂടിനിന്നു പതിഞ്ഞശബ്ദത്തിൽ വർത്തമാനം പറയുന്നുണ്ട്. പഠിക്കാനെന്നുംപറഞ്ഞു കുട്ടികൾ ഒത്തുകൂടുന്നതിനെ എതിർക്കുന്നവരുണ്ട് – "എവന്മാർകൂടി രാത്രി മുറിയടച്ചിട്ടു എന്തുപണിയൊപ്പിക്കുമെന്നു പറയാമ്പറ്റൂല്ല" പലരും സ്കൂളിനെയും ചിലർ സിലബസിനേയുംവരെ കുറ്റംപറയുന്നുണ്ട്

ദൂരെമാറി ചെമ്പരത്തിക്കാടിന്റെ മറയിലാണു നിന്നിരുന്നതെങ്കിലും ഉമ്മറത്തെ സീൻ വ്യക്തമാണ്.

നൈറ്റിവേഷത്തിൽ പാറിയമുടിയുമായി ആദിയുടെ അമ്മ സെറ്റിയിൽ തളർന്നുകിടക്കുന്നു. ഇടയ്ക്ക് ആരോടെന്നില്ലാതെ എന്തൊക്കെയോ പുലമ്പുന്നു. കണ്ണീരില്ലാതെ കരയുന്നു. കൂടെയിരുന്ന സ്ത്രീ സമാധാനിപ്പിക്കുന്നുണ്ട്. കുപ്പി വച്ചുനീട്ടി പറയുന്നു "ഈ വെള്ളമങ്ങു കുടിക്ക് ഇനി നീയുംകൂടി എന്തെങ്കിലും വരുത്തിവെക്കല്ലേ." ആദിയുടെ അനിയത്തി നിലത്തൊരുമൂലയിൽ ഭിത്തിചാരിയിരിക്കുന്നു.

അറിയാതെ തലകുനിഞ്ഞു.

തന്റെ വീട്ടിലുംകൂടി ആവർത്തിക്കേണ്ടിയിരുന്ന സീൻ തന്നെയല്ലേയിതെന്ന് തിരികെനടക്കുമ്പോൾ അവനോർത്തു.

2

അമലിന്റെ വീടിനു പിന്നിലെ പുരയിടംവഴി താഴേയ്ക്കു നടന്നാൽ അമ്പലത്തിലെത്താം.

അയ്യപ്പന്റമ്പലം ആവുംമുമ്പ് അതൊരു ശാസ്താക്ഷേത്രമായിരുന്നത്രെ. ഒരുവശം ഇടതൂർന്ന കാവ്

കാവിന്റെമുന്നിലൊരു പനയുണ്ട് താഴെയൊരു മാടൻ തറ. അവിടന്നു കുത്തനെ താഴോട്ടിറങ്ങിയാൽ ക്ഷേത്രമായി. രാത്രി ദീപാരാധന കഴിഞ്ഞു ചുറ്റുവിളക്കു കെടുത്തി, പായസവുംകുടിച്ചിട്ട് അവർ സംഘമായി മേളിലേക്കുനടക്കും. ആദിയും സുദീപനും ഹരീഷുമൊക്കെയുൾപ്പെട്ട ഗാങ്. എന്തെങ്കിലും ചലപിലയൊക്കെ പറഞ്ഞുവരുന്നതു

കൊണ്ട് തേരികേറുന്നതറിയില്ല. പിന്നെ, പനയുടെ മുന്നിലൂടെ കാവുകടന്നുപോണം. പനയെപ്പറ്റി അവരിൽ ചിലർക്കെങ്കിലുമറിയാവുന്നൊരു കഥയുണ്ട്. ആകാശംമുട്ടെ പൊക്കമുള്ള പനേടെ മണ്ടേൽ മുഴുത്തൊരു പാറേടത്രേം വല്യൊരു കടന്നൽക്കൂടുണ്ടായിരുന്നുപോലും. ഏതോ ഒരാൾ അതിന്റെ മണ്ടേല് വലിഞ്ഞുകേറിയത്രെ – അവറ്റകളെ ഓടിക്കാൻ. സംഭവം രാത്രിയായിരുന്നു. രാവിലെ നാട്ടുകാരുകണ്ടത്, താഴെ മാടത്തറയിൽ തലയിടിച്ചുവീണു ചത്തുകിടന്ന അയാളെയാണ്. മാടനടിച്ചിട്ടതെന്നായിരുന്നു പൊതുവേ സംസാരം.

കേട്ടുപഴകിയതെങ്കിലും അതിനുമുന്നിലെത്തുമ്പോൾ അവൻ അറിയാതെ മുകളിലേക്കു നോക്കിപ്പോവും. പാറേടത്രേം വലിപ്പമുള്ള കടന്നൽക്കൂട് അവിടെയുണ്ടോ എന്നറിയാൻ. നോട്ടം പാതിവഴിയെത്തുമ്പോഴേക്കും ദേഹം പെരുക്കും. പൊടുന്നനെ നോട്ടം പിൻവലിച്ചു ശബ്ദമുണ്ടാക്കാതെ നടക്കും.

ഇതായിരുന്നു പഴയരീതി. എന്നാൽ കഴിഞ്ഞ ഒരുവർഷത്തിലേറെയായി അവരുമാത്രമല്ല, കാവും ചുറ്റുപാടും കൂടി മാറിപ്പോയി. അമ്പലത്തിൽനിന്നു തിരികെ വീട്ടിലേക്ക് അവർനാലുപേരും വേറൊരു ഗ്രൂപ്പായി നടക്കാൻതുടങ്ങി. എല്ലാരുംപോയി അമ്പലപരിസരം കാലിയായശേഷമാണ് മടങ്ങുക. മാടത്തറ കഴിഞ്ഞു മുന്നോട്ടുനടക്കുമ്പോൾ കാവിനുള്ളിൽനിന്നു ചിലദിവസങ്ങളിൽ ചിരികളുയരുന്നത് കേട്ടു. കാതോർത്താൽ പെണ്ണുങ്ങളുടെ ചിരിക്കുമേലെ ആണുങ്ങളുടെ തമാശയും അട്ടഹാസവുമുണ്ട്. ഒന്നും വ്യക്തമാവില്ല എന്നുമാത്രം. പിന്നെയും ഇത്തിരി കഴിയുമ്പോൾ ചിരിയങ്ങു മുക്കലും മൂളലുമൊക്കെയാവും. കൂടെ എന്തൊക്കെയോ അനക്കങ്ങളും. കരിയെലേടെ പൊറത്തൂടെ ആരൊക്കെയോ നടക്കുമ്പോലെ. അപ്പോഴവർ കൂട്ടത്തോടെ 'സാമിയേ ശരണം അയ്യപ്പോ'ന്നുവിളിച്ചോണ്ട് ഒറ്റഓട്ടം വെച്ചുകൊടുക്കും.

കാവുകടന്നു മുന്നോട്ടുവീണ്ടും നടന്നാൽ മെയിൻറോഡാണ്. അവിടേക്കു കേറും മുമ്പ് വലതുവശത്തു പഴയപഞ്ചായത്താപ്പീസു കെട്ടിടമുണ്ട്. അതിനുമുന്നിൽ ഉപയോഗമില്ലാതെ കുറേക്കാലമായി വേണ്ടെന്നുവച്ച പഞ്ചായത്ത് കിണർ. ഒരു കുഞ്ഞുകുളത്തിന്റെത്രയും വിസ്താരമുണ്ടായിരുന്നു അതിന്. കിണറിനു ചുറ്റും നാലടിയോളം ഉയരമുള്ള മതിലുണ്ട്. കറുത്തു പൊട്ടിപ്പൊളിഞ്ഞിട്ടാണത്. അവിടവിടെ പച്ചപ്പടർപ്പുകളും വേരുകളും മതിൽപറ്റി വളർന്നിരുന്നു. കുട്ടികളായിരിക്കുമ്പോൾ അതിനുള്ളിലേക്ക് തലയിട്ട് ഉറക്കെ ശബ്ദമുണ്ടാക്കി അതിന്റെ മാറ്റൊലി കേൾക്കുക രസമുള്ള കാര്യമായിരുന്നു.

ചില രാത്രികളിൽ അവിടെയെത്തുമ്പോൾ അവർ മെല്ലെ കിണറിനടുത്തേക്കു നടക്കും. ആ ഭാഗത്തെ തെരുവുവിളക്ക് കെട്ടുപോയ

കാരണം പരന്ന ഇരുട്ടായിരിക്കും. മതിലിന്റെ മറവിൽ നാലുപേരും മിണ്ടാതിരിക്കും; ഗുളികനെയും കാത്ത്. ചെമ്പൻ ചേട്ടൻ. അയാളാണ് അവരുടെ ഗുളികൻ. ഗുളിക സപ്ലയർ. പരസ്പരം സംസാരിക്കാതെ സാധനം കൈമാറ്റം നടക്കും. കാശുപോലും ഗൂഗിൾ പേ ആയി അടുത്തദിവസമാണ് ചെയ്യുക. ഇതായിരുന്നു എല്ലാവരും പോയശേഷം മാത്രം അവർ നാലുപേരും പ്രത്യേകഗ്രൂപ്പായി അമ്പലം വിട്ടിരുന്നതിന്റെ പ്രധാന കാരണം.

ചെമ്പന് നല്ല കുപ്രസിദ്ധിയാണു നാട്ടിൽ. ഈ പണിതുടങ്ങീട്ട് അധികമായിട്ടില്ല. മുൻപ് കള്ളവാറ്റായിരുന്നു. പലതവണ പൊലീസു പിടിച്ചു. കുറേക്കാലം അവർക്കുവേണ്ടി ശവംമാന്തിയെടുക്കുന്ന പണിചെയ്തു. അവിടുന്നുള്ള സ്വയം പ്രൊമോഷനാണ് ഗുളിക ഏജന്റ് എന്നത്.

മുമ്പൊക്കെ, സ്കൂൾ വിട്ടശേഷം വൈകുന്നേരം ഷട്ടില് കളിയുണ്ടായിരുന്നു. അവിടെവച്ചാണ് ചെമ്പനെ അവരാദ്യം കാണുന്നത്. അന്നൊക്കെ അയാൾ സ്കൂൾ പറമ്പിൽ ചുമ്മാ കറങ്ങിനടക്കുമായിരുന്നു. കളിതുടങ്ങിയാൽ വന്നു കണ്ടുനിൽക്കും. “എറങ്ങണാ?,” കളിക്കുന്നവരാരെങ്കിലും ചോദിക്കും. ചെമ്പന് ഷട്ടില് കളിക്കേണ്ട. അവിടെ വരുന്നത് ഇടവേളകളിൽ അവരുടെ കൂടെ മത്സരയോട്ടം നടത്താനാണ്. വേറെ ഓടാൻ അവസരമില്ലാത്തതു കൊണ്ട് അവരോട് കെഞ്ചും. ഓട്ടം ഒരാവേശമായിരുന്നു അയാൾക്ക്. എല്ലാ മത്സരത്തിലും വിജയി ചെമ്പൻതന്നെ.

ഷർട്ടൂരിയെറിഞ്ഞ് കൈലി കോണകമാക്കി വലിച്ചുടുത്ത് ചന്തിയും തുള്ളിച്ചോടുമ്പോൾ, അയാൾക്കൊരു കാട്ടുമൃഗത്തിന്റെ ആവേശമാണ്. അതുകണ്ട് അവർ അടക്കം പറഞ്ഞു:

“ഈ ഓട്ടം അങ്ങു ഒളിംപിക്സിലായിരുന്നെങ്കി കൊറഞ്ഞതു ഒരു വെങ്കലമെങ്കിലും ഒറപ്പായിരുന്ന്.”

സ്കൂളിനു പിന്നിൽ പൊളിഞ്ഞു കിടക്കുന്നൊരു കെട്ടിടമുണ്ട്. ‘കൗഷെഡ്’ എന്നാണ് അതിനു വിളിപ്പേര്. അവരുടെ താവളം അതായിരുന്നു. ആദ്യമൊക്കെ സാധനം അവിടെവച്ചാണ് കൈമാറിയിരുന്നത്. പിടിക്കപ്പെട്ടേക്കും എന്ന സംശയംകാരണം സ്ഥലവും സമയവും മാറ്റിയതാണ്. അവിടെ ആ നാൽവർസംഘം ഇഷ്ടംപോലെ മയങ്ങിക്കിടന്നു. ഫോണിൽ പോൺ കണ്ടു. അശ്ലീലകഥകൾ ഉറക്കെ വായിച്ചു. നിരന്നിരുന്നു സ്വയംഭോഗിച്ചു.

പേര് കൗഷെഡ്’ എന്നായിരുന്നെങ്കിലും അവിടം തെരുവുനായ്ക്കളുടെ കേന്ദ്രമായിരുന്നു. അവരെത്തിയതിൽപ്പിന്നെ പട്ടികളുടെ വരവു കുറഞ്ഞു. എന്നാലും ഒരെണ്ണം എപ്പോഴും ഉണ്ടാവുമായിരുന്നു. അവൾ അവിടം വിട്ടുപോകാത്തതിനു കാരണമുണ്ട്. ഇത്തിരിവീർത്ത വയറിൽ

കുറഞ്ഞത് രണ്ടോ മൂന്നോ കുഞ്ഞുവയറും കൂടിയുണ്ട്. വലിയവയറും വലിച്ചു അധികം അലയാതെ അവരുടെ അടുത്തുന്നൊരു പങ്ക് ഉറപ്പായും അവൾക്കു കിട്ടുമായിരുന്നു.

അന്നും കഴിക്കാന്നേരം അവൾ ചെവിതാഴ്ത്തി വാലാട്ടി അടുത്ത് മണംപിടിച്ചു നില്പുണ്ടായിരുന്നു. അവരവിടം വിട്ടുനടക്കാൻ തുടങ്ങുമ്പോൾ അമലിന്റെവകയായിരുന്നു ആ തമാശ. ബാക്കിവന്ന ബിരിയാണിയിൽ സാധനവും ചേർത്ത് അവളുടെ മുന്നിലേക്കു വച്ചുകൊടുത്തിട്ട് പറഞ്ഞു, "അടിച്ചുപൊളിക്ക്" അവൻ ഉറക്കെ ചിരിച്ചു.

ലക്കുംലഗാനുമില്ലാതെ അവൾ ഓടിവരുമ്പോൾ കണ്ടത്, പറമ്പിൽ കെട്ടിയിരുന്ന അമ്മിണിപ്പശുവിനെയാണ്. നായയും പശുവും അതുവരെ നല്ല കൂട്ടായിരുന്നതാണ്. പക്ഷേ, അന്നേരം നായക്ക് ആരെന്നോ എന്തെന്നോ തിട്ടപ്പെടുത്താൻ കഴിഞ്ഞില്ല. ചെവികൂർപ്പിച്ചു വാലുപൊക്കി ചെറുത്തെങ്കിലും അവൾ കിട്ടിയ കാലിന്മേലൊറ്റ കടിയായിരുന്നു. പശു പേടിച്ചു നിലവിളിച്ചു. കയർനീളത്തിൽ കുറ്റിക്കു ചുറ്റും ഓടി. കുറ്റിയിൽ കെട്ടിയാൽ കൂടുതലെന്തുചെയ്യാനാവും? ആൾക്കാർ ഓടിയെത്തുമ്പോഴേക്കും നായ കുരച്ചുകൊണ്ട് ലക്ഷ്യമില്ലാതെ ഓടാൻതുടങ്ങി.

കുറേപ്പേർ പിറകേ ഓടിയെങ്കിലും അവസാനം പിന്മാറി.

പിന്നെയറിയുന്നത് അവൾ റോഡിലൂടെ പ്രാന്തെടുത്തു പായുന്നതാണ്. ഗേറ്റ് തുറന്നിട്ടിരുന്ന വീട്ടുപറമ്പിലേക്കു കയറിയൊളിക്കാം എന്നായിരുന്നു. പക്ഷേ, അകത്തുകയറിയതും മുറ്റത്തു കളിക്കുകയായിരുന്ന കുട്ടികൾ അലറിവിളിച്ചു. പട്ടിക്ക് ഹാലിളകി. അത് കുട്ടികളുടെ പിന്നാലെ പാഞ്ഞു. അവർ ഓടി വീടിന്റെ ടെറസിൽ കയറി. അവൾ പിറകേയോടി അവരെ അവിടെയിട്ടോടിച്ചു. താഴെവീണ കുട്ടിയെ കടിച്ചുതിരിഞ്ഞതും കുട്ടികളുടെ അപ്പൻ പിറകെ പാഞ്ഞെത്തി, കാലുകളിൽ പിടിച്ചുപൊക്കി ആകാശത്തുചുഴറ്റി ടെറസിൽനിന്നു താഴേക്കെറിഞ്ഞു. നായ വീണെണീറ്റ് ജീവനും കൊണ്ടോടി. ഗേറ്റിനു പുറത്തുകടന്നതും എവിടുന്നെന്നറിയാതെ ശക്തമായൊരടി. അടികൊണ്ടത് വീർത്ത വയറിലായിരുന്നു. ഉള്ളുപൊട്ടിയ വേദനയിൽ അവൾ ഇരുന്നുപോയി. വീണ്ടും കിട്ടി ഇരട്ടി ഊക്കോടെ പാരകൊണ്ടുള്ള അടിയും കുത്തും. പിറകിലും കാലുകളിലും ചോരയൊലിപ്പിച്ച് അവൾ മുന്നോട്ടു നീങ്ങാനാവാതെയിരുന്നു കരഞ്ഞി. ഒടുവിൽ ഗർഭം കലക്കിയ കൈകൾ അറച്ചു പിന്മാറി. കഴുത്തിനുകിട്ടിയ കുത്തിൽ പുറത്തുചാടിയ ചോരയിൽ അവൾ തലനീട്ടിവച്ചു കണ്ണുകളടച്ചു. പിന്നെയെപ്പൊഴോ ഞൊണ്ടി ഞൊണ്ടി റോഡരികെ കണ്ട തുറസ്സിലേക്കു ഇഴഞ്ഞും വലിഞ്ഞും നടന്നുപോയി.

തെരുവുനായയുടെ ആക്രമണത്തിൽ കുട്ടിക്കും പശുവിനും

കടിയേറ്റു എന്ന വാർത്തയോടെ അന്നാണ് ആദ്യമായി എടത്തറ എന്നസ്ഥലം പത്രങ്ങളിലും ചാനലുകളിലും കയറിപ്പറ്റുന്നത്.

3

ആശുപത്രിയിൽനിന്ന് പൊലീസ്സ്റ്റേഷനിലേക്കു വിളിപോയി. പ്രേതാന്വേഷണ റിപ്പോർട്ടെന്ന ഇൻക്വസ്റ്റ്, പിന്നെ പോസ്റ്റ്മോർട്ടം. മൂന്നിലും മരണകാരണം ഹൃദയാഘാതമെങ്കിലും രാസവസ്തുവിന്റെ സാന്നിദ്ധ്യം സംശയമുണ്ടാക്കി. വിദഗ്ദ്ധ രാസപരിശോധന നിർദ്ദേശിക്കപ്പെട്ടു. എടത്തറ ലഹരിമരണം ചാനലുകാർ ഏറെ പ്രാധാന്യത്തോടെ ചർച്ചക്കെടുത്തു. ലഹരിമരുന്നിന്റെ ഉപയോഗംമൂലം റിപ്പോർട്ട് ചെയ്യപ്പെട്ട ഏറ്റവും പ്രായം കുറഞ്ഞ മരണങ്ങളായിരുന്നു അത്. അതുകൊണ്ടുതന്നെ സർക്കാർ കേസിനു പ്രത്യേക പരിഗണനകൊടുത്തു.

പോസ്റ്റുമോർട്ടം റിപ്പോർട്ട് പുറത്തുവന്നദിവസം ഉച്ചയോടെ അമ്മ സ്കൂളിൽനിന്നും എത്തി. പൊലീസ് സ്റ്റേഷനിൽനിന്നും സ്കൂളിലേക്ക് ഫോൺ പോയിരുന്നു. മരിച്ചകുട്ടികളുടെ അടുത്തകൂട്ടുകാരൻ എന്നതിനാൽ അമലിനെയുംകൂട്ടി സ്റ്റേഷനിലേക്കു ചെല്ലാനായിരുന്നു. ആദ്യം അമ്മയെയും പിന്നെ അവനെയും ചോദ്യം ചെയ്തു. കൂട്ടുണ്ടായിരുന്നതല്ലാതെ അവനതൊന്നും ഉപയോഗിക്കില്ലെന്നും അങ്ങനെയൊന്നും കണ്ടിട്ടില്ലെന്നും അവർ പറഞ്ഞു. കൂടാതെ മകന്റെ പഴയകാല സ്കൂൾ റെക്കോർഡുകൾ നിരത്തി നല്ലകുട്ടിയാക്കാനൊരു ശ്രമവും നടത്തി. പിന്നെ അമലിനെ ഒറ്റയ്ക്കുമാറ്റിയിരുത്തി ചോദ്യംചെയ്യൽ തുടർന്നു. അന്നുവൈകുന്നേരം അവർ വീട്ടിലെത്തിയത് പോലീസ് ജീപ്പിലായിരുന്നു.

മകന്റെ കൂട്ടുകാർക്ക് ഒരത്യാഹിതംപറ്റി എന്നതിൽ നാട്ടുകാരായ മറ്റാരെയുംപോലെ ദുഃഖിക്കുകയായിരുന്നു അവർ അന്നുവരെ. ഒരിക്കലും അത് സ്വന്തം വീട്ടിനുള്ളിലേക്ക്, അതും മകന്റെ നേർക്കുകൂടി നീളുന്നൊരന്വേഷണമായി മാറും എന്നവർ കരുതിയില്ല. അവന്റെ മുറിയിൽനിന്നും രണ്ടോ മൂന്നോ സ്റ്റാമ്പും കുറച്ചു ഗുളികകളും കിട്ടി. പറമ്പിൽ കളഞ്ഞ പ്ലാസ്റ്റിക് ബാഗ് അവനെക്കൊണ്ടെടുപ്പിച്ചു. കൂട്ടിക്കൊണ്ടുപോയ മുറിയിലും പിന്നെ പറമ്പിലും തന്റെ തൊട്ടരികെ അമ്മയെ അവൻ അറിയുന്നുണ്ടായിരുന്നു. സ്വപ്നത്തിലെന്നോണമായിരിക്കണം അവർ അതുകണ്ടുനിന്നത്. ആവശ്യമെങ്കിൽ ഇനിയും സ്റ്റേഷനിൽ വരേണ്ടിവരും എന്ന മുന്നറിയിപ്പോടെ പൊലീസ് തിരിച്ചുപോയി.

അമ്മ അമലിനോട് ഒന്നുമേ ചോദിച്ചില്ല. അവൻ മുറിയിൽ കയറി കതകുചാരി. സന്ധ്യകഴിഞ്ഞിട്ടും അന്ന് വീട്ടിലെ വിളക്കുകൾ

തെളിഞ്ഞില്ല. ഇരുളിൽ കനംവെച്ച മാനത്തിൽ അവർ പരസ്പരം കാണാതെയൊളിച്ചു. അമ്മയുടെ കിടപ്പുമുറി ഇടയ്ക്കൊന്നടഞ്ഞു. ഉള്ളിൽനിന്ന് കരച്ചിലോ ഏങ്ങലോ ഒക്കെ കേൾക്കാമായിരുന്നു; അച്ഛനോടായിരിക്കണം. രാത്രി രണ്ടുപേരും ഒന്നും കഴിച്ചില്ല. അമ്മ എന്തെങ്കിലും ഒന്നുമിണ്ടിയെങ്കിൽ എന്നവനാശിച്ചു. മുഖം നോക്കാതെപോലും അങ്ങോട്ടുപോയി മിണ്ടാനുള്ള ആത്മവിശ്വാസം അപ്പാടെ കെട്ടുപോയിരുന്നു.അടുത്തദിവസമോ അതിനടുത്ത ദിവസങ്ങളിലോപോലും അതുണ്ടായുമില്ല.

ഇതിനകം മരണകാരണം ലഹരിയുടെ അമിത ഉപയോഗം എന്നു സ്ഥിരീകരിക്കപ്പെട്ടു.

4

നാണക്കേടായിട്ടായിരിക്കണം, അമ്മ കുറച്ചുനാളത്തേക്കു അവധിയെടുത്തു. അമൽ കൗൺസലിങ്ങിനു പോയിത്തുടങ്ങി. ചെമ്പന്റെ അറസ്റ്റുനടന്നു രണ്ടുദിവസംകഴിഞ്ഞതും കാവിനുള്ളിൽ മദ്യവും മയക്കുമരുന്നും ഉപയോഗിക്കാൻ സംഘം ചേർന്നിരുന്ന കുറെപ്പേരെ പൊലീസ് പിടികൂടി. കൂട്ടത്തിൽ സ്ത്രീകളുമുണ്ടായിരുന്നു. കാവിനുള്ളിൽ തീയിട്ടുതെളിച്ചു തയ്യാറാക്കിയ അവരുടെ ഒളിയിടം ടിവിയിൽ കാണിച്ചതോടെ പരിസ്ഥിതിക്കാരും രംഗത്തിറങ്ങി. ടൗണിലെ പെട്രോൾപമ്പാണ് മയക്കുമരുന്നു വിതരണത്തിന്റെ കേന്ദ്രമായി പ്രവർത്തിക്കുന്നതെന്ന വാർത്തയും പിന്നാലെയെത്തി.

അന്വേഷണം ചെന്നവസാനിച്ചത് ബാംഗ്ലൂരിന്റെ പ്രാന്തപ്രദേശത്തെവിടെയോ അനധികൃതമായി നിർമ്മിക്കപ്പെടുന്ന വ്യാജമയക്കുമരുന്നു ഗുളികകളിലും അവ കടത്തുന്ന മാഫിയായിലുമായിരുന്നു. അതോടെ ചാനൽചർച്ചകൾക്ക് ഉശിരുപിടിച്ചു. മയക്കുമരുന്നുകളേക്കാൾ അപകടം ആ പേരിലിറങ്ങുന്ന വ്യാജന്മാരാണത്രേ. പരസ്യത്തിൽ പറയുന്ന ഡോസായിരിക്കില്ല ശരിക്കും അവയിലുണ്ടാവുക.

സംഭവംനടന്നു കഴിഞ്ഞിട്ടൊരിക്കൽപ്പോലും അച്ഛൻ അവനെ വിളിച്ചിട്ടില്ല. ദേഷ്യപ്പെട്ടെങ്കിലും ഒന്നുവിളിക്കാത്തതിൽ വല്ലാത്ത അമർഷവും സങ്കടവും തോന്നി. ഓരോ തവണയും അമ്മയെ അവരറിയാതെ കാണുമ്പോൾ പ്രായം കൂടിക്കൊണ്ടേയിരുന്നു. എത്രവേഗമാണ് തലമുടി പാതിയും നരച്ചുപോയത്? ഇങ്ങനെ നിരാശനിറഞ്ഞു വിളറിവെളുത്ത് മുമ്പവൻ കണ്ടിട്ടേയില്ല.

പുറംനാടുകളിലെ വിശേഷങ്ങൾകേട്ടു കൗതുകം കൊണ്ടവർ, പക്ഷംപിടിച്ചു തർക്കിച്ചവർ, സഹതാപം കാണിച്ചവർ ഒക്കെ

അതേവാർത്തകൾ സ്വന്തംനാടിന്റേതായി കേൾക്കാനും കാണാനും തുടങ്ങിയപ്പോൾ വിശ്വസിക്കാൻ കൂട്ടാക്കിയിരുന്നില്ല. എന്നാൽ തെളിവുകളോടെ വിവരങ്ങൾ പുറത്തായപ്പോൾ സമ്മതിക്കാതെയും സ്വീകരിക്കാതെയും തരമില്ലെന്നായി; ചുരുക്കത്തിൽ നാലാളുകൂടുന്നിടത്തെല്ലാം- ബസ് സ്റ്റോപ്പിലും ചായക്കടയിലും ബാർബർഷാപ്പിലും- ലഹരി ഒളിഞ്ഞും തെളിഞ്ഞുമുള്ള ചർച്ചയായി.

അന്നുരാവിലെയാണ് ഞെട്ടിക്കൽ പരമ്പരയിലെ അവസാന ഐറ്റം അവന്റെ ചെവിയിലെത്തുന്നത്. പഴയ പഞ്ചായത്തുകിണറിൽ ജഡം പൊങ്ങിയെന്ന്. വീട്ടിൽനിന്നും റോഡിലേക്കിറങ്ങി സംഭവസ്ഥലത്തേക്ക് നടക്കുന്നവർക്കൊപ്പം കൂടി. അറിയാതെപോലും നോട്ടംപാളി, പരിചയക്കാരെ കണ്ടുപോവാതിരിക്കാൻ കുനിഞ്ഞു നടക്കുമ്പോഴും ആളുകൾ തന്നെ ഒളികണ്ണിട്ടു മുറുമുറുക്കുന്നത് അവനറിയുന്നുണ്ടായിരുന്നു. പെണ്ണുങ്ങളുൾപ്പെടെയുള്ളവർ കിണറിന്റെ മതിൽപറ്റിനിന്ന് താഴേക്ക് എത്തിനോക്കുന്നു. അവിടവിടെ ചെറുകൂട്ടങ്ങളായി മാറിനിന്നു കാര്യകാരണങ്ങൾ പറയുന്നവരുണ്ട്. “നാടു മുടിക്കാനെറങ്ങിയവൻ, ഇത് കൊറച്ചൂടെ നേരത്തേകിട്ടേണ്ടതായിരുന്ന്” ആളുകൾക്കിടയിലൂടെ കിണറ്റിങ്കരയിലേക്ക് കേറുമ്പോൾ ആരുടെയോ പ്രാക്ക്! മതിലിൽചാഞ്ഞു താഴേക്കെത്തിനോക്കി. പ്രതീക്ഷ തെറ്റിയില്ല, ചെമ്പൻ. അളിഞ്ഞവെള്ളത്തിൽ നഗ്നനായി പൊങ്ങിക്കിടക്കുന്നു. ഇടയ്ക്ക് വീശിയ കാറ്റിൽ എലി ചത്തപോലൊരുമണം പൊങ്ങി. തനിക്കു ചുറ്റുമുണ്ടായിരുന്നവർ എത്രവേഗം പോയ്മറഞ്ഞിരിക്കുന്നു. സ്വയം ചോർന്നില്ലാതെയായി വെറുമൊരു നോക്കുകുത്തിപോലെ കുറേനേരം അങ്ങനെ നിന്നു.

പിടിക്കപ്പെട്ടശേഷം ജാമ്യം ഏർപ്പെടുത്തി ചെമ്പനെ പുറത്തിറക്കിയതുതന്നെ ഇങ്ങനെയൊരവസാനം കൊടുക്കാനായിരുന്നിരിക്കണം. രഹസ്യങ്ങൾ പുറത്തുവരാതിരിക്കാനുള്ള കരുതൽ. പക്ഷേ, കാര്യങ്ങൾ ഇതിനകം വളരെദൂരം മുന്നോട്ടുപോയി. ചെമ്പനിൽനിന്ന് അറിയേണ്ടതെല്ലാം അനായാസം പൊലീസിനു കിട്ടിയിരുന്നു.

അമ്മയും അമലും അവരവരുടെ സ്കൂളുകളിൽ പോവാൻ തുടങ്ങി. ക്ലാസിൽ കയറുമ്പോൾ ഏതോ പുതിയ സ്കൂളിലെ ആദ്യദിവസം പോലെയായിരുന്നു. തൊട്ടടുത്ത ദിവസങ്ങളിലും അതേ അനുഭവം. ആരും മിണ്ടാൻ കൂട്ടാക്കുന്നില്ല. അദ്ധ്യാപകർപോലും വാക്കുകൾ കൊണ്ടു കുത്തുന്നു. ഒടുവിൽ തൽക്കാലത്തേക്കെങ്കിലും അമൽ സ്കൂളിൽ പോക്കുനിറുത്തി.

റ്റിസി വാങ്ങി അറിയാത്തോരിടത്തേക്കു മാറാൻ അമ്മയോടു പറയണമെന്നുണ്ട്. പക്ഷേ, ഒന്നു തുടങ്ങിക്കിട്ടണ്ടേ? എല്ലാവരും

കൈവിട്ടിരിക്കുന്നു. ഫോണിൽ ആരും വിളിക്കില്ല. മെസ്സേജുകൾ പോലും വരാതെയായി. കുറേനേരം കിടക്കും പിന്നെ ടി വി കാണും. പിന്നെയും കിടക്കും ടി വി കാണും. കഴിക്കാനുള്ളത് മൂടി ഭദ്രമാക്കി മേശപ്പുറത്തുവച്ചിരിക്കും.വേണമെങ്കിൽ എടുത്തുകഴിച്ചോട്ടെ എന്നാവും. മറ്റൊന്നും ചോദിക്കാറും പറയാറുമില്ല. എന്നാലും, എന്തായിരുന്നു നിനക്കൊരു കുറവെന്നു പലപ്പോഴും അവർ നിശ്ശബ്ദമായി തന്നോടു ചോദിക്കുന്നു. സത്യം, ഒന്നിനും കുറവുമുണ്ടായിരുന്നില്ല. ഹാപ്പി ആയിരുന്നു. ഒന്നിച്ചിരുന്നു കഴിച്ചു. സിനിമ കണ്ടു. വഴക്കിട്ടു...ഇടയ്ക്കു അവനോർക്കും.

ഒന്നു കെട്ടിപ്പിടിച്ചുകരയാൻപോലും കഴിയാത്തവിധം അകലത്തായി പ്പോയിരിക്കുന്നു. ടി വി കണ്ടും കിടന്നും മടുക്കുമ്പോൾ മറ്റുമുറികളിൽ വെറുതെ കയറിയിറങ്ങും. എന്നാലും വീടിനുപുറത്തിറങ്ങില്ല.

ഇതിനിടയിൽ കൗൺസിലിങ് സെഷനുകൾ മുടങ്ങിയതിൽ അതിശയമില്ല. തുടക്കം മുതലേ അതൊരു അനാവശ്യവും പലപ്പോഴും ശല്യവുമായിരുന്നു. ലഹരി മനഃപൂർവ്വം വേണ്ടെന്നുവച്ച, കൈവശപ്പെ ടുത്താൻ ശ്രമിക്കാത്ത ആളോട് ലഹരിയുടെ ആപത്തു പറഞ്ഞുപറഞ്ഞു സമയം കളയുന്നതെന്തിന്? 'ഐ ഫീൽ ലോൺലി' താൻ ഏകാകിയാ ണെന്ന് മിക്കവാറും ദിവസങ്ങളിൽ പറഞ്ഞിട്ടും കൗൺസലറുടെ തല യിൽ അതുകേറുകയോ എന്തെങ്കിലും വഴികാട്ടുകയോ ഉണ്ടായില്ല. മയക്കുമരുന്നിനു പിൻവാതിൽതുറന്നിട്ടുകൊണ്ട് നടത്തുന്ന ബോധവല് ക്കരണത്തിനും പ്രചാരവേലകൾക്കും സമമായിരുന്നു അമലിനു കൗൺസലിങ്.

വ്യാജലഹരി നിർമ്മാണത്തെക്കുറിച്ചുള്ള വാർത്തകളും 'ദേ വന്നു ദേ പോയി' എന്നമട്ടിൽ ഇതിനകം കെട്ടടങ്ങിയിരുന്നു.

മുൻകൂറെടുത്തിരുന്ന സന്തോഷം മുഴുവൻ ആഴ്ചകൾകൊണ്ട് ഇരട്ടിക്കു നഷ്ടമായി. ഉച്ചതിരിഞ്ഞിട്ടും കട്ടിലിൽ നിന്നെണീക്കാൻ കഴിയാതിരുന്ന ഒരുദിവസമാണ് 'അങ്ങു ചത്തെങ്കിൽ' എന്നു തോന്നിയത്. ആ തോന്നലിൽ കലർപ്പില്ലായിരുന്നു എന്നുപറയാൻകാരണം അതിനു ശേഷം മറ്റൊന്നും ചിന്തിക്കാൻ അവനു കഴിഞ്ഞില്ല എന്നതാണ്. ഒന്നും ബാക്കിവയ്ക്കാതെ എത്രയും പെട്ടെന്ന് അവസാനിപ്പിക്കണമെന്നത് താമസിയാതെ ഒരഭിനിവേശമായി മാറി.

എവിടെ? എങ്ങനെ എന്നൊക്കെയായി ആസൂത്രണത്തിന്റെ ആദ്യപടികൾ. ചോര പണ്ടേ പേടിയാണ് അതുകൊണ്ടു ഞരമ്പുമുറിച്ചു ള്ളതൊന്നും വേണ്ട. തന്റെ കൈയ്യിൽ കിട്ടാവുന്ന വിഷത്തിന് മരണ ഗ്യാരന്റിയുമില്ല. പിന്നെ വലിയൊരമ്പലക്കുളമുണ്ട്. പക്ഷേ, അതിന് ആഴംപോരാ. കുളം വറ്റിച്ചുകണ്ടപ്പോഴൊക്കെ ഇത്രേയുള്ളോ എന്നു

അതിശയിച്ചിട്ടുണ്ട്.

എല്ലാം തീരുമാനിച്ചുറച്ചശേഷം, തയ്യാറാക്കിവച്ച കയറും കത്തിയും ലൈറ്ററും ബാക്ക്പാക്കിലാക്കി അർദ്ധരാത്രിയോടെ പുറത്തിറങ്ങി. തീരെ നിലാവില്ലാത്ത രാത്രി വരണ്ട കാറ്റത്തു മരണത്തിൽ മനസ്സ് ഏകാഗ്രമാക്കി ലക്ഷ്യത്തിലേക്കു നടന്നു. വിജനമായ കുന്നിൻചെരുവിൽ നേരത്തെ കണ്ടുവച്ച ഒറ്റമരത്തിന്റെ ചുവട്ടിലെത്തി. ബാക്ക്പാക്ക് താഴെയിട്ടു. നിശ്ചയിച്ചുവച്ച ഉറപ്പുള്ള ചില്ലയിലേക്കുനോക്കി. മരണത്തിന്റെ അൻപതുശതമാനം വിജയം അവിടെയാണ്. മുറുക്കി കെട്ടേണ്ടതുണ്ട്. നീളം കണക്കാക്കി മുറിച്ചു കയറിന്റെ മറ്റേയറ്റത്തു കഴുത്തിന്റെ അളവിൽ കുരുക്ക് നേരത്തെ തയ്യാറാക്കിയിരുന്നു. അങ്ങനെ ബാക്കി അമ്പതുശതമാനം വിജയം ഇതിനകംതന്നെ ഉറപ്പുവരുത്തിയിട്ടുണ്ട്. നന്നായി നോക്കി വാങ്ങിയതുകൊണ്ട് കയറിന്റെ ബലത്തിൽ ലേശവും സംശയമില്ല.

നെഞ്ചുനിറയെ ശ്വാസമെടുത്ത്, താഴെ ബാക്ക്പാക്കിനായി കുനിയുമ്പോൾ ദൂരെ ഇരുട്ടിൽ തിളങ്ങുന്ന രണ്ടുകണ്ണുകൾ. തറയിൽനിന്ന് അധികം ഉയരത്തിലല്ലാതെ അവ തന്റെ നേർക്കു തീക്ഷ്ണമായി തുറിച്ചുനില്ക്കുന്നു. അടുത്തനിമിഷം നിലത്തുനിന്നും രണ്ടടിയോളം ഉയർന്ന കണ്ണുകൾ അടുത്തേക്കു വരുമ്പോലെ! ബാക്ക്പാക്ക് അവിടെക്കളഞ്ഞ് വീടിനെ ലക്ഷ്യംവച്ചു തിരിച്ചുനടന്നു. അറിയാതെ കാലുകൾക്കു വേഗതകൂടി.

അമൽ ഓടാൻ തുടങ്ങി.

എപ്പോഴോ തിരിഞ്ഞുനോക്കുമ്പോൾ ഇത്തിരി ഞൊണ്ടിയാണെങ്കിലും, നാവുപുറത്തേക്കിട്ടു കിതച്ചുകൊണ്ട് അവന്റെ നേർക്കു പാഞ്ഞടുക്കയായിരുന്നു അവൾ!

---

* സോബർ ആവുക: ലഹരി ഉപയോഗിക്കുന്നയാൾ അതുനിർത്തി വിട്ടുനില്ക്കുന്ന അവസ്ഥ.

www.ingramcontent.com/pod-product-compliance
Lightning Source LLC
LaVergne TN
LVHW100824051026
849519LV00006B/2175